AF747180

കൊടുങ്കാറ്റുറങ്ങുന്ന കടൽ

Kodumkatturangunna Kadal
Stories

A Sajikumar

CHINTHA PUBLISHERS
Thiruvananthapuram

First Edition
October 2021

Typesetting & Published
Chintha Publishers, Thiruvananthapuram

Printed at
Repro India Ltd, Mumbai.

Cover Design
Vinod Mangoes

ISBN : 978-93-90301-79-9

CO - 3024 / 5551

Email: chinthapublishers@gmail.com
Website: www.chinthapublishers.com

Distribution
DESHABHIMANI BOOKHOUSE
H O Thiruvananthapuram 695035

Branch
Head Office Kunnukuzhi • Statue Thiruvananthapuram •
KSRTC Bus Station Thiruvananthapuram
KSRTC Bus Station Alappuzha • KSRTC Bus Station Ernakulam •
Machingal Lane Thrissur • IG Road Kozhikode •
Mavoor Road Kozhikode • NGO Union Building Kannur •
Central Bus Terminal Complex Thavakkara Kannur

കൊടുങ്കാറ്റുറങ്ങുന്ന കടൽ

(കഥകൾ)

എ സജികുമാർ

ചിന്ത പബ്ലിഷേഴ്സ്
തിരുവനന്തപുരം-695 035

എ സജികുമാർ

കൊല്ലം ജില്ലയിലെ കുമരൻചിറയിൽ ജനനം. അച്ഛൻ അനന്തൻപിള്ള, അമ്മ: ദേവകിയമ്മ. കുമരൻചിറ ഗവ. യു പി എസ്, പതാരം ശാന്തിനികേതനം ഹൈസ്കൂൾ, ശാസ്താംകോട്ട ഡി ബി കോളേജ്, എൻ എസ് എസ് കോളേജ്, കേരള ലാ അക്കാദമി ലാ കോളേജ് എന്നിവിടങ്ങളിൽ വിദ്യാഭ്യാസം. കൊമേഴ്സിൽ മാസ്റ്റർ ബിരുദവും നിയമ ബിരുദവും നേടിയിട്ടുണ്ട്. നിരവധി ആനുകാലികങ്ങളിൽ കഥകൾ പ്രസിദ്ധീകരിച്ചിട്ടുണ്ട്. ഇപ്പോൾ നിയമസഭാ സെക്രട്ടേറിയറ്റിൽ സെക്ഷൻ ഓഫീസറായി ജോലി ചെയ്യുന്നു.

ഭാര്യ	:	കീർത്തി
മകൻ	:	അദ്വൈത് എസ് കെ
വിലാസം	:	മഹാലക്ഷ്മി ടി സി 6/2749, ഉള്ളൂർ ഗാർഡൻസ് 133 ഡി മെഡിക്കൽ കോളേജ് പി ഒ തിരുവനന്തപുരം 695011
മൊബൈൽ	:	9446112307
Email	:	asajikumar@gmail.com

ഉള്ളടക്കം

പ്രസാധകക്കുറിപ്പ്

നമുക്കുചുറ്റും വന്നുകൂടുന്ന ഉൽക്കണ്ഠപ്പെരുക്കങ്ങളെ എങ്ങനെയാണ് സ്വന്തം സ്വത്വത്തോട് ചേർത്തുവയ്ക്കുകയെന്ന് പകച്ചുപോകുന്ന മനുഷ്യരാണ് സജികുമാറിന്റെ കഥാപാത്രങ്ങൾ. കഥാരചനയുടെ കൗശലം മനസ്സിലാക്കിയ എഴുത്തുകാരന്റെ തൂലികയിൽനിന്നും പിറന്നതാണ് ഇതിലെ കഥകൾ. പ്രണയത്തിന് മത മതിലിനു പുറത്ത് ഇടം പാടില്ല എന്ന വാദം കത്തിനില്ക്കുമ്പോഴാണ് തീപ്പന്തവും കൊലക്കത്തിയുമായെത്തുന്നവരെ നേരിട്ട് പ്രണയവഴിയേ പോകുന്ന സജികുമാറിന്റെ കഥാപാത്രങ്ങൾ വ്യവസ്ഥാപിത മൂല്യങ്ങളോട് ഇടഞ്ഞു നില്ക്കുന്നത്. ഒരു എഴുത്തുകാരൻ തന്റെ പരിസരങ്ങളോട് ക്രിയാത്മകമായി പ്രതികരിച്ചതിന്റെ ഉല്പന്നമാണീ സമാഹാരത്തിലെ കഥകൾ.

ചിന്ത പബ്ലിഷേഴ്സ്

മനുഷ്യ കേന്ദ്രിതമായ കഥകൾ

കെ പി സുധീര

ആത്മീയതയുടെ നറുംതേനും മാനവികതയുടെ നറുമണവും ഉള്ള കഥകൾ ആണല്ലോ ഇത് എന്നാണ് സജികുമാറിന്റെ *കൊടുങ്കാറ്റുറങ്ങുന്ന കടൽ* എന്ന കഥാസമാഹാരം വായിച്ചപ്പോൾ എനിക്ക് തോന്നിയത്. നന്മ നിറഞ്ഞ ഒരു മനസ്സിൽനിന്നും മാത്രം ഉറഞ്ഞൊഴുകുന്ന മനുഷ്യസ്നേഹം ഈ കഥകളിലെല്ലാം തുളുമ്പി നില്ക്കുന്നു. "ചുവന്ന മേഘങ്ങളുടെ ആകാശം" എന്ന കഥയിൽ ഒരു വലിയ സന്ദേശമാണുള്ളത്. മതേതരത്വവും മിശ്ര വിവാഹവും പ്രണയത്തിന്റെ അണയാക്കനലുകളും ഇപ്പോഴും ജാതീയ തയുടെ വലക്കണ്ണികൾ പൊട്ടിച്ച് പുറത്തുവന്നിട്ടില്ലാത്ത ഇന്ത്യൻ സമൂഹത്തിലേക്കാണ് വിരൽ ചൂണ്ടുന്നത്. ജാതീയത ഇന്ത്യൻ സമൂഹത്തെ കാർന്നുതിന്നുന്ന അർബ്ബുദമാണ്. സ്നേഹിക്കുന്ന മനസ്സുകളെ വേർപെടുത്താനും ഭിത്തികൾ തകർത്ത് വിവാഹിതരായാൽ നിർബ്ബന്ധബുദ്ധ്യാ മതം മാറ്റി അവരുടെ ആത്മാവിനെ തകർക്കാനും വരെ മതം തയ്യാറാകുന്നു. എന്നാൽ സജികുമാറിന്റെ കഥാപാത്രങ്ങൾ ഇതിന് അതീതമാണ്. മാതാപിതാക്കൾപോലും മതത്തേക്കാൾ വിശ്വസിക്കുന്നത് സ്നേഹത്തെയാണ്. എല്ലാ വേർതിരിവുകൾക്കും മീതെ അവർ സുകൃതം കണ്ടെത്തുന്നു. കഥയിലെ മുസ്ലീം ചെറുപ്പക്കാരന്റെ അച്ഛന്റെ ആത്മസുഹൃത്തും അയൽവാസിയുമായ ഹിന്ദുവിന്റെ മകളെ, തീപ്പന്തവും കൊലക്കത്തിയുമായിവന്ന സ്വസമുദായത്തിലെ ജാതീയവാദികളെ ധിക്കരിച്ച് വിവാഹം കഴിക്കുന്നു. മതംമാറ്റത്തിൽനിന്നും അവളെ രക്ഷിക്കാനായി അവന്റെ വീട്ടുകാർതന്നെ നെഞ്ചൂക്കുള്ള ആ യുവാവിനെയും പെൺകുട്ടിയെയും നാടുകടത്തുന്നു. ഇത്തരം വിപ്ലവങ്ങൾ സമൂഹത്തിന് അനിവാര്യമാണ് എന്ന് എഴുത്തുകാർ തിരിച്ചറിഞ്ഞിട്ടുണ്ട്. കല മാനവികതയുടെ വികാസത്തിനും പുരോഗതിക്കുമുള്ളതാണ് എന്ന് വിശ്വസിക്കുന്ന എഴുത്തുകാരനാണ് സജികുമാർ.

വിശ്വാസവും അവിശ്വാസവും തമ്മിലുള്ള യുദ്ധമാണ് "ധർമ്മസംസ്ഥാപനാർത്ഥായ"യിൽ എഴുത്തുകാരൻ വെളിപ്പെടുത്തുന്നത്. സ്ഥിരമായി അവധിയിൽ പോകുന്ന പൂജാരിക്ക് പകരമായി എത്തുന്ന മുട്ടുശാന്തിക്കാരന്റെ ദൈവ സങ്കല്പം വ്യത്യസ്തരീതിയിലാണ് ഇവിടെ വരച്ചിടുന്നത്. ഭവത്രാതന്റെ ഈശ്വരൻ തന്ത്രവിദ്യാപീഠത്തിലെ സമർത്ഥനായ ദത്താത്രേയന്റെ ഈശ്വരനുമായി ഒരിക്കലും പൊരുത്തപ്പെടാതെ വരുമ്പോൾ, കർമ്മമാണ് ഈശ്വരൻ എന്ന ഭൗതികമായ ചിന്തയിലേക്കാണ് ദൈവ സങ്കല്പത്തെ പരിവർത്തനം ചെയ്യിക്കുന്നത്. പഠനം കഴിഞ്ഞപ്പോൾ അച്ഛനാണ് നിശ്ചയിച്ചത് തന്നെപ്പോലെ മകനും അമ്പല ശാന്തിക്കാരൻ ആയാൽ മതിയെന്ന്. ബ്രഹ്മജ്ഞാനത്തേക്കാൾ വിശപ്പാണ് അയാളെ ക്ഷേത്രത്തിലേക്ക് നയിച്ചത്. ബ്രാഹ്മണൻ ആർജ്ജിക്കേണ്ട ദശഗുണങ്ങളൊന്നും തനിക്കില്ലെന്ന് അറിയാമെങ്കിലും അമ്മയുടെ നിർബ്ബന്ധം അയാളെ ദൈവവഴിയിൽ എത്തിക്കുകയാണ് ചെയ്തത്. ആത്മസുഹൃത്ത് ബഷീറിന്റെ വീട്ടിലെത്തുമ്പോൾ അവന്റെ സുന്ദരിയായ സഹോദരിയുടെ പ്രണയകടാക്ഷങ്ങൾ ഭവത്രാതൻ കണ്ടില്ലെന്നു നടിച്ചു. ബ്രഹ്മതേജോബലം നേടാൻ നിയുക്തനായവന് ആഗ്രഹങ്ങൾ ഉണ്ടായിക്കൂടാ. എന്നാൽ അയാളുടെ ആത്മസുഹൃത്ത് എല്ലാ മുൻവിധികളെയും തകർക്കുകയാണ് ചെയ്യുന്നത്. അതുപോലെ ക്ഷേത്രത്തിലെ പ്രധാന ശാന്തിക്കാരൻ ദത്താത്രേയൻ അവിഹിതമായി ആർജ്ജിച്ച സമ്പത്തുമായി കടന്നുകളയാനൊരുങ്ങുമ്പോൾ മുട്ടുശാന്തിയിലെ ഭക്തി ഉണരുന്നു, അത് അയാളിൽ ഒരു ലഹരിയായി പടർന്നു കയറുന്നു. ഭക്തിയുടെ മറവിൽ മനുഷ്യൻ ചെയ്യുന്ന ദുഷ്ചെയ്തികളിലേക്ക് ഈ കഥ വെളിച്ചം വീശുന്നു. മനുഷ്യത്വം ജീർണ്ണിക്കുമ്പോൾ മനുഷ്യൻ മൃഗതുല്യനാകുന്നു എന്ന് ഞെട്ടലോടെ നാം തിരിച്ചറിയുന്നു. മതവും മതസങ്കല്പ നിഷേധവും കണ്ട് നാം അമ്പരക്കുന്നു.

മഹാഭാരതം എന്ന ഇതിഹാസത്തിലെ മനോഹരമായ ഒരിതൾ അടർത്തിയെടുത്ത് നമുക്ക് പാരിതോഷികമായി തന്നിരിക്കുകയാണ് "നിഷാദം" എന്ന കഥയിലൂടെ കഥാകാരൻ. ഘടോൽക്കചൻ ആണ് മുഖ്യ കഥാപാത്രം. ഹിഡുംബി എന്ന അസുര കന്യകയുമായുണ്ടായ വേഴ്ചയിൽ മദ്ധ്യമപാണ്ഡവനുണ്ടായ പുത്രൻ. മകനെ കാണാൻ പിതാവായ ഭീമസേനൻ ഹിഡുംബ ഗോത്രത്തിൽ എത്തുന്നതാണ് എഴുത്തുകാരൻ വർണ്ണിക്കുന്നത്. അർദ്ധാസുരനായ ഘടോൽക്കചനെ നെഞ്ചോട് ചേർത്തപ്പോൾ വീരനും ശൂരനുമായ ഭീമസേനൻ വിതുമ്പിപ്പോയി. അവനെ ഇന്ദ്രപ്രസ്ഥത്തിലേക്ക് മകനായിത്തന്നെ ഭീമസേനൻ കൊണ്ടുപോകുന്നു. അധഃകൃതനെന്ന് മുദ്രകുത്തി പിന്നാമ്പുറങ്ങളിൽ തളച്ചിടപ്പെടുന്ന ഒരു സമൂഹത്തിന്റെ പ്രതീകമായിട്ടാണ് ഇവിടെ ഘടോൽക്കചനെ അവതരിപ്പിക്കുന്നത്. അധികാരം നേടിയതിനുശേഷം അത് നേടിത്തന്നവനെ കൈവിടുന്ന വർത്തമാനകാല യാഥാർത്ഥ്യം നാം തിരിച്ചറിയുന്നുണ്ടിവിടെ. മാനവികതയുടെ ലൗകികോൽക്കർഷത്തെ നിരാകരിക്കാതെയാണ് എഴുത്തുകാ

രന്റെ കഥപറച്ചിൽ. ഈ കഥാസമാഹാരത്തിലെ മികവുറ്റ കഥയായി ഞാൻ നിഷാദത്തെ എണ്ണുന്നു.

സജികുമാറിന്റെ കഥയിലെ മനുഷ്യകേന്ദ്രികത്വം നമ്മെ വല്ലാതെ ആകർഷിക്കുന്നുണ്ട്. അദ്ദേഹത്തിന്റെ ആദ്യ പുസ്തകം ആണെങ്കിലും ഈ എഴുത്തുകാരൻ എന്നോ നമുക്കിടയിൽ ഉണ്ടായിരുന്നു. അടി തെളിഞ്ഞ ഭാഷയും തിളക്കമാർന്ന സർഗ്ഗാത്മകതയും മുതൽക്കൂട്ടായ ഒരു എഴുത്തുകാരൻ. സ്ത്രൈണസത്തയോട് എഴുത്തുകാരനുള്ള ആദരം നമ്മെ അത്ഭുതപ്പെടുത്തും. അരക്ഷിതത്വത്തിന്റെയും ഏകാന്തതയു ടെയും പടുകുഴിയിൽ കഴിയുന്ന അവരെ വെളിച്ചത്തിന്റെയും സുരക്ഷി തത്വത്തിന്റെയും വഴിയിലേക്ക് മാറ്റിനിർത്തുകയാണ് എഴുത്തുകാരൻ, സ്നേഹസാരമായ ഒരു സമീപനം. അവൾ ആഗ്രഹിക്കുന്നതെല്ലാം സമൂ ഹത്തിന് അവിഹിതമാണ്, അവൾക്ക് സ്വീകാര്യമല്ലാത്തത് ഹിതവും. ഈ വിരോധാഭാസത്തിനെതിരെ തൂലികയെ വിപ്ലവാത്മകമായി ചലിപ്പി ക്കുകയാണ് സജികുമാർ. ചെറിയ കഥകളല്ല സജികുമാറിന്റേത്, ഒരു നോവലെറ്റിനും ചെറുകഥയ്ക്കും ഇടയിലുള്ളത്ര സുദീർഘമാണ് ഓരോ ന്നും. പറയാനുള്ളത് മുഴുവൻ പറയാതെ പിന്മാറില്ല എന്ന മട്ട്. സ്വന്തം പ്രത്യയശാസ്ത്രങ്ങൾ പ്രയോഗശൈലിയിലൂടെ അവതരിപ്പിച്ച, നന്മയും അഴകും ഇഴചേർന്ന സജികുമാറിന്റെ ഇക്കഥകൾ വായനക്കാർ ഇഷ്ട പ്പെടാതിരിക്കില്ല. സർഗ്ഗാത്മകതയുടെ പൊൻതരികൾ അവരെ ആഹ്ലാ ദിപ്പിക്കാതെയും ഇരിക്കില്ല.

ചുവന്ന മേഘങ്ങളുടെ ആകാശം

നവംബർ ഒന്ന്, അവൾ അന്ന് പതിവിലും നേരത്തെ തയ്യാറായി. നീലയിൽ വെള്ളപ്പൂക്കൾ തുന്നിയ പാവാടയും വെള്ളിക്കസവ് പിടിപ്പിച്ച നീല ജാക്കറ്റും, തനി കേരളീയം. മറുനാട്ടിലാണെങ്കിലും ഓണവും വിഷുവും പിന്നെ കേരളപ്പിറവിയും ബാപ്പു നഗറിലെ മലയാളികൾക്ക് ആഘോഷമാണ്. കണ്ണാടിക്കുമുന്നിൽനിന്ന് മുല്ലപ്പൂ വയ്ക്കുമ്പോൾ അമ്മയുടെ വിളി...

"എടീ ഒരു ഷാൾ കൂടി ഇട്ടിട്ട് പോ"

"ഉടുപ്പും പാവാടയും പിന്നെ ഷാളും ഈ അമ്മ ഏത് ലോകത്താണ് ജീവിക്കുന്നത്." പക്ഷേ, അമ്മ സമ്മതിക്കില്ല, അവൾക്ക് പ്രായത്തിലും കവിഞ്ഞ വളർച്ച ഉണ്ടുപോലും. നെറ്റിയിൽ ഒരു മഞ്ഞൾക്കുറി കൂടി ആയപ്പോൾ അവൾക്ക് തന്നെ തോന്നി – സുന്ദരി തന്നെ

"അമ്മേ ഞാൻ പോണു"

"ത്തിരി ചായ കുടിച്ചിട്ട് പോ നന്ദു"

"വേണ്ടമ്മേ....ബസ് പോകും..."

ബാപ്പു നഗറിൽനിന്നും അടാജൻ പാട്ടിയയിലേക്കുള്ള ഈ ഓട്ടമാണ് സഹിക്കാൻ പറ്റാത്തത്. നെഹ്റു ബ്രിഡ്ജും റാൻഡർ റോഡും കടന്ന് ബസ്റ്റോപ്പിൽ എത്തുമ്പോഴേക്കും വല്ലാതെ വിയർത്തിരിക്കും. കാംരജിലേക്ക് രാവിലെയുള്ള ബസുകൾ അത്രയും തിങ്ങിനിറഞ്ഞാണ് പോകുന്നത്. എട്ടു മണിക്ക് മുൻപ് ആണെങ്കിൽ സീറ്റ് കിട്ടിയേക്കും. രാവിലെയുള്ള ഓട്ടത്തിനിടയിൽ സങ്കടമോചന് മുന്നിൽ വയ്ക്കുന്ന ആദ്യ പ്രാർത്ഥനതന്നെ സീറ്റ് കിട്ടണമേ എന്നാണ്. ഒരു സ്കൂട്ടർ എന്ന ആവശ്യം ഇടയ്ക്ക് ഒന്ന് ഉന്നയിച്ചു നോക്കിയതാണ്, അച്ഛൻ അടുത്തുവന്നതും ആയിരുന്നു, പക്ഷേ, അമ്മയുടെ ഉള്ളിലെ വള്ളുവനാട്ടുകാരി ഉപദേശവു

മായി എത്തി.

"പ്രായമായ പെങ്കുട്ട്യോള്ത്തിരി അടങ്ങിയൊതുങ്ങി നടക്കണം.. പ്പം സ്കൂട്ടറൊന്നും വേണ്ട"

തന്റെ മക്കൾ കാലത്തിനൊത്ത് വളരണം എന്ന് ചിന്തിക്കുന്ന അമ്മ സ്കൂട്ടറിൽ എത്തിയപ്പോൾ അടക്കവും ഒതുക്കവും പഠിപ്പിക്കുന്നത് മറ്റൊന്നും കൊണ്ടല്ല എന്ന് അവൾക്കറിയാം, പണം, അതുതന്നെ പ്രശ്നം. അച്ഛന്റെ സങ്കടം കണ്ടപ്പോൾ അവൾ പറഞ്ഞു

"ഇപ്പം വേണ്ടച്ഛാ ഡിഗ്രി കഴിയട്ടെ", അവൾ തന്നെ ആ പ്രശ്നം പരിഹരിച്ചു.

പ്രായമായ അച്ഛനമ്മമാർക്ക് കൊടുക്കാൻ കഴിയുന്ന ഏറ്റവും വലിയ സമ്മാനം മനസ്സമാധാനം ആണെന്ന ചിന്ത അവൾക്കുണ്ട്. സാധാരണക്കാർക്ക് ചെറിയ സൗകര്യങ്ങൾ പോലും ആഡംബരമാണ് എന്ന 'പോവർട്ടേറിയൻ തിയറിയിൽ' വിശ്വസിക്കുമ്പോഴും ശീലങ്ങൾ തെറ്റാതെയുള്ള ഈ യാത്ര എവിടെവരെ തുടരാൻ കഴിയുമെന്ന് അവൾ ചിന്തിക്കാറുണ്ട്. ചില ശീലക്കേടുകൾ കൂടെ കൂട്ടാൻ മനസ്സ് ആഗ്രഹിക്കാറുമുണ്ട്. ശീലങ്ങൾക്കും ശീലക്കേടുകൾക്കും ഇടയിൽ കൂടി ബാലൻസ് ചെയ്തു നീങ്ങുമ്പോൾ ചിലപ്പോൾ മനസ്സ് പാളിപ്പോകും. അപ്പോൾ അവൾ സ്വയം പറയും – 'തുറന്നു വിടില്ല നിന്നെ ഞാൻ.'

തുറന്നുവിട്ട ചിന്തകൾക്ക് പിന്നാലെ അലഞ്ഞുനടക്കുമ്പോൾ മുണ്ടോട്ടിൽ മുഹമ്മദിനും കൈതറമ്പത്ത് ബാലനും ചുവന്ന ആദർശങ്ങളോട് ആയിരുന്നു അടുപ്പം. ചോരത്തിളപ്പിൽ തലയ്ക്കുപിടിച്ച ആവേശം ആയിരുന്നില്ല അത്. പൊലീസ് വേട്ട തുടങ്ങിയപ്പോഴാണ് ഒരേദിവസം വിവാഹിതരായ രണ്ടുപേരും ഭാര്യമാരോടൊപ്പം നാടുവിട്ടത്. ജംഷഡ്പൂരിലെ ഇരുമ്പുരുക്ക് കേന്ദ്രമായിരുന്നു ലക്ഷ്യം. പക്ഷേ, എത്തിപ്പെട്ടത് സൂറത്തിലെ തുണിമില്ലിൽ. പിന്നീട് ഒരു ഓട്ടമായിരുന്നു തളർന്നു വീണും പിടഞ്ഞെണീറ്റും ജീവിതത്തിന് നെടുകെയുള്ള ഓട്ടം. അതിനിടയിൽ ബാലൻ തളർന്നുവീണു എന്നെന്നേക്കുമായി. ജീവിതം ഒരുമിച്ച് വെട്ടിപ്പിടിക്കാൻ ഇറങ്ങിത്തിരിച്ച കൂട്ടുകാരിൽ ഒരാൾ വീണപ്പോൾ മറ്റേയാൾ ഉണ്ടായിരുന്നു, കരുത്തുള്ള കൈകളുമായി.

ഒരുമിച്ച് നാടുപേക്ഷിച്ചുവന്ന തന്റെ അച്ഛന്റെ ആത്മാർത്ഥ സുഹൃത്തിന്റെ മകൻ തന്നോട് വലിയ അടുപ്പമൊന്നും പുലർത്താതിരുന്നപ്പോൾ, കുഴപ്പം അയാളുടേതാണോ അതോ തന്റേതാണോ എന്ന് നന്ദിനി ഇടയ്ക്ക് ആലോചിക്കാറുണ്ടായിരുന്നു. ഒരുനാൾ തന്റെ ജീവിതത്തിലേക്ക് ചോദിക്കാതെ കടന്നുവന്ന ആ അന്തർമ്മുഖന്റെ ഉദ്ദേശ്യം അത്ര നല്ലതല്ല എന്ന അവളുടെ ചിന്തയ്ക്ക് മാറ്റമുണ്ടാകാൻ കുറെ നാളുകൾ എടുത്തു. ഒരു നോട്ടംകൊണ്ട് മാത്രം മനസ്സിലാക്കാൻ കഴിയുന്നതല്ല ഒരാളുടെ വ്യക്തിത്വം എന്ന് ബോദ്ധ്യപ്പെട്ടത്, ഒരു ഹർത്താൽ ദിനത്തിൽ അവളിലേക്ക് നീണ്ടുവന്ന അവന്റെ സഹായത്തിന്റെ കൈകൾ ആയിരുന്നു. എന്നിട്ടും അവന്റെ ദൃഷ്ടികൾക്ക് പുറത്തായിരുന്നു അവൾ. അപകടം

വരുത്തിയ അച്ഛന്റെ ദുരന്തത്തിലും ബന്ധങ്ങളുടെ കണ്ണി പൊട്ടിച്ചു ഇറങ്ങിപ്പോയ സഹോദരന്റെ നിസ്സംഗതയിലും തങ്ങൾക്ക് തണലൊരുക്കിയ അജാദിനെ എപ്പോഴോ ഒരു നിമിഷം താൻ ആരാധിച്ചിരുന്നില്ലേ?

ആ കണ്ണുകളിൽ തെളിമയോടെ നിറഞ്ഞുനിന്ന നീർക്കണമാണ് താൻ എന്ന് ഒരിക്കൽ അവൻ പറഞ്ഞപ്പോൾ ചിരിയാണ് തോന്നിയത്. നീർക്കണം എന്നും ദുഃഖത്തിന് പരിച്ഛേദം ആണല്ലോ. തൊട്ടയൽപക്കത്തെ കൂട്ടുകാരന്റെ സഹോദരിയെ ദുഃഖപുത്രിയായിക്കണ്ടത് സ്നേഹം കൊണ്ടോ അതോ സഹതാപം കൊണ്ടോ എന്ന് ചോദിച്ചപ്പോൾ അവൻ ചിരിച്ച് ഒഴിയുകയാണ് ഉണ്ടായത്.

ആർട്സ് കോളേജിലെ നാലുപേരിൽ ഒതുങ്ങുന്ന കേരളമാണ് നന്ദിനിയുടെ മനസ്സിൽ. ഈ വർഷമാണ് ഒരാൾ പുതുതായി ചേർന്നത്. കോളേജിനു മുന്നിലെ നരച്ച മതിലിനോട് ചേർന്ന് നിറയെ കാറ്റാടി മരങ്ങളാണ്. വെയിൽമങ്ങിയ ചില വൈകുന്നേരങ്ങളിൽ കാറ്റാടി മരച്ചുവട്ടിൽ അജാദ് അവളെ കാത്ത് നില്ക്കാൻ തുടങ്ങിയത് കഴിഞ്ഞ ഡിസംബർ മുതലാണ്. അന്ന് ഇതേ മരച്ചുവട്ടിൽ വച്ചാണ് അജാദ് തന്റെ മനസ്സിൽ അടക്കി വച്ചിരുന്ന ആഗ്രഹം അവളോട് തുറന്നു പറഞ്ഞത്. യാദൃച്ഛികമായ കണ്ടുമുട്ടൽ ആണെന്ന് വരുത്തിത്തീർക്കാൻ അവൻ തപ്പിത്തടയുന്നത് കണ്ടപ്പോൾ അവൾക്ക് വല്ലാത്ത കൗതുകം തോന്നി. വെളുത്തു മെലിഞ്ഞ അവന്റെ മുഖം അപ്പോൾ ഒരു കുഞ്ഞിനെ പോലെ തോന്നിച്ചു.

“നാട്ടിലിപ്പോൾ പാലപൂത്തിട്ടുണ്ടാകും അല്ലേ?”

“ങ്ഹും”

“എനിക്ക് ജീവിതത്തിൽ ഏറ്റവും കൂടുതൽ ഇഷ്ടമുള്ള രണ്ട് കാര്യങ്ങളുണ്ട്. ഏതാണെന്ന് അറിയുമോ?” അവൾ നിശ്ശബ്ദയായി നിന്നതേയുള്ളൂ.

“പാല പൂക്കുന്ന നാട്ടിടവഴികളിൽക്കൂടി രാത്രിയിൽ ഒറ്റയ്ക്ക് നടക്കുക, പിന്നെ.... പിന്നെ നന്ദിനിയെ.” അവൾ പരിസരം മറന്ന് പൊട്ടിച്ചിരിച്ചു, എന്നിട്ട് നിശ്ശബ്ദയായി.

ഒരു മതിൽക്കെട്ടിന് ഇരുപുറവും ആയി കഴിഞ്ഞിട്ടും അനാവശ്യമായി ഒന്ന് നോക്കുക പോലും ചെയ്തിട്ടില്ലാത്തവന്റെ നിശ്ശബ്ദ പ്രണയം അവളെ അത്ഭുതപ്പെടുത്തിയിരുന്നു. കാംരജിലെ കോളേജ് പരിസരത്തും താൻ ജോലിചെയ്യുന്ന ഐ ടി സെന്ററിന്റെ മുന്നിലും, നന്ദിനിയെ കാണാൻ കാത്തുനിന്ന നിമിഷങ്ങൾ ഒരു സ്വപ്നത്തിലെന്നപോലെ അവളുടെ മുന്നിൽ തുറന്നപ്പോൾ അവന്റെ മുഖം ചുവന്നു തുടുത്തു.

“വീട്ടിൽ വച്ച് ഒന്നു നോക്കാൻപോലും എനിക്ക് ഭയമായിരുന്നു നിന്റെ ചേട്ടൻ എങ്ങാനും കണ്ടാൽ”

അവന്റെ വാക്കുകളിൽത്തന്നെ ഭീതി നിഴലിച്ചിരുന്നു.

അജാദിലെ അന്തർമ്മുഖന്റെ മേലങ്കി വലിച്ചു കീറിയത് നന്ദിനിയുടെ ചേട്ടൻ ആയിരുന്നു. പൈതൃകത്തിലെ ആചാരം പോലെ അവർ ഇരുവരും ഒരുമിച്ചാണ് യാത്ര തുടങ്ങിയത്. പക്ഷേ, എവിടെയോ വച്ച് അജാദ് മുന്നി

ലെത്തിയപ്പോൾ മറ്റേയാൾ ഒപ്പമെത്താൻ ശ്രമിച്ചില്ല. തന്റെ കഴിവില്ലായ്മ യാണ് അതിനു പിന്നിലെന്ന അമ്മയുടെ വാക്കുകൾക്കു മുന്നിൽ ഇടറി വീണ അയാളുടെ മനസ്സിൽ പിന്നീട് അജാദിനോടുള്ള പക നീറിപ്പു കഞ്ഞു. ആത്മസുഹൃത്തിന്റെ സമനിലതെറ്റിയതിന് പിന്നിൽ താനാ ണെന്ന കുറ്റബോധം അജാദിലും ഉറഞ്ഞുകൂടിക്കിടന്നു.

വലിച്ചുകീറപ്പെട്ട മേലങ്കി പിന്നെ സ്വയം തുന്നിക്കൂട്ടാൻ തുടങ്ങിയ ഘട്ടത്തിലാണ് നന്ദിനിയുടെ മുഖം അവന്റെ മനസ്സിൽ തെളിഞ്ഞു വന്നത്. ലഹരിയോ, ഭ്രാന്തോ, കാമമോ അല്ലാതെ അവരുടെ ഹൃദയത്തിൽ ഉറ ഞ്ഞുകൂടിയ ചൂടുള്ള മഞ്ഞുകണങ്ങൾ കുടഞ്ഞുണർന്നത് അടാജൻ പാട്ടി യയ്ക്ക് അപ്പുറത്താണ്. ബാപ്പു നഗറിലെ മലയാളിക്കുട്ടികളെ പരിച യമില്ലാത്ത മക്കായ്പൂൾ റോഡിന്റെ ഇടയോരങ്ങളിൽ അവരുടെ പ്രണയം പൂത്തുലഞ്ഞു. ഇന്ത്യാ കോളനി റോഡിന്റെ കൈവരികളിലും മക്കായ് പൂളിന്റെ നാലുംകൂടിയ ഐലന്റിലും കൊടി ഉയർത്തുന്നവരുടെ കണ്ണു കൾ തങ്ങളെ പിന്തുടരുന്നത് അറിയാതെ അവർ ഒഴുകി നടന്നു. ഹൃദ യങ്ങൾ പങ്കിട്ട രണ്ട് കുടുംബങ്ങളിലേക്ക് വിദ്വേഷം പടർത്താൻ ആയി രിക്കും തങ്ങളുടെ നിയോഗമെന്ന് നന്ദിനി അജാദിനെ ഓർമ്മിപ്പിച്ചു.

“നിനക്ക് വേണമെങ്കിൽ പിന്മാറാം, പക്ഷേ, ഞാൻ മാറില്ല.”

അതായിരുന്നു അവന്റെ മറുപടി. അവൾ പിന്നീടൊന്നും പറഞ്ഞില്ല. മഴതോർന്ന വൈകുന്നേരങ്ങളിലെ ഇളവെയിലിന്റെ നേർത്ത അടരുകൾ ക്കിടയിൽക്കൂടി അവർ നടന്നു.

കരുതലോടെ അവൻ അവളുടെ വലതുകൈ മൃദുവായി അമർത്തി. ജീവിതത്തിലെ ഉഷ്ണമേഖലകളിൽ കുളിർകാറ്റ് വീശുന്നതും, ഇരുൾ മൂടിയ ഉള്ളറകളിൽ വെളിച്ചപ്പൊട്ടുകൾ നിറയുന്നതും അവൾ അറിഞ്ഞു. ആൻഡ്രൂസ് ലൈബ്രറിയിലെ നിശ്ശബ്ദമായ റീഡിങ് റൂമിൽ കണ്ണുകളിൽ നോക്കി ഇരിക്കുമ്പോൾ മനസ്സിന്റെ ആഴങ്ങൾ കണ്ടറിഞ്ഞ നിമിഷങ്ങൾ... നെഹ്റു ഗാർഡനിലെ കോൾവില്ലിയ മരച്ചുവട്ടിൽ നെയ്തിട്ട സ്വപ് നങ്ങൾ.... ഗോപിടലാവിലും നർമ്മദാ ഹൗസിലും അവശേഷിപ്പിച്ച ദീർഘ നിശ്വാസങ്ങൾ..... മനസ്സിൽനിന്നും മനസ്സിലേക്ക് നീണ്ട മൗനങ്ങൾ....

“പ്രണയിക്കുമ്പോൾ മുന്നിൽ പ്രണയം മാത്രം. ജീവിതം നാമെല്ലാം സൗകര്യപൂർവ്വം മറക്കുന്നു, അല്ലേ നന്ദിനി?”

“അമ്മയ്ക്ക് എന്തൊക്കെയോ സംശയം ഉള്ളതുപോലെ തോന്നു ന്നുണ്ട്, അർത്ഥംവച്ച് എന്തൊക്കെയോ പറയുന്നത് കേട്ടു”അവൾ പറഞ്ഞു.

“അറിയട്ടെ ഒരുദിവസംമുന്നേ ആണെങ്കിൽ അത്രയും നല്ലത് അത്രയും നാൾ മാത്രം ടെൻഷൻ അനുഭവിച്ചാൽ മതിയല്ലോ.”

അജാദിന്റെ വാക്കുകൾക്ക് കൂടുതൽ ശക്തി ഉണ്ടായിരുന്നു.

“വീട്ടിൽ എതിർത്താൽ നീ ഇറങ്ങി വരുമോ?”

അവളുടെ ഹൃദയത്തിലെ നനവ് പെട്ടന്ന് ഉറഞ്ഞുപോയി. അല്ലെ ങ്കിലും യാഥാർത്ഥ്യത്തിലേക്ക് പരിവർത്തനം ചെയ്യപ്പെടുന്ന സന്തോഷ

ത്തിന്റെ വലിയ നിമിഷങ്ങളൊന്നും തന്റെ ജീവിതത്തിൽ ഉണ്ടാകാറില്ല എന്ന് അവൾ വേദനയോടെ ഓർത്തു. അച്ഛന്റെ അപകടം, ചേട്ടന്റെ സമനില തെറ്റിയ യാത്ര, അങ്ങനെ ദുഃഖങ്ങളിലേക്ക് രൂപാന്തരം പ്രാപിച്ച യാഥാർത്ഥ്യങ്ങൾ. താൻ എന്താണ് ചെയ്യേണ്ടത് അച്ഛൻ, അമ്മ, സഹോദരൻ, അജാദ്... തീക്ഷ്ണമായ കെട്ടുപാടുകളും തീവ്രമായ പ്രണയവും തമ്മിലാണ് യുദ്ധം. ആര് ജയിച്ചാലും തോല്വി തനിക്ക് മാത്രമാണ്.

"നമ്മുടെ വീട്ടുകാർ ഈ ബന്ധം ഒരിക്കലും അംഗീകരിക്കില്ല നന്ദിനീ, പിന്നെ എതിർപ്പുകൾ ഉണ്ടാകുമ്പോഴാണ്......."

ബാക്കി പറയാൻ വന്നത് അവൻ വിഴുങ്ങിക്കളഞ്ഞു.

"നീ ധൈര്യമായിട്ടിരിക്ക് ജീവിക്കുകയാണെങ്കിൽ നമ്മൾ ഒരുമിച്ച് അല്ലെങ്കിൽ........" അതും അവൻ പൂർത്തിയാക്കിയില്ല. മരങ്ങൾ പെയ്തു കൊണ്ടിരുന്നു. നെഹ്റു ഗാർഡനപ്പുറം താപ്തി കലങ്ങിമറിഞ്ഞ് ഒഴുകി.

ഉധാന റെയിൽവേ സ്റ്റേഷനിൽനിന്നും അഡാജൻ പാട്ടിയയിലേക്കുള്ള ബസ് പിടിക്കാനുള്ള ഓട്ടത്തിനിടയിലാണ്, മക്കായ് പൂൾ റോഡിൽ കൊടി ഉയർത്തിയവർ അവർക്കു മുന്നിൽവന്ന് നിന്നത്.

"ക്യാ ആപ് കോ ഉസ് കെ അലാവാ കിസീ ഔർ സെ പ്യാർ കർനേകാ മൗകാ നഹീം മിലാ?"

(നിനക്ക് ഇവനെ അല്ലാതെ മറ്റാരെയും കിട്ടിയില്ലേടീ പ്രേമിക്കാൻ) ഏതു നിമിഷവും മുന്നിലെത്തുമെന്ന് ഭീതിയോടെ കാത്തിരുന്ന ദുരന്തത്തിന്റെ പുറപ്പാട് അവർ നിശ്ശബ്ദം നേരിട്ടു. ഭീഷണിക്കു ശേഷം അജാദിന്റെ കീഴ്ത്താടിയിലേക്ക് മൂന്ന് മുനകളുള്ള ആയുധം അമർത്തി. എന്നിട്ട് പറഞ്ഞു.

"ആപ്കോ അപ്നേ ലോഗോം കെ സാഥ് ജലാദിയാ ജായേഗാ"

(നിന്നെയും നിന്റെ ആൾക്കാരെയും ജീവനോടെ കത്തിക്കും). ആദ്യമായി മനുഷ്യരെ ഭയപ്പെട്ട നിമിഷങ്ങൾ. അഡാജൻ പാട്ടിയയിലേക്കുള്ള യാത്രയിൽ അവർ നിശ്ശബ്ദരായിരുന്നു. കീഴ്ത്താടിയിൽനിന്നും പൊടിഞ്ഞുവന്ന ചോര നന്ദിനി കാണാതെ അവൻ തുടച്ചു കളഞ്ഞു. അവർ നേരെ പോയത് ഡച്ച് ഗാർഡനിലേക്ക് ആയിരുന്നു. നിയോൺ വെളിച്ചത്തിൽ കൊളോണിയൽ ശില്പങ്ങൾ മിഴികൾ തുറന്നു നില്ക്കുന്നു. നന്ദിനിയുടെ മുഖത്ത് നിറഞ്ഞു നിന്ന ഭയം കണ്ടിട്ടാകണം, അവൻ അന്ന് പതിവിലും അധികം സംസാരിച്ചു. അവളുടെ മൗനവും അവന്റെ വാചാലതയും മഴക്കാറ്റിൽ അലിഞ്ഞു ചേർന്നു. രാത്രിക്ക് കനം വയ്ക്കുന്നതും, പട്ടണം തിരക്കൊഴിയുന്നതും, തുറിച്ചു നോട്ടങ്ങൾ ഏറുന്നതും വകവയ്ക്കാതെ അവർ തൊട്ടുതൊട്ടിരുന്നു.

"ഞാൻ നിന്നെ സ്നേഹിച്ചു, നീ നന്ദിനി ആണെന്ന് അറിഞ്ഞു കൊണ്ടുതന്നെ. അന്നൊരിക്കൽ പാതിവച്ച് നിർത്തിയ ഒരു വാചകമുണ്ടല്ലോ... അത് ഞാൻ പൂർത്തീകരിക്കുകയാണ് നമ്മൾ ഒരുമിച്ച് ജീവിക്കുകതന്നെ ചെയ്യും, മരിക്കാനല്ല നമ്മൾ സ്നേഹിച്ചത്." ആ മുഖത്ത് വല്ലാത്ത ഒരു ധൈര്യം അപ്പോൾ കാണാമായിരുന്നു.

"നാളത്തെ പകൽ നമ്മുടേതാണ്.... നാളെ മുതൽ നീ എന്റെ ഭാര്യയാണ് നന്ദിനീ....."

അവളുടെ മൗനത്തിനു മീതെ കൂടി ഒരു കുളിർകാറ്റ് കടന്നുപോയി. ഏതൊരു പെണ്ണും ആഗ്രഹിക്കുന്ന നിമിഷം, പക്ഷേ, തന്റെ മനസ്സിൽ ആഹ്ലാദമാണോ..... ഭയം, അത് മാത്രമാണിപ്പോൾ. നെഞ്ചിനുള്ളിലെ ഭാരം അവളെ ശ്വാസംമുട്ടിച്ചു കൊണ്ടിരുന്നു. അജാദും നന്ദിനിയും ആദ്യമായി ബാപ്പു നഗറിലെ തെരുവുവിളക്കുകൾക്ക് ചുവട്ടിൽ കൂടി ഒരുമിച്ച് നടന്നു. ദൂരെ നിന്നെ കണ്ട്, ചേട്ടൻ ഗേറ്റിൽ ചാരി നില്ക്കുന്നുണ്ട്. മഞ്ഞ വെളിച്ചത്തിന്റെ മങ്ങിയ അതിരിൽ എത്തിയപ്പോൾ അവരുടെ അകലം വർദ്ധിക്കുകയും നന്ദിനി നടത്തയ്ക്ക് വേഗം കൂട്ടുകയും ചെയ്തു. പിടിക്കപ്പെട്ട തെറ്റുകാരിയെപ്പോലെ മുഖമുയർത്താതെ അവൾ വീട്ടിനുള്ളിലേക്ക് നടന്നു. നടുക്കുന്ന ഒരു പൊട്ടിത്തെറി പ്രതീക്ഷിച്ചെങ്കിലും അതുണ്ടായില്ല.

ഈ രാത്രി അവസാനിക്കുമ്പോൾ എന്താണുണ്ടാവുക. പുതിയ ജീവിതം തേടി പോകുമ്പോൾ എന്തൊക്കെയാണ് നഷ്ടപ്പെടുന്നത്. അവൾക്ക് ഉറങ്ങാൻ കഴിഞ്ഞില്ല. നെഞ്ചിലെ ഭാരം കൂടിവരികയാണ്. പല തവണ സമയം നോക്കി... രാത്രിക്ക് ഒച്ചിഴയുന്ന വേഗം. അമ്മയോട് പറയണമോ, വേണ്ട..., ആരും ഒന്നും അറിയേണ്ട തൊട്ടരികിൽ ശാന്തമായി ഉറങ്ങുന്ന അമ്മയെ കുറ്റബോധത്തോടെ അവൾ നോക്കി. പത്തുമാസം ചുമന്നതിന്റെ കണക്ക് ഒരിക്കലും പറയാതെ സ്നേഹം ഉള്ളിലൊതുക്കി, പരാജയപ്പെടുമ്പോൾ പൊട്ടിയൊഴുകുന്ന മഹാനദി. ആ മനസ്സ് താൻ കാണാതെ പോയില്ലേ, അവശനായ അച്ഛനെയും, സ്നേഹം പ്രകടിപ്പിക്കാൻ അറിയാത്ത ചേട്ടനെയും താൻ ചതിക്കുകയല്ലേ ചെയ്തത്. തന്റെ സന്തോഷം മാത്രമല്ലേ താൻ നോക്കിയുള്ളൂ.

"നന്ദിനീ..." എവിടെനിന്നോ വിളി ഉയർന്നു ചുറ്റും ഇരുട്ട് മാത്രം വീണ്ടും അതേ ശബ്ദം...

'നന്ദിനീ...... മനുഷ്യർക്ക് ഭൂമിയിൽ ഒരു ജന്മം മാത്രമേയുള്ളൂ. നിനക്ക് പുനർജ്ജന്മത്തിൽ വിശ്വാസമുണ്ടോ? വിശ്വസിച്ചോളൂ, പക്ഷേ, അത് ഒരു വിശ്വാസം മാത്രമാണ്. എല്ലാവർക്കും അവരവരുടെ വിശ്വാസമാണ് വലുത്. സ്നേഹിക്കണമെന്നും, സ്നേഹിക്കപ്പെടണമെന്നുമുള്ള വിശ്വാസം. നീ ഒരു മകളാണ്, സഹോദരിയാണ്, അതുപോലെതന്നെ ഒരു സ്ത്രീയും. എല്ലാ മനുഷ്യരെയും പോലെ സ്വപ്നങ്ങളും ആഗ്രഹങ്ങളുമുള്ള വ്യക്തി. നീ വീട് വിട്ടിറങ്ങുമ്പോൾ അച്ഛൻ എന്തിനാണ് സങ്കടപ്പെടുന്നത്, അമ്മയുടെ നെഞ്ച് എന്തിനു തകരണം, ചേട്ടന്റെ ഉള്ള് പിടയുന്നത് എന്തിന്...., അവരുടെ മനസ്സ് വേദനിച്ചു അതുകൊണ്ട് മാത്രം. അവർക്ക് സഹിക്കാൻ പറ്റാത്തത് കൊണ്ടു മാത്രം, അത് നിന്നോടുള്ള സ്നേഹക്കൂടുതൽ കൊണ്ട് മാത്രമാണെന്ന് നീ സൗകര്യപൂർവ്വം വിശ്വസിക്കുന്നു. എനിക്ക് വേദനിക്കും അതുകൊണ്ട് നീ പോകരുത്, എനിക്ക് സഹിക്കാൻ പറ്റില്ല അതുകൊണ്ട് നീ അവനെ വിവാഹം കഴിക്കരുത്, എനിക്ക് അപമാനമാണ് അതുകൊണ്ട് നീ അവനെ സ്നേഹിക്കരുത്... എനിക്ക്, ഞാൻ, എന്റെ....... അപ്പോൾ നീ

ആരാണ്? നിനക്ക് ഒരു അസ്തിത്വമില്ലേ? നീയും ഞാനും തമ്മിൽ പട വെട്ടുകയാണ്, നീ നിനക്ക് വേണ്ടിയും, ഞാൻ എനിക്കുവേണ്ടിയും. ജയം ആർക്കായാലും ഒരു പക്ഷം തോറ്റേ മതിയാകൂ.' ആ ഒരു തോല്വിയോ ജയമോ ആണ് അജാദിലേക്കുള്ള ദൂരം. വിങ്ങിപ്പൊട്ടുന്ന മനസ്സ്, ഉള്ള് പിളർക്കുന്ന സങ്കടം, കണ്ണടയ്ക്കുമ്പോൾ തീയുടെ നിറമുള്ള കൊടികൾ പറക്കുന്നതും വാൾത്തലപ്പുകൾ ഉരഞ്ഞ് തീപ്പൊരി ചിതറുന്നതും മാത്രം. തീപ്പൊരി അഗ്നിയായി പടർന്നാളുകയാണ്... അവൾ ഞെട്ടിപ്പിടഞ്ഞെഴുന്നേറ്റു മുറിയിലാകെ പ്രകാശം,

"എന്തു പറ്റി മോളേ?" മുന്നിൽ അമ്മ.

"എന്താ മോളെ ആകെ വിയർത്തിരിക്കുന്നല്ലോ?"

ഉള്ളിലെ സങ്കടം ഒരു പെരുമഴയായി മാറി, അവൾ അമ്മയുടെ മാറിലേക്ക് വീണു.

നദിക്കക്കരെയുള്ള റാംജി മന്ദിറിലെ മണിയൊച്ച കേട്ടപ്പോഴാണ് അവൾ ഉണർന്നത്. ശരീരവും മനസ്സും തളർന്നിരിക്കുകയാണ്. അമ്മ എഴുന്നേറ്റിട്ടില്ല. പക്ഷേ, ഇടയ്ക്ക് കണ്ണുകൾ തുടയ്ക്കുന്നുണ്ട്. നെഹ്റു ബ്രിഡ്ജിനും സർദാർ ബ്രിഡ്ജിനുമിടയിൽ ചെറുതുരുത്തായി ചുരുങ്ങിയ ബാപ്പുനഗറിന്റെ ആകാശത്ത് മഴമേഘങ്ങൾ നിശ്ചലമായി നിന്നു. അന്നത്തെ പകലിന് വീർത്തുകെട്ടിയ മുഖമായിരുന്നു. സങ്കടമോചന് മുന്നിൽ അവൾ വളരെനേരം പ്രാർത്ഥിച്ചു. പിന്നിൽ അമ്മ കരച്ചിലടക്കാൻ പാടുപെടുന്നുണ്ട്.

വൈകിട്ട് ചാറ്റൽമഴ നനഞ്ഞുവന്ന ഉത്തംപാട്ടീലാണ് നന്ദിനിയുടെ അച്ഛനെ വിവരം അറിയിച്ചത്. സങ്കടത്തിന്റെ ഒരു സമുദ്രം എപ്പോഴും കണ്ണുകളിൽ ഉറങ്ങിക്കിടക്കുന്ന ആ മുഖത്ത് അപ്പോൾ ദൈന്യത മാത്രമേ ഉണ്ടായിരുന്നുള്ളൂ.

വരാന്തയിലെ സിമന്റ് തൂണിൽപ്പിടിച്ച് അയാൾ നിലത്തേക്ക് ഊർന്നിരുന്നു. ഒരു കൈ അകലം മാത്രം ഉണ്ടായിരുന്ന തന്റെ മുഹമ്മദിന്റെ വീട് ഇപ്പോൾ ഒരുപാട് അകലെ ആയതുപോലെ.

അവിടെ നിന്നുയരുന്ന തന്റെ മകളുടെ പൊട്ടിച്ചിരികൾക്കായി അയാൾ കാതുകൾ വട്ടം പിടിച്ചു. ഇല്ല.... ഒന്നുമില്ല പക്ഷേ, മക്കായ്പൂൾ റോഡിൽ കൊടി ഉയർത്തിയവർ, വെട്ടോത്ത് ചന്ദ്രന്റെ കൂട്ടുകാർ, സങ്കടമോചന് മുന്നിൽ പൂജ ചെയ്യുന്നവർ.. അങ്ങനെ കേട്ടറിഞ്ഞവരൊക്കെ ബാലേട്ടന്റെ മുറ്റത്ത്കൂടി.

"ഹം ആപ്കീ ബേട്ടീ കോ ലായേംഗേ സ്യാദ് ഹം ഉസ് ബുരേ ലട്കേ മാർ ദേംഗോ."

(ആ വൃത്തികെട്ടവനെ കൊന്നിട്ട് നിങ്ങളുടെ മകളെ ഞങ്ങൾ കൊണ്ടുവരും.) എത്ര വേഗത്തിലാണ് ഒരാളെ കൊല്ലാൻ ആളുകൾ ഒത്ത് കൂടുന്നത് എന്നായിരുന്നു ബാലേട്ടൻ അപ്പോൾ ചിന്തിച്ചത്. തന്റെ കൈകളിൽ കിടന്ന് വളർന്ന കുട്ടിയുടെ ജീവനെടുക്കാൻ അനുവാദത്തിനായി കാത്തു നില്ക്കുന്നവരിൽ പലരേയും ബാലേട്ടന് പരിചയമില്ലായിരുന്നു.

സ്വന്തം നാട് വിട്ട് എത്തിപ്പെട്ടതിനുശേഷം തോന്നിയിട്ടില്ലാത്ത ഒരു ഭീതി അയാളെ ചൂഴ്ന്ന് നിന്നു. മഴയുടെ താളം നേർത്ത് വന്നപ്പോൾ മതിലിനപ്പുറത്തെ മുറുമുറുപ്പുകൾക്ക് ജീവൻ വച്ചു. അവിടെയും അപരിചിത മുഖങ്ങളായിരുന്നു അധികവും. മദീനാ മസ്ജിദിലെ ഖത്തീബിനെ മാത്രം പരിചയമുണ്ട്. ബാപ്പുനഗറിന്റെ രണ്ട് ദിക്കുകളിലുള്ള ദൈവങ്ങളുടെ കൂടാരങ്ങളിൽ നിന്നും ധർമ്മ പരിവേഷം അണിഞ്ഞവർ പുറത്തുകടന്ന് രണ്ടു വീടുകളിലായി അണിനിരന്നു.

സിറ്റൗട്ടിലെ അരഭിത്തിയിൽ നിസ്സംഗതയോടെ ഇരിക്കുന്ന അജാദ് അവർക്കിപ്പോൾ ഒരു വീരപുരുഷനാണ്. തൊട്ടടുത്ത് ഉപ്പ അക്ഷോഭ്യനായി ഇരിക്കുന്നു. കൂടി നിന്നവർക്ക് ഒരു കാര്യം മാത്രം അറിഞ്ഞാൽ മതി,

"ആ കാഫറിച്ചീനെ എപ്പോൾ ഇസ്ലാമാക്കും."

അന്യമതക്കാരിയെ നിക്കാഹ് ചെയ്യണമെങ്കിൽ അവളെ ഇസ്ലാമിന്റെ വഴിയിലേക്ക് പരിവർത്തനം ചെയ്യണമെന്നാണ് ഇസ്ലാം നൈതികത എന്ന വാദം സൂറത്തുകളെ കൂട്ടുപിടിച്ച് ഖത്തീബ് അവതരിപ്പിച്ചു, എന്നിട്ട് അജാദിന്റെ സമീപം ചെന്ന് വലംകൈ അവന്റെ നെറ്റിയിൽ മുട്ടിച്ച് ചുണ്ടുകൾ അനക്കിക്കൊണ്ടിരുന്നു. പ്രാർത്ഥനയ്ക്ക് ഒടുവിൽ ഖത്തീബ് അവന്റെ ചെവിയിൽ ഇങ്ങനെ പറഞ്ഞു.

"ഇതും ഒരു ജിഹാദ് തന്നെ."

മൗനമാണ് ഏറ്റവും വലിയ ആയുധം എന്ന അജാദിന്റെ ഉപ്പ മനസ്സിലുറപ്പിച്ചു. പക്ഷേ, എത്രനാൾ ഈ ആയുധവുമായി താൻ പൊരുതും എന്ന ചിന്ത ഉള്ളിൽ തറഞ്ഞ് നിന്നപ്പോൾ അയാൾ *ഖുർ ആൻ* തുറന്നു. പത്ത്- പതിനേഴിലെ സൂറത്ത് ഉറക്കെ ചൊല്ലി

"അല്ലാഹുവിന്റെ പേരിൽ കള്ളം കെട്ടിച്ചമയ്ക്കുകയോ, അവന്റെ വചനങ്ങളെ കള്ളമാക്കി പറയുകയോ ചെയ്തവനേക്കാൾ കടുത്ത അക്രമി ആരുണ്ട്, പാപികൾ ഒരിക്കലും വിജയിക്കില്ല."

യുദ്ധക്കൊതിമൂത്തവർ ആയുധങ്ങളുമായി അപ്പുറവും ഇപ്പുറവും കൂടിക്കൊണ്ടിരുന്നു. പ്രവാചകന്റെ വചനങ്ങളിലും ഹിന്ദുവിന്റെ ധർമ്മസൂക്തങ്ങളിലും കൃത്രിമ നിറങ്ങൾ ചേർത്തപ്പോൾ കൂടിനിന്നവരുടെ കൈകളിലെ ആയുധങ്ങൾ വിറകൊണ്ടു. അജാദ് എഴുന്നേറ്റ് അകത്തേക്ക് നടന്നു. മുറിക്കുള്ളിലെ വെളിച്ചത്തിന് ചുവട്ടിൽ ഉമ്മ നിസ്കരിക്കുന്നു. 'ഇഷാഅ്' ന്റെ നേർത്ത സ്വരം വാതിൽപ്പഴുതിലൂടെ അവ്യക്തമായി കേൾക്കാം. അലകൾ ഇളക്കുന്ന കർട്ടന് പിന്നിൽ നന്ദിനി. മഗ്രിബിന്റെ "അംവാജ്"അവളിൽ പ്രത്യേകിച്ച് ഒരു ഭാവമാറ്റവും ഉണ്ടാക്കിയില്ല. സുജൂദ് ചെയ്തതിന് ശേഷം ബിസ്മി ചൊല്ലി തിരിഞ്ഞുനോക്കിയപ്പോൾ തന്നെ നോക്കിയിരിക്കുന്ന നന്ദിനിയെ ഉമ്മ കണ്ടു. അവളുടെ കണ്ണുകൾ നിറഞ്ഞിരിക്കുന്നു.

"എന്താ മോളെ?"

തന്റെ അമ്മയോളം തുളുമ്പിനില്ക്കുന്ന സ്നേഹത്തിന്റെ മറ്റൊരു കടൽ ആ മുഖത്ത് അലയടിക്കുന്നത് നന്ദിനി കണ്ടു. ചൂടുള്ള ആ കൈ

ത്തലം അവളുടെ നെറ്റിയിൽ കൂടി തഴുകിയിറങ്ങി. ഉലഞ്ഞുപോയ മനസ്സിനെ പിടിച്ചുനിർത്താൻ ഒരു തലോടൽ ആഗ്രഹിച്ച നിമിഷം...

"എന്റെ മോള് വിഷമിക്കരുത് അവരൊക്കെ പലതും പറയും അത് അവരുടെ പണിയാ."

ഉമ്മ അവളെ ചേർത്തുനിർത്തി. പിന്നെയും ഒരുപാട് സംസാരിച്ചു. മന്ത്രാക്ഷരങ്ങൾക്കുള്ളിൽ ആയുധം പതിയിരിക്കുന്ന നാട്ടിൽ മത ചിഹ്ന ങ്ങളും ആചാരങ്ങളും വെറും തിരിച്ചറിയൽ രേഖകൾ മാത്രമാണെന്നും, അതിന്റെ തുലാസിലെ ഒരു വസ്തുമാത്രമായി സ്നേഹം ഒതുങ്ങിപ്പോയെ ന്നുമായിരുന്നു ഉമ്മ പറഞ്ഞതിന്റെ ചുരുക്കം. അത്രയും മതിയായിരുന്നു നന്ദിനിക്ക് ചിതറിപ്പോയ തന്റെ മനസ്സിനെ പിടിച്ചുനിർത്താൻ.

ആരോ സൃഷ്ടിച്ചെടുത്ത ആചാരങ്ങളെ പിന്തുടരാൻ വിധി കല്പി ക്കുന്ന അർത്ഥശൂന്യമായ തത്ത്വസംഹിതയാണ് മതം, അതിന്റെ ആധികാ രികതയ്ക്കുവേണ്ടി സൗകര്യപൂർവ്വം അവർ ദൈവങ്ങളെയും സൃഷ്ടിച്ചു. അങ്ങനെ വ്യാഖ്യാനിക്കാവുന്ന ഒരു ചിന്തയായിരുന്നു നന്ദിനിയുടെ മന സ്സിൽ നാമ്പിട്ടത്.

തന്റെ വീട്ടുമുറ്റത്ത് നിന്നുള്ള ഒച്ചയുടെ കാഠിന്യം കൂടിയപ്പോൾ മുറി യിലെ വിളക്ക് കെടുത്തിയിട്ട് അവൾ ജനാലയ്ക്കൽ വന്നുനിന്നു.

"ഹിന്ദു എന്നത് ഒരു മതം മാത്രമല്ല ഒരു വികാരമാണ്, മുന്നോട്ടുള്ള വഴികളിൽ കാലിൽ തറയ്ക്കാൻ കാത്തുകിടക്കുന്ന കാരമുള്ളുകൾ ഉണ്ടാകും അവയൊന്നും സ്വയം മുളച്ച് വന്നതല്ല ഹിന്ദു ധർമ്മത്തിന്റെ പാതയിൽ ഉച്ഛിഷ്ടം ഉപേക്ഷിച്ചു കടന്നു പോയവർ..... അവരാണ് ആ വിഷ മുള്ളുകൾ, അവയെ ഉന്മൂലനം ചെയ്യുകതന്നെവേണം."

മക്കായ് പൂൾ റോഡിൽ കൊടി ഉയർത്തിയവരാണ് തന്റെ വീട്ട് മുറ്റത്ത് നില്ക്കുന്നതെന്ന് അവൾ തിരിച്ചറിഞ്ഞു.

"അവൻ ഹിന്ദു ഘാതകനാണ്, നമ്മുടെ കുട്ടിയോട് പ്രേമം നടിച്ച് ഇസ്ലാമാക്കാൻ പതുങ്ങി നടന്ന ജിഹാദി, പകയാണ് അവന്റെ ഉള്ളിൽ."

വാക്കുകൾ മൂർച്ചയുള്ള ആയുധങ്ങളായി ജനാല കടന്ന് അക ത്തേക്ക് വന്നപ്പോൾ നന്ദിനി ഒന്നു വിറച്ചു. ചാറ്റൽമഴയുടെ പതിഞ്ഞതാള ത്തിൽ താൻ കേട്ട വാക്കുകളുടെ അർത്ഥം ഊഹിക്കാൻ പറ്റുന്നില്ല. താൻ ചതിക്കപ്പെട്ടിരിക്കുകയാണോ? തന്നോടുള്ള അവന്റെ സ്നേഹം പക വീട്ടൽ ആയിരുന്നുവോ? പക എന്നത് യുദ്ധമാണ്, അതെ വിശുദ്ധയുദ്ധം.... ജിഹാദ്. അജാദ് ഒരു ജിഹാദിയോ?..അവളുടെ ഉള്ളംകാലിൽ തീ കത്തി പ്പടർന്ന് മുകളിലേക്ക് കയറി, ഹൃദയം കടന്ന് തലച്ചോറിലേക്ക് ആളിപ്പി ടിച്ചു.

"നന്ദിനീ.."

മുഖം പൊത്തിക്കരയുന്ന അവളുടെ കൈകൾ അജാദ് ബലമായി വിടർത്തി.

"നീ എന്തൊക്കെയാണീപ്പറയുന്നത്. നിനക്കും ഭ്രാന്ത് പിടിച്ചോ?"

വെളിച്ചം നഷ്ടപ്പെട്ട അവളുടെ കണ്ണുകളിൽ സംശയത്തിന്റെ നിഴൽ

പടർന്നു. ഇരുട്ടിനും വെളിച്ചത്തിനുമിടയിൽ നിഴൽ നാടകം നടത്തുന്ന അപരാധിയായ നടന്റെ മുന്നിലാണ് താൻ നില്ക്കുന്നതെന്ന് അവൾക്കു തോന്നി.

"ഞാൻ ജിഹാദിയല്ല.... അജാദാണ്... മുണ്ടോട്ടിൽ മുഹമ്മദിന്റെ മകൻ. അത് ബോദ്ധ്യപ്പെടുത്താൻ എന്റെ മുന്നിൽ ഒറ്റ മാർഗ്ഗമേയുള്ളൂ എന്റെ മരണം..."

അവന്റ വാക്കുകൾ ഇടറിയപ്പോൾ നന്ദിനി ഉണർന്നു.

ഇല്ല ഭ്രാന്തന്മാരുടെ വാക്കുകൾ ഞാൻ കടം കൊള്ളില്ല......

അവൾ അവന്റെ നെഞ്ചിലേക്ക് ചേർന്നു നിന്നു. മതിലിനപ്പുറവും ഇപ്പുറവും വാക്കുകൾക്ക് തീപിടിച്ചു. സങ്കടമോചന്റെ ധ്വജസ്തംഭത്തിലും മദീനാ മസ്ജിദിന്റെ വെള്ളി മിനാരങ്ങളിലും രക്തക്കറ വീഴാൻ ഇനി അധികം നേരം വേണ്ടിവരില്ല. രണ്ടു മനുഷ്യർ ഒന്നായപ്പോൾ നിരവധിപേർ വേർപെടാൻ പോകുന്നു. ഒന്നുകിൽ തങ്ങൾ അവസാനിക്കും, അല്ലെങ്കിൽ അവർ എല്ലാം അവസാനിപ്പിക്കും. അവന്റെ കൈകൾ അവളെ ചേർത്തു നിർത്തി. വാതിൽ തുറന്ന് ഉമ്മയും ഉപ്പയും അകത്തേക്ക് കയറിവന്നു. വിറയാർന്ന ചുണ്ടുകളിൽ നിന്നും 'സല'യുടെ മന്ത്രണം അവന്റെ കാതിലേക്ക് ഒഴുകി, ഉപ്പ അവനെ ചേർത്ത് നിർത്തി എന്നിട്ട് പറഞ്ഞു,

"ഭ്രാന്തന്മാർക്ക് മുമ്പിൽ മുട്ടുകുത്തി തിരിഞ്ഞോടിയാൽ അത് ചതിയായിരിക്കും അല്ലാഹുവോടുള്ള ചതി"

എന്നിട്ട് നന്ദിനിയുടെ കൈകൾ പിടിച്ച് അവന്റെ കൈയിൽ വച്ചിട്ട് പുറം വാതിൽ തുറന്നു കൊടുത്തു.

മഴ തോർന്നിട്ടില്ല, കരിമേഘങ്ങൾക്കിടയിൽ കൂടി വെളിച്ചത്തിന്റെ തരംഗങ്ങൾ ഇടയ്ക്ക് പുളഞ്ഞു പോകുന്നുണ്ട്. ബാപ്പു നഗറിന് പിന്നിൽ പരുത്തിപ്പാടമാണ്. പാടത്തിനപ്പുറം താപ്തി ഒഴുകി അകലുന്നു. പാടം മുറിച്ചുകടന്നാൽ സൂറത്തിലേക്കുള്ള വഴിയിൽ എത്താം. പിന്നിൽ വെളിച്ചത്തിന്റെ കടന്നൽക്കൂട് ഇളകി വരുന്നത് ഒരു ഞെട്ടലോടെ അവർ കണ്ടു. നന്ദിനിയുടെ കൈപിടിച്ച് അജാദ് ഓടി. എത്ര താണ്ടിയാലും വീണ്ടും മുന്നിൽ കടൽ പോലെ പരന്നുകിടക്കുന്ന പാടം. പെരുമഴ കാത്തുകിടക്കുന്ന ഇരുൾ പരന്ന പാടത്തിനു നടുവിൽനിന്നും തങ്ങൾക്ക് നേരെ നടന്നടുക്കുന്ന അവ്യക്ത രൂപം..., ഭയം അവരുടെ ഉള്ളിൽ തേരട്ട കണക്കെ ചലിക്കാൻ തുടങ്ങി. അജാദ് നന്ദിനിയുടെ കൈയിൽ ബലമായി പിടിച്ചു. പൊലിഞ്ഞു വീണ മിന്നൽ വെളിച്ചത്തിൽ നന്ദിനി ആ മുഖം വ്യക്തമായി കണ്ടു, തന്റെ ചേട്ടൻ. വർഷങ്ങൾക്കു ശേഷം അജാദിന്റെ മുന്നിൽ അയാൾ നിവർന്നു നിന്നു. ഇരുട്ടിലും തിളങ്ങുന്ന ആ നോട്ടത്തിനു മുന്നിൽ കുറ്റവാളികളെപ്പോലെ അവർ നില്ക്കുമ്പോഴും തങ്ങൾ തെറ്റ് ചെയ്തിട്ടില്ല എന്ന വിശ്വാസം അവർക്ക് ധൈര്യം പകർന്നു.

"നിങ്ങൾ എങ്ങോട്ടാണ് പോകുന്നത്?"

അജാദിന്റെ തോളിൽ അയാൾ കൈ വെച്ചപ്പോൾ അവൻ ഞെട്ടി മുഖമുയർത്തി.

"നിങ്ങൾക്ക് പോകാൻ ഈ ഭൂമിയിൽ ഒരിടം മാത്രമേയുള്ളൂ ഹൃദയത്തിലും മനസ്സിലും ചുവപ്പിന്റെ അംശം ഒരു മാത്ര അധികം അലിഞ്ഞുചേർന്ന നമ്മുടെ മണ്ണ്...." കാലുകൾക്ക് ശക്തി കൈവരികയും കണ്ണുകളിൽ പ്രതീക്ഷയുടെ തിരിതെളിയുകയും ചെയ്തപ്പോൾ പിന്നിലെ ആരവം അടുത്തുവരുന്നത് അവർ അറിഞ്ഞു.

"വേഗം പൊയ്ക്കോളൂ" അവർക്ക് ആജ്ഞ നല്കിയിട്ട് അയാൾ ആരവത്തിന് നടുവിലേക്ക് നടന്നു.

നേത്രാവതി എക്സ്പ്രസിന്റെ വിൻഡോ സീറ്റിൽ അജാദിന്റെ തോളിൽ തലചായ്ച്ച് നന്ദിനി ഉറങ്ങി, എണ്ണ വറ്റിയ മുടിത്തുമ്പിൽ കോടക്കാറ്റ് പിടിക്കുമ്പോൾ ട്രെയിൻ ഷൊർണ്ണൂർ സ്റ്റേഷനിലേക്ക് അടുത്തുകൊണ്ടിരുന്നു......

ധർമ്മ സംസ്ഥാപനാർത്ഥായ...

വീട്ടിലേക്ക് തിരിയുന്ന ഇടവഴിയിൽ എത്തിയപ്പോഴാണ് ദത്താത്രേയന്റെ കോൾ വന്നത്,

"നാളെ ഞാൻ ഉണ്ടാകില്ല, രാവിലെ നീ പോകുമല്ലോ?" മറുപടി പറയുന്നതിന് മുൻപേ ഫോൺ കട്ടായി.. ഇതിപ്പോൾ സ്ഥിരം ഏർപ്പാടായിരിക്കുകയാണ്, പണ്ടൊക്കെ വല്ലപ്പോഴും മാത്രം മതിയായിരുന്നു. പരമ ഭക്തനായ ഒറ്റ ശാന്തി ദത്താത്രേയൻ നമ്പൂതിരി ഇപ്പോൾ സ്ഥിരം സർക്കീട്ടിലാണെന്ന് ഭക്തജനങ്ങൾ അടക്കംപറഞ്ഞുതുടങ്ങിയിരിക്കുന്നു. സ്ഥിരം ശാന്തി സർക്കീട്ട് പോകുമ്പോൾ മുട്ടുശാന്തിയായി താൻ നിയുക്തനാകുന്നത് ഭഗവാന് തന്നെ കൂടുതൽ ഇഷ്ടമായതുകൊണ്ടാണെന്നാണ് അമ്മയുടെ പക്ഷം. വെളുപ്പിന് മാർത്താണ്ഡത്ത് ലോഡും കൊണ്ട് ചെല്ലാമെന്ന് ബഷീറിനോട് ഏറ്റതാണ്. യാത്ര ആസ്വദിക്കുവാനാണ് പോകുന്നതെങ്കിലും തിരികെ വരുമ്പോൾ എണ്ണൂറ് രൂപ പോക്കറ്റിൽ തിരുകി വച്ചിട്ട് അവൻ ചോദിക്കും

"സന്തോഷമായില്ലേ"

ശാന്തിക്കു പോയാൽ അത്രയും കിട്ടില്ല. വീട്ടിലെ കഷ്ടപ്പാട് ഏറ്റവും കൂടുതൽ അറിയാവുന്നത് അമ്മയ്ക്കോ ഭാമയ്ക്കോ ദൈവത്തിനോ അല്ല, ബഷീറിനാണ്. പണ്ട് പത്താം ക്ലാസിലെ അവസാന പരീക്ഷയ്ക്ക് ഉത്തരക്കടലാസ് കാട്ടിക്കൊടുത്ത് പരീക്ഷ ജയിപ്പിച്ചതിന്റെ കടപ്പാട് മുപ്പതാം വയസ്സിലും അവൻ വീട്ടിക്കൊണ്ടിരിക്കുകയാണ്.

"നീ പേപ്പർ കാട്ടിത്തന്നില്ലായിരുന്നെങ്കി ഈ ജന്മത്ത് ഞാൻ പത്ത് കടക്കുല്ലായിരുന്ന്."

അവൻ ഇടയ്ക്ക് അത് ഓർമ്മിപ്പിക്കും. കോളേജ് വിട്ടപ്പോൾ ഗവൺമെന്റ് ജോലിക്ക് ശ്രമിച്ചതാണ്. ഒന്നു രണ്ട് ടെസ്റ്റുകൾ എഴുതുകയും ചെയ്തിരുന്നു. പക്ഷേ, അച്ഛൻ സമ്മതിച്ചില്ല.

"ഡോക്ടറുടെ മകൻ ഡോക്ടർ, എഞ്ചിനീയറുടെ മകൻ എഞ്ചിനീയർ, ശാന്തിക്കാരന്റെ മകൻ ശാന്തിക്കാരനായാൽ മതി. അതാണ് ദേവന്റെ ഇംഗിതം.'' അച്ഛൻ അങ്ങനെയാണ് പറഞ്ഞത്. ഒരുപാട് എതിർത്തതാണ്. പക്ഷേ, അച്ഛൻ ആദ്യമായും അവസാനമായും ആവശ്യപ്പെട്ടത് അത് മാത്രമായിരുന്നു. മരണക്കിടക്കയിൽ വച്ച് അച്ഛന് നല്കിയ വാക്കിന്റെ പേരിൽ തന്റെ ജീവിതം ശ്രീകോവിലിനുള്ളിലും തിടപ്പള്ളിയിലും തളച്ചിടരുതെന്ന് കൂട്ടുകാർ പലരും ഉപദേശിച്ചിരുന്നു. മനസ്സിന് തൃപ്തി നല്കുന്ന ജോലി ചെയ്യുക എന്നത് ഒരു ഭാഗ്യം തന്നെയാണ്. "അങ്ങനെ ഒരു ചിന്ത നിന്റെ മനസ്സിൽ ഉള്ളിടത്തോളം കാലം നിനക്ക് മനഃസ്സമാധാനം ലഭിക്കില്ല" എന്നുപറഞ്ഞത് രാജേന്ദ്രൻ ആയിരുന്നു. സഖാവ് പി കൃഷ്ണപിള്ള സ്മാരക ലൈബ്രറി വാർഷികത്തിന് 'മാർക്സിസവും ആത്മീയതയും' എന്ന വിഷയത്തിൽ നടന്ന ചർച്ചയുടെ മോഡറേറ്ററായി നടത്തിയ പ്രസംഗത്തിലെ ഒരുഭാഗം ഓർമ്മിപ്പിച്ചുകൊണ്ട് സഖാവ് രാജേന്ദ്രൻ അത് പറയുമ്പോൾ, അതു തന്നെയാണ് ശരി എന്ന് തന്റെ ഇത്രയും കാലത്തെ അനുഭവത്തിലൂടെ ഭവത്രാതൻ തിരിച്ചറിഞ്ഞു. ബ്രഹ്മജ്ഞാനത്തിനപ്പുറമുള്ള വലിയ സത്യമാണ് വിശപ്പ് എന്ന സിമ്പിൾ ലോജിക്കിൽ അയാൾ മുറുകെപ്പിടിച്ചു.

നിവേദ്യ ബാക്കിയും പടച്ചോറുംകൊണ്ട് കാലം കഴിച്ച ഒരു സമൂഹത്തിന്റെ പിന്മുറക്കാരൻ സമ്മർദ്ദംമൂലം അതേ വഴിയിൽക്കൂടി നടക്കേണ്ടി വന്നതിന്റെ നിരാശ അയാളുടെ ഓരോ ചലനത്തിലും ഉണ്ടായിരുന്നു. ചിന്തനം കൊണ്ടും മനനംകൊണ്ടും സ്വാംശീകരിച്ച ബ്രഹ്മജ്ഞാനം ശ്രീകോവിലിനുള്ളിൽ ഉരുക്കഴിക്കുമ്പോൾ മനസ്സിൽ തരിമ്പും ദൈവസങ്കല്പം ഉണ്ടാകാറില്ല എന്നത് ഒരു കുറ്റബോധത്തോടെ അയാൾ തിരിച്ചറിയാറുമുണ്ട്. അപ്പോഴൊക്കെ 'കർമ്മമാണ് ഈശ്വരൻ' എന്ന ഒറ്റമൂലിയിൽ അയാൾ ആശ്വാസം കണ്ടെത്തും. താൻ ബ്രഹ്മത്തെ അറിയുന്നവനാണോ?, ബ്രാഹ്മണൻ ആർജ്ജിക്കേണ്ട ധ്യാനയോഗം മുതൽ ഈശ്വരവിശ്വാസം വരെയുള്ള ദശ ഗുണങ്ങളിൽ ഒന്നെങ്കിലും താൻ ആർജ്ജിച്ചിട്ടുണ്ടോ.

'യോഗസ്തപോ ദമോ ദാനം സത്യം ശൌചം ദയാശ്രുതം വിദ്യാ വിജ്ഞാനമാസ്തിക്യമേതദ് ബ്രഹ്മ ലക്ഷണം' എന്ന് തന്ത്രശാസ്ത്ര പാഠശാലയിൽ വച്ച് പകർന്നുകിട്ടിയതൊക്കെയും മനസ്സിലെ ഇരുണ്ട നിലവറയിൽ പൂട്ടിയിട്ട് തിരികെ പോന്നപ്പോൾ, 'ഭൗതികമായത് മാത്രമാണ് സത്യം എന്ന് വിശ്വസിക്കുന്നവൻ ശാന്തി ചെയ്യാൻ യോഗ്യനല്ല' എന്ന തന്ത്രിയുടെ പിൻവിളിക്ക് ഒരു ശാപത്തിന്റെ ഗന്ധം ഉണ്ടായിരുന്നില്ലേ എന്ന് ഭവത്രാതൻ ഇടയ്ക്ക് ചിന്തിക്കാറുണ്ട്. കണക്ക് പിഴയ്ക്കാത്ത ഓതിക്കന്റെ കണിശതയും കണക്കുകൂട്ടലുകൾ തെറ്റിയ ശിഷ്യന്റെ ദൗർബല്യവും തമ്മിൽ അന്നേ തുടങ്ങിയിരുന്നു യുദ്ധം.

തന്ത്രശാലയിലെ ദീർഘവീക്ഷണമുള്ള ഭവത്രാതനേക്കാളും കുശാ

ഗ്രബുദ്ധിയായ ദത്താത്രേയൻ ആയിരുന്നു ഏവർക്കും പ്രിയം. തന്ത്രവിദ്യ സ്വീകരിച്ച് വിദ്യാപീഡത്തിന്റെ പടി ഇറങ്ങുമ്പോൾ ഭവത്രാതനും ദത്താത്രേയനും രണ്ടു വഴികൾ ആയിരുന്നു.

സുവ്യക്തമായി മുന്നിൽ തെളിഞ്ഞ രാജപാതയിൽക്കൂടി ദത്താത്രേയൻ നടന്നുപോയപ്പോൾ ഭവത്രാതൻ വഴിയറിയാതെ സ്തംഭിച്ചുനിന്നു. ഒന്നുമില്ലായ്മയിൽനിന്നും ദത്താത്രേയൻ സമ്പന്നനായി. അതിനു പിന്നിലെ ദേവകടാക്ഷത്തിന്റെ മുത്തശ്ശിക്കഥ വിശ്വസിക്കുവാൻ ഭവത്രാതന് തോന്നിയില്ല. ഏതിനും എന്തിലും നിഗൂഢതയുടെ ഒരംശം തങ്ങി നില്ക്കുന്ന ദത്താത്രേയൻ പക്ഷേ, ഭക്തരുടെ പ്രിയപ്പെട്ടവനായിരുന്നു. ആ വിഷയം ആകെ ചർച്ച ചെയ്തത് ബഷീറുമായിട്ട് മാത്രമാണ്. അപ്പോൾ അവൻ പറഞ്ഞത് തനിക്ക് അസൂയ ആണെന്ന്.

“അർഹിക്കാത്തത് ആർക്കു ലഭിച്ചാലും അത് വാഴില്ലെന്റുണ്ണീ”

ബഷീർ അങ്ങനെ പറഞ്ഞു നിർത്തി. ദത്താത്രേയൻ വീണ്ടും സർക്കീട്ട് പൊയ്ക്കൊണ്ടിരുന്നു ഭവത്രാതൻ മുട്ടുശാന്തി ആയിക്കൊണ്ടുമിരുന്നു. ഒഴിഞ്ഞു മാറിയിട്ടും അമ്മയുടെ വിറയ്ക്കുന്ന യാചനയുടെ മുന്നിൽ വഴങ്ങേണ്ടിവന്നു.

“ദേവന്റിംഗിതം നിരസിക്കല്ലേ ന്റുണ്ണീ.”

അത് പറഞ്ഞു തീർക്കാൻ തന്നെ കുറെ സമയം എടുക്കും. ദേവന് മുൻപിൽ തനിക്കായിട്ട് മാത്രം അയാൾ ഒന്നും പ്രാർത്ഥിക്കാറില്ല. അത്താഴ പൂജയ്ക്കു ശേഷം ദണ്ഡനമസ്കാരം അർപ്പിച്ചു തിരിച്ചിറങ്ങുമ്പോൾ ബഷീറിന്റെ കൂടെയുള്ള യാത്ര ആയിരിക്കും അയാളുടെ മനസ്സിൽ. നടയടച്ച് ചുറ്റമ്പലത്തിന് പുറത്തെ നാഗരുടെ മണ്ഡപത്തിന് പിന്നിലെ ചരൽവഴി ഇറങ്ങി വരുമ്പോൾ ഇരുട്ടും നിലാവും മാത്രമാണ് ഒപ്പം ഉണ്ടാവുക. രക്ഷസ്സിനെ കുടിയിരുത്തിയ അരയാലിൻ കൊമ്പിൽ കാറ്റുരയുന്ന മൂളലിനൊപ്പം കടവാതിലുകളുടെ ചിറകടിയും കേൾക്കാം. നാഗമണ്ഡപത്തിന് പിന്നിൽക്കൂടിയുള്ള ഈ യാത്രയ്ക്കിടയിലാണ് അയാൾ പല നിർണ്ണായക തീരുമാനങ്ങളും എടുത്തിട്ടുള്ളത്. നാഗമണ്ഡപത്തിൽനിന്നും വീടുവരെയുള്ള ആ പതിനഞ്ച് മിനിറ്റ് യാത്രയ്ക്കിടയിൽ അങ്ങനെ എടുത്ത ഒരു തീരുമാനമായിരുന്നു ബഷീറിനൊപ്പമുള്ള യാത്ര. അറിഞ്ഞവർക്കൊക്കെ അത്ഭുതമായിരുന്നു. അത് സഹതാപത്തിലേക്കും, കുറ്റപ്പെടുത്തലിലേക്കും തിരിഞ്ഞപ്പോൾ ധൈര്യം പകരാൻ ബഷീറിനൊപ്പം രാജേന്ദ്രനും ഉണ്ടായിരുന്നു. കുറ്റപ്പെടുത്തുന്നവരെ പൂർണ്ണമായും ധിക്കരിക്കരുതെന്നും, നന്മയും തിന്മയും ചേർന്നതാണ് സമൂഹമെന്നും പറഞ്ഞുവച്ച രാജേന്ദ്രൻ ഒരു നിർദ്ദേശം കൂടി മുന്നോട്ടുവച്ചു ഫാർമേഴ്സ് സർവ്വീസ് സൊസൈറ്റിയിൽ ഒരു ക്ലർക്കിന്റെ താല്ക്കാലിക പോസ്റ്റ്.

“ഇപ്പോഴത്തെ ബുദ്ധിമുട്ടുകൾക്ക് ഒരു പരിഹാരമാവും, അച്ഛന് നല്കിയ ഉറപ്പു പാലിച്ചുകൊണ്ട് നിനക്ക് ശാന്തിപ്പണി തുടരുകയും ചെയ്യാം.”

“ശാന്തിപ്പണി” സഖാവിന്റെ പ്രയോഗത്തിൽ ഭവത്രാതന് ചെറിയ നീരസം തോന്നിയിരുന്നു. അങ്ങനെ ബഷീറുമൊത്തുള്ള യാത്രകൾ

അവധി ദിവസങ്ങളിലേക്ക് ചുരുങ്ങി. മനസ്സിന് ഇഷ്ടമുള്ള പ്രവൃത്തിക്ക് അപ്രധാനമായ സ്ഥാനമാണ് നല്കിയതെങ്കിലും വീണു കിട്ടുന്ന യാത്രകൾ വലിയ അനുഭവങ്ങളാണ് നല്കിയത്.

കുന്നിറങ്ങി, നികത്തിത്തുടങ്ങിയ പാടത്തിന്റെ ഓരത്തുള്ള തെങ്ങിൻ തോപ്പ് കടന്നാൽ വീടെത്തി. വീട്ടിലേക്കുള്ള വഴി തിരിയുന്ന വളവിലാണ് ബഷീറിന്റെ വീട്. ഉമ്മറത്തെ തുണിക്കസേരയിൽ എപ്പോഴും വെറ്റില ചവച്ചുകൊണ്ട് അവന്റെ ബാപ്പ കിടപ്പുണ്ടാകും.

"ഒന്ന് കേറീട്ട് പോ ഉണ്ണീ ഇത്തിരി ചായ കുടിക്കാം"

ബാപ്പ ആദ്യം പറയുന്നത് അതാണ്. കൈനാറിക്കൊന്നകൾ അതിരിടുന്ന വേലിക്ക് ഇപ്പുറത്തു നിന്നുകൊണ്ട് എന്തെങ്കിലും പറഞ്ഞ് അയാൾ നടന്നു പോകും. വീട്ടിലേക്ക് കയറിയാൽ ഒരു ഗ്ലാസ് കാപ്പി കിട്ടും, ഏത് സമയത്തും. പക്ഷേ, ആ പടി കടന്നുചെല്ലാൻ സത്യത്തിൽ അയാൾക്ക് ഭയമാണ്. വിടർന്ന കണ്ണുകളിൽ തീവ്ര പ്രണയത്തിന്റെ വ്യംഗ്യാർത്ഥങ്ങൾ ഒളിപ്പിച്ച്, കാപ്പിയുമായി വരുന്ന നദീറയെ ആയിരുന്നു അയാൾക്ക് ഭയം. വാക്കുകൾക്കുമേൽ ഒരു നിയന്ത്രണവുമില്ലാതെ, തന്റെ ഹൃദയമിടിപ്പ് കൂട്ടുന്ന ആ നിഷ്കളങ്കതയോടുള്ള ഇഷ്ടം മനസ്സിലെവിടെയോ അയാൾ ചങ്ങലയ്ക്കിട്ടു നിർത്തി-പ്രകടിപ്പിക്കാൻ കഴിയാത്ത സ്നേഹം അർത്ഥശൂന്യമാണെന്ന് അറിഞ്ഞു കൊണ്ടുതന്നെ. വിരുദ്ധ ധ്രുവങ്ങളിൽ നില്ക്കുന്ന രണ്ട് വ്യക്തികൾ, ഒരിക്കലും അംഗീകരിക്കപ്പെടാത്ത പരിചിന്തനങ്ങൾ, പൂർത്തീകരിക്കാൻ വഴിയില്ലാതെ എരിഞ്ഞടങ്ങുന്ന കാമനകൾ....., സ്നേഹിക്കുന്നവർക്ക് സങ്കടങ്ങൾ മാത്രമേ നല്കാൻ കഴിയൂ എന്ന് ഉറപ്പുള്ളതുകൊണ്ടാണ് പ്രണയ വഴികളിൽനിന്നും മാറിനടക്കാൻ അയാൾ തീരുമാനിച്ചത്.

മറ്റുള്ളവർക്ക് വേണ്ടി സ്വയം ശീലങ്ങൾ രൂപപ്പെടുത്തുകയും സ്വന്തം വിശ്വാസങ്ങളോട് നീതിപുലർത്താതിരിക്കുകയും ചെയ്യുന്നവർക്ക് ഭൗതികവാദവും ആത്മീയവാദവും ചേരില്ല എന്നുപറഞ്ഞ് നദീറ ഒരിക്കൽ ക്ഷോഭിച്ചപ്പോൾ തന്റെ മനസ്സിലെ പൊള്ളത്തരം കണ്ടുപിടിച്ചതിന്റെ ജാള്യതയിൽ അന്ന് അയാൾ അവളുമായി തർക്കിച്ചു.

കോളേജിൽ വച്ച് കൈയിൽ കയറി പിടിച്ചവനെ പരസ്യമായി തല്ലിയ അതേ തന്റേടത്തോടെ, ഭവത്രാതന് നേരെ കലഹിക്കുമ്പോൾ അവളുടെ തുടുത്തമുഖത്ത് രക്തം ഇരച്ചുകയറി. ഉത്തരംമുട്ടി മുഖം കുനിച്ചു ഭവത്രാതൻ നിന്നപ്പോൾ, "ഉണ്ണിയേട്ടന് വിഷമമായോ പോട്ടെ സാരമില്ല", എന്നാശ്വസിപ്പിച്ച് അവൾ നടന്നു പോയി.

വലിയ വാതായനങ്ങൾക്ക് പിന്നിലെ ഇടുങ്ങിയ ഇടനാഴികളിലും, ധന്വന്തരം മുക്കൂട്ട് മണക്കുന്ന അമ്മയുടെ കിടക്കമുറിയിലും നദീറയുടെ കണ്ണുകൾ ഭവത്രാതനെ തിരയുന്നത് സഹോദരിക്ക് ഇഷ്ടമായിരുന്നെങ്കിലും അമ്മ ശക്തമായി എതിർത്തു. ധ്യാനയോഗത്തിൽ ദേവതർപ്പണം ചെയ്യുന്ന തന്റെ ഉണ്ണിയുടെ ബ്രാഹ്മണ്യവഴിയിൽ ഒരു നാലാം വേദക്കാരിയുടെ നിഴൽ വീഴാൻ പാടില്ല എന്ന് അമ്മയ്ക്ക് നിർബ്ബന്ധം ഉണ്ടായിരുന്നെങ്കിലും

അത് അവളുടെ മുഖത്ത് നോക്കിപ്പറയുവാൻ എന്തുകൊണ്ടോ അവർക്ക് ശക്തി ഇല്ലായിരുന്നു.

അച്ഛനും അമ്മയും മുറുകെപ്പിടിച്ച വിശ്വാസങ്ങളെ തിരസ്കരിക്കാൻ ധൈര്യമില്ലാത്ത മകന് ആഗ്രഹങ്ങൾ ഉണ്ടാകാൻ പാടില്ല. ബ്രഹ്മതേജോ ബലം നേടാൻ നിയുക്തനായ താന്ത്രികന് ലൗകികതയുടെ നിറമുള്ള ലോകം അന്യമാണ്. പക്ഷേ, താൻ ദേവപദം തേടുന്നവനല്ലെന്നും, ലൗകി കതയുടെ വർണ്ണങ്ങളേക്കാളുപരി ഭൗതികതയുടെ യാഥാർത്ഥ്യമാണ് തേടുന്നതെന്നും അയാൾക്കുറപ്പുണ്ടായിരുന്നു.

'പുരുഷാർത്ഥ ചതുഷ്ടയങ്ങളുടെ പരമപ്രാപ്തി' തേടുന്ന പൂജാ തത്ത്വങ്ങളിൽ സ്വയം സമർപ്പിക്കാത്ത താൻ പൂജാരിയാണോ?, ആത്മീയ തയേക്കാൾ അർത്ഥവത്തായത് ഭൗതികതയാണെന്ന തന്റെ വിശ്വാസത്തെ ഇനിയും ബലപ്പെടുത്താത്ത താൻ ഭൗതികവാദിയാണോ?....ഒന്നിലും ഉറച്ചു നില്ക്കാൻ കഴിവില്ലാത്ത ചപലനാണ് താൻ എന്ന ചിന്ത അയാളെ വേട്ടയാടി. പാപപങ്കിലമായ ആസുരഭാവത്തെ സംഹരിച്ച് മനസ്സിനെ പരി ശുദ്ധമാക്കുന്ന വിരാട് സ്വരൂപത്തിന് മുന്നിൽ അഷ്ടോത്തരം മനനം ചെയ് തിരിക്കെ ഭവത്രാതന്റെ ഉള്ളിൽ ദിവ്യ ചൈതന്യം തെളിഞ്ഞുവന്നു.

"പ്രാർത്ഥനകളുടെ ഭാരവും സങ്കല്പങ്ങളിലെ രൂപവും പേറി യോഗ നിദ്രയിലാണ്ടുകിടക്കുന്ന എന്നെ വിശ്വാസത്തിന്റെ ആഗ്നേയത്തിൽ എന്തിന് നീറ്റിക്കുന്നു." തേജോരൂപം സങ്കടപ്പെട്ടു.

"കാര്യവും കാരണവുമായ അങ്ങ് അറിയാതെ ഒന്നും ഈ പ്രപഞ്ച ത്തിൽ നടക്കില്ലല്ലോ, ഭക്തരുടെ വിശ്വാസമല്ലേ ഭഗവാൻ." ഭവത്രാതൻ മറുപടി പറയുമ്പോൾ ഭഗവാൻ മുഖം താഴ്ത്തി നിന്നു.

കല്പാന്തങ്ങളായി ഭഗവത് ചിന്തനങ്ങളിൽ ചാരം മൂടിക്കിടന്ന കനൽ ക്കട്ടകൾ ജ്വലിക്കാൻ തുടങ്ങി. നിയതമായ ഭാവമില്ലാതെ അലഞ്ഞുനടന്ന് അനുഭവിച്ച തീക്ഷ്ണത, ഭക്തരെ തേടിയലഞ്ഞ ദൈവത്തിന്, അവർ ചവിട്ടിക്കുഴച്ച മണ്ണിലാണ്ട് കിടക്കേണ്ടിവന്ന യാതനകൾ..... തങ്കത്തളിക യിൽ പൂജാദ്രവ്യങ്ങളുമായി ശീതീകരിച്ച പ്രാർത്ഥനാ മണ്ഡപങ്ങളിൽ ഊഴം കാത്തുനിന്ന ഭക്തരുടെ ഇടയിൽനിന്നും പുറന്തള്ളപ്പെട്ട നിസ്സഹാ യത.... ജന്മഭൂമികൾ ആയുധപ്പുരകളാക്കുന്നതിന്റെ ആകുലതകൾ....... എല്ലാം ശ്രീകോവിലിനുള്ളിൽ നിറഞ്ഞുനിന്നു.

"ഭക്തി അധികാരത്തിന്റെ ആധാരശിലയാകുന്ന കലിയുഗത്തിൽ എനിക്ക് ദൈവമാകേണ്ട, അരൂപിയോ സരൂപിയോ ആയി ആരാധിക്കുന്ന ഞാനല്ല ദൈവം, എനിക്ക് ശൂന്യതയിൽനിന്നും വിഭൂതി എടുക്കാൻ അറി യില്ല, വാണിഭങ്ങളുടെ ധനതത്ത്വവും അറിയില്ല.........." വെണ്ണക്കല്ലിലെ കണ്ണുകളിൽ അഭൗമമായ ഒരു ദീപ്തി ഉണ്ടെന്ന് ഭവത്രാതന് തോന്നി. കർപ്പൂരാരതിയിലെ ജ്വാലകൾ മിഴി അടയ്ക്കാൻ തുടങ്ങിയപ്പോൾ അയാ ളുടെ ചിന്തകൾ മുറിഞ്ഞു. നടയടച്ച് വീട്ടിലേക്ക് നടക്കുമ്പോൾ കുന്നിറ ക്കത്തിൽ വച്ച് പോസ്റ്റുമാൻ രാജനെ കണ്ടു.

"ഒരു രേഷ്ഷേടുണ്ടാര്ന്ന്, ഇല്ലത്ത് ഏപ്പിച്ചിട്ടൊണ്ട്."

ആളു നല്ല ഫിറ്റ് ആയതുകൊണ്ട് കൂടുതൽ ഒന്നും ചോദിച്ചില്ല. ബഷീറിന്റെ വരാന്തയിൽ ഭവത്രാതനെ തിരയുന്ന കണ്ണുകൾ അന്ന് ഉണ്ടായിരുന്നില്ല, പക്ഷേ, ഇല്ലത്ത ഉമ്മറപ്പടിയിൽ അവൾ ഉണ്ടായിരുന്നു, അമ്മയുടെ അരികിൽ. പടിക്കൽ എത്തിയപ്പോൾ കേട്ടു അമ്മയുടെ ഇടറിയ ഒച്ച.

"ഇല്ലപ്പറമ്പി ജപ്തിക്കാരുടെ ചെണ്ടകൊട്ട് കേപ്പിക്കല്ലേ എന്റുണ്ണീ."

വായ്പ കുടിശ്ശിക നോട്ടീസ് വീണ്ടും വന്നു കാണുമെന്ന് അയാൾ ഉറപ്പിച്ചു.

"ഇപ്പം ചെണ്ടകൊട്ടൊന്നുമില്ല മ്മേ", ഭവത്രാതന്റെ നേരെ മിഴികൾ എറിഞ്ഞുകൊണ്ടു പറഞ്ഞത് നദീറ ആയിരുന്നു.

ഒറ്റയ്ക്ക് താങ്ങാൻ പറ്റാത്ത സങ്കടങ്ങളിൽ കൈപിടിക്കാൻ തൊട്ടരികിലും അല്പം അകലെയുമായി രണ്ട് സുഹൃത്തുക്കൾ ഉള്ളതാണ് തന്റെ സമ്പാദ്യം എന്ന് ഒരിക്കൽ ബഷീറും രാജേന്ദ്രനും ഒരുമിച്ച് വീട്ടിൽ വന്നപ്പോൾ അമ്മയോട് പറഞ്ഞത് ഭവത്രാതൻ ഓർത്തു.

"അപ്പോ ഞങ്ങളാരും നിന്റെ ആരുമല്ലേ എന്റുണ്ണീ?"

അവർ പോയി കഴിഞ്ഞപ്പോഴായിരുന്നു വ്യക്തത വരുത്തുന്നതിന് വേണ്ടി അമ്മ മറുചോദ്യം ഉന്നയിച്ചത്. ഇത്തരം സന്ദർഭങ്ങളിൽ തന്നെ ഉപദേശിക്കുവാൻ കഴിവുള്ളയാൾ സഖാവ് രാജേന്ദ്രനാണ്

"നീയാ രാജേന്ദ്രനെ ഒന്നു പോയി കാണ്, ബാങ്കുകാർ എന്തെങ്കിലും ഒരു സാവകാശം തരും."

അമ്മയും അതുതന്നെയാണ് പറഞ്ഞത്. വൈകുന്നേരത്തെ വെയിൽ ചാഞ്ഞു തുടങ്ങിയപ്പോൾ അയാൾ ലൈബ്രറിയിലേക്ക് നടന്നു. ക്ഷേത്രത്തിലേക്കുള്ള തിരിവിൽ എത്തിയപ്പോൾ എതിരെ നദീറ, ഉള്ളൊന്നു കാളി. മൈതാനത്ത് കളിക്കുന്നവരും കളി കാണുന്നവരും തങ്ങളെ ശ്രദ്ധിക്കുന്നുണ്ട് എന്ന് അയാൾക്ക് തോന്നി. പക്ഷേ, അവൾക്ക് ഒരു കുലുക്കവുമില്ല.

"ഉണ്ണിയേട്ടൻ എങ്ങോട്ടാ ലൈബ്രറിക്കാ?"

ചോദ്യവും ഉത്തരവും അവൾ തന്നെ പറഞ്ഞതുകൊണ്ട് തലയാട്ടുന്ന ജോലി മാത്രമേ അയാൾക്ക് ഉണ്ടായിരുന്നുള്ളൂ. വിടാതെ അവൾ വട്ടം നില്ക്കുകയാണ്. എവിടെ വച്ചൊക്കെ അവളെ കാണരുതെന്ന് ആഗ്രഹിക്കുന്നുവോ അവിടെ വച്ചൊക്കെ കൃത്യമായും അവളെ കണ്ടിരിക്കും എന്നത് ഒരു വലിയ ദുര്യോഗമായി മാറിയിരിക്കുകയാണെന്ന് അയാൾക്ക് തോന്നി. ഇത്തരം കൂടിക്കാഴ്ചകളുടെ പരിണതഫലങ്ങളെക്കുറിച്ച് പല തവണ അവളോട് പറഞ്ഞിട്ടുള്ളതാണ് "ഉണ്ണിയേട്ടൻ ആരെയാ പേടിക്കുന്നത്" എന്ന പതിവ് ചോദ്യത്തിൽ തട്ടി അയാളുടെ എല്ലാ ഉപദേശങ്ങളും തകർന്നുവീഴും. നിസ്സഹായതയും അങ്കലാപ്പും കലർന്ന ഭവത്രാതന്റെ നില്പിൽ നദീറ അലിഞ്ഞു.

"ഒരിക്കൽ ഈ കൈയിൽ പിടിച്ച് ഞാൻ ഈ വഴികളിലൂടൊക്കെ നടക്കും നോക്കിക്കോ."

അയാൾക്ക് വഴി നല്കിക്കൊണ്ട് അവൾ പറഞ്ഞു. വായനശാലയിൽ അധികം ആളുകൾ ഉണ്ടായിരുന്നില്ല അയാൾ സ്ഥിരം ഇരിക്കാറുള്ള പിന്നിലെ അരഭിത്തിയിൽ ചെന്നിരുന്നു. പാടത്തിനക്കരെയുള്ള ക്ഷേത്ര ഗോപുരത്തിന് മുകളിലേക്ക് അരിപ്രാവുകൾ പറന്നിറങ്ങുന്നത് ഇവിടെ ഇരുന്നാൽ കാണാം. അയാൾ പെട്ടെന്ന് ദത്താത്രയനെക്കുറിച്ച് ഓർത്തു. "അയാളെ സൂക്ഷിക്കണം", എന്ന് മുന്നറിയിപ്പ് തന്നത് രാജേന്ദ്രൻ ആയിരുന്നു. കാരണം എന്താണെന്ന് ചോദിച്ചില്ല, ഒരാൾ പെട്ടെന്ന് സമ്പന്നനാകുമ്പോൾ സാധാരണക്കാർക്ക് തോന്നുന്ന അസൂയ കൊണ്ടാണോ സഖാവ് അങ്ങനെ പറഞ്ഞത് എന്നായിരുന്നു അപ്പോൾ ഭവത്രാതൻ ചിന്തിച്ചത്. ആ മുന്നറിയിപ്പ് പലപ്പോഴും ആവർത്തിച്ചു. പക്ഷേ, ഒന്നും വ്യക്തമാക്കാതെ ഒന്നു മാത്രം പറഞ്ഞു,

"എല്ലാം നിനക്ക് ബോദ്ധ്യപ്പെടുന്ന ഒരു ദിവസം ഉണ്ടാകും ഭവത്രാതനാണോ ദത്താത്രേയനാണോ ശരി എന്ന് അന്ന് എല്ലാവരും തിരിച്ചറിയും."

അദ്വന്ദ്വതയും പതിഷ്ഠംഭവും സിദ്ധിച്ച ഒറ്റ ശാന്തിയിൽനിന്നും ബീജാക്ഷരങ്ങളും മന്ത്രാക്ഷരങ്ങളും അനുക്രമം ചെയ്യുന്ന മുട്ടുശാന്തിയിലേക്ക് വളരെ ദൂരമുണ്ടെന്ന് ഭവത്രാതന് തോന്നി. ദൈവത്തെ അടുത്തറിഞ്ഞ ദത്താത്രേയനിൽ ദുരൂഹതയുടെ നിഴൽപ്പാടുകൾ കാണാൻ ഭവത്രാതൻ ആഗ്രഹിച്ചില്ല.

ലൈബ്രറി ഹാളിൽ പതിവ് രാഷ്ട്രീയ ചർച്ച തുടങ്ങിയപ്പോൾ അയാൾ പുറത്തിറങ്ങി. ഇരുട്ടുവീണുതുടങ്ങിയ റോഡരികിൽ കപ്പലണ്ടി വറുക്കുന്ന തമിഴൻ ചെക്കൻ ചട്ടിയിൽ ചട്ടുകം തട്ടുന്ന ശബ്ദം നിശ്ചിത ഇടവേളകളിൽ ഉയർന്നുകേട്ടു. എങ്ങോട്ട് പോകണം എന്ന് ശങ്കിച്ച് നിന്നപ്പോൾ പിന്നിൽ നിന്നും ബഷീറിന്റെ വിളി. അവനോടൊപ്പം കുറെ നടന്നു എത്തിപ്പെട്ടത് വയൽക്കരയിലെ ഷാപ്പിനു മുന്നിൽ. ഭവത്രാതന്റെ അന്ധാളിപ്പ് കണ്ട ബഷീർ പറഞ്ഞു,

"പേടിക്കേണ്ട കുടിക്കാനല്ല." വരണ്ട വയലിൽനിന്നും വീശുന്ന രാത്രിക്കാറ്റിൽ ലഹരി പൂത്തുനിന്നു. നിലാവിൽ മുങ്ങി നില്ക്കുന്ന തകര ഷെഡിനുള്ളിൽ ലഹരിക്ക് തീപിടിച്ച ശബ്ദങ്ങൾ കേൾക്കാം. ചിലപ്പോൾ അതിന് ഒരു താളം കൈവരും ചിലപ്പോൾ രൗദ്രത, പെട്ടെന്ന് തരളിതമാകും.

"ഒരാളിൽ വിവിധ വികാരങ്ങൾ ഞൊടിയിടകൊണ്ട് രൂപപ്പെടുന്നത് കാണണമെങ്കിൽ കള്ളുഷാപ്പിൽ ചെന്നാൽ മതി അല്ലേ ബഷീറേ?"

"എന്താ അകത്തുകയറുന്നോ?"

ബഷീർ സംശയം പ്രകടിപ്പിച്ചപ്പോൾ ഇല്ലെന്ന് അയാൾ ചുമലിളക്കി. "ഇതിനകത്ത് ഇരിക്കുന്നവരൊക്കെ സാധാരണക്കാരാ, ജോലിചെയ്ത ക്ഷീണമകറ്റാൻ വന്ന പണിക്കാർ. അവർക്ക് ദുഃഖമോ പ്രശ്നങ്ങളോ ഇല്ല, ഉണ്ടെങ്കിൽത്തന്നെ രണ്ടെണ്ണം അകത്ത് ചെല്ലുമ്പോൾ എല്ലാം കഴിയും." ബഷീറിന്റെ വാക്കുകൾ കേട്ട് ഭവത്രാതൻ തരിച്ചിരുന്നു.

ലോറി പുറപ്പെടുന്നതിനും, ലോഡ് ഇറക്കുന്നതിനും, നിസ്കരിക്കു

ന്നതിനുമിടയിൽ അവൻ പറയുന്ന വാക്കുകളിൽ അധികവും അർത്ഥ ശൂന്യങ്ങളായിരുന്നു. അതേ നാവിൽ നിന്നും....

ഇരുട്ടിൽ ആ കണ്ണുകൾ തിളങ്ങുന്നത് ഭവത്രാതൻ തിരിച്ചറിഞ്ഞു.

"മുന്നിൽ ഒരു പ്രശ്നം വഴിമുടക്കിനില്ക്കുമ്പോൾ പിന്തിരിഞ്ഞു നടക്കുന്നത് ഭീരുത്വമാണെന്ന് ഞാൻ പറഞ്ഞതല്ല."

വീണ്ടും ബഷീർ..., അവൻ പിന്നെയും പലതും പറഞ്ഞുകൊണ്ടിരുന്നു. ജീവിതമാകുമ്പോൾ പ്രതിസന്ധികൾ ഉണ്ടാകുമെന്നും പട്ടു വിരിച്ച വഴികൾ മാത്രം പ്രതീക്ഷിക്കരുതെന്നും തോല്വിയും ജയവുമൊക്കെ നമ്മുടെ മനസ്സിലാണെന്നും, ഒരു മനുഷ്യായുസ്സിനിടെ നേരിടേണ്ടത് ഒരു പക്ഷേ, ദുരന്തങ്ങൾ മാത്രമായിരിക്കുമെന്നും അതിനെ തരണം ചെയ്യുമ്പോൾ സന്തോഷം താനെ ഉണ്ടാകും എന്നൊക്കെ ബഷീർ പറഞ്ഞു വച്ചപ്പോൾ അവനിൽ ഏതോ ജിന്ന് കുടിയേറിയതുപോലെ തോന്നി. പക്ഷേ, ഒടുവിൽ പറഞ്ഞത് കേട്ടപ്പോൾ മനസ്സിലായി അവൻ സ്വബോധത്തോടെയാണ് പറയുന്നതെന്ന്. അവൻ പറഞ്ഞത് നദീറയെക്കുറിച്ചായിരുന്നു.

"നിനക്കവളെ ഇഷ്ടമാണെന്ന് എനിക്കറിയാം പക്ഷേ, പേടി ഭീരുത്വമാകരുത്, ആദി ദേവനു മുന്നിൽ പഞ്ചാക്ഷരി ഓതുന്നതിന് എന്റെ സഹോദരി ഒരു തടസ്സമാകില്ല എങ്കിൽ നീ അവളെ സ്വീകരിക്കണം." ബഷീർ തനിക്ക് മുന്നിൽ ആകാശത്തോളം ഉയർന്നു നില്ക്കുന്ന ഒരു മഹാരൂപമായി മാറുന്നത് ഭവത്രാതൻ തിരിച്ചറിഞ്ഞു.

"നീ അവളെ സ്വീകരിച്ചാലും ഇല്ലെങ്കിലും എന്റെ കല്യാണം ഉടനുണ്ടാകും, പെണ്ണ് നിന്റെ വീട്ടിൽ നിന്നായിരിക്കും." അത് പറഞ്ഞ് കഴിഞ്ഞ് ബഷീർ ഇരുട്ടിൽ മറഞ്ഞു.

രാത്രിയുടെ കനം കൂടിക്കൊണ്ടിരുന്നു. ഷാപ്പിലെ ആരവം അവസാനിച്ചു. കൊയ്ത്തുകഴിഞ്ഞ പാടത്തേക്ക് തല നീട്ടി നില്ക്കുന്ന ഇലഞ്ഞിച്ചുവട്ടിലേക്ക് അവൻ ചാരിയിരുന്നു. ബഷീറിന്റെ വാക്കുകൾ ഇപ്പോഴും ഇവിടെ തങ്ങി നില്ക്കുന്നു.

"പെണ്ണ് നിന്റെ വീട്ടിൽനിന്നും ആയിരിക്കും."

മതത്തിന്റെ പേരിൽ നദീറയെ അവഗണിക്കരുതെന്ന് ഭാമ പറഞ്ഞപ്പോൾ അവളുടെ ചിന്തകൾ കാലത്തിനുമുന്നേ ചലിക്കുന്നതാണെന്ന് കരുതിയ താനാണ് വിഡ്ഢി. എല്ലാവരും തന്നെ തോല്പിക്കുകയാണ്.... പക്ഷേ, ഇതൊക്കെ ഒരു തോല്വിയാണോ. തോല്വിയും ജയവും നമ്മുടെ മനസ്സിൽ ആണെന്ന ബഷീറിയൻ ഫിലോസഫിക്ക് ഇവിടെ സ്ഥാനമില്ല. സ്വന്തം ചോരയിൽ വിഷം കലരുമ്പോൾ എല്ലാ തത്ത്വശാസ്ത്രങ്ങളും പൊളിഞ്ഞു വീഴും. മനസ്സിന് നിയന്ത്രണം നഷ്ടപ്പെട്ടു തുടങ്ങി.

വൈകിയാണ് അയാൾ അന്ന് വീട്ടിലെത്തിയത്. ജനാലയ്ക്കരികിൽ ഭാമ കാത്തുനില്പുണ്ട്. അകത്തെ മുറിയിൽ അണയാതെ കിടക്കുന്ന മഞ്ഞവെളിച്ചം മുറ്റത്തേക്ക് പടർന്നുകിടന്നു. കതക് തുറന്നു കൊടുത്തിട്ട് ഭാമ ഒന്നും മിണ്ടാതെ അകത്തേക്ക് പോയി. അയാൾക്ക് ചോദിക്കണമെ

ന്നുണ്ടായിരുന്നു ബഷീർ പറഞ്ഞത് സത്യമാണോ എന്ന്. പക്ഷേ, അമ്മയെ വിഷമിപ്പിക്കാൻ അയാൾക്ക് മനസ്സുവന്നില്ല. വച്ചാരാധനയും തേവാരവും ഉള്ള, ആഢ്യത്വത്തിന്റെ ശേഷിപ്പുകൾ ഇനിയും മാഞ്ഞു പോകാൻ മടിച്ചു നില്ക്കുന്ന ഇല്ലത്തെ ആത്തോലമ്മയെ ഒരു നാലാം വേദക്കാരൻ വേളികഴിക്കാൻ പോകുന്നു എന്ന സത്യം അറിയാതെ പാവം ഉറങ്ങട്ടെ.... എന്നിട്ട് അയാൾ സ്വയം തിരുത്തി, വേളിയല്ലല്ലോ 'നിക്കാഹ്.'

ഉറങ്ങാൻ പറ്റാത്ത തരത്തിൽ അയാളുടെ നെഞ്ചിടിപ്പ് കൂടിക്കൊണ്ടിരുന്നു. നെഞ്ചിലെ ഭാരം പെരുകി വന്നു. ഒന്നിനുപിറകേ മറ്റൊന്നായി വന്ന പൊട്ടിത്തെറികളിൽ അയാൾ പ്രജ്ഞയറ്റ് കിടന്നു.

തീക്കനലിന് മീതെ ആഘോഷപൂർവ്വം അരിച്ചു നീങ്ങുന്ന ഉറുമ്പിൻ കൂട്ടങ്ങളെ സ്വപ്നംകണ്ട രാത്രി പുലർന്നപ്പോൾ രണ്ടു വാർത്തകളാണ് ഭവത്രാതനെ തേടിയെത്തിയത്.

ഒന്ന് ദത്താത്രേയനെ പൊലീസ് അറസ്റ്റ് ചെയ്തു. രണ്ട്, ഭാമ ബഷീറിനൊപ്പം ഇറങ്ങിപ്പോയി.

തലേരാത്രിയിൽ ആദ്യ പ്രഹരം ഏല്പിച്ച ബഷീറിന്റെ പിൻവാങ്ങലിന് ശേഷമുള്ള വിസ്ഫോടനം....

ഇലഞ്ഞി മരച്ചുവട്ടിലെ ഇരുട്ടിലേക്ക് അപ്രതീക്ഷിതമായി കടന്നുവന്ന ദത്താത്രേയൻ.... ദേവവിഗ്രഹത്തിന്റെ സ്വർണ്ണപ്രഭ ഹൃദയത്തിൽ സൂക്ഷിക്കുന്ന ദത്താത്രേയന്റെ മനസ്സ് സ്വർണ്ണത്തിൽ ആകൃഷ്ടമായത് ദേവാംശം കുടികൊള്ളുന്നത് കൊണ്ടല്ല എന്ന് തിരിച്ചറിഞ്ഞ രാത്രി.

"ഒരുതവണ മാത്രം ജനിച്ചു മരിക്കുന്ന മനുഷ്യനെ പ്രലോഭിപ്പിക്കുന്ന ഒന്നാമത്തെ വസ്തു എന്താണെന്ന് അറിയുമോ ഉണ്ണിക്ക്?, പണം..... പിന്നെയുമുണ്ട് പലതും."

ദത്താത്രേയന്റെ ശബ്ദത്തിൽ ലഹരിയുടെ ഗന്ധമുണ്ടെന്ന് തിരിച്ചറിഞ്ഞത് ആ രാത്രിയിലായിരുന്നു.

വിരാട മൂർത്തിക്ക് ഉപാസന ചെയ്യുന്ന ബ്രഹ്മജ്ഞാനിയുടെ ദുര പൊന്തുന്ന വാക്കുകളിൽ ഭവത്രാതൻ തരിച്ചിരുന്നു. ദത്താത്രേയന്റെ സിരകൾക്ക് തീ പിടിച്ചു.

ബ്രാഹ്മണ്യത്തിന്റെ വിശുദ്ധി അണിഞ്ഞ് താൻ നടത്തുന്ന അപഥസഞ്ചാരത്തിന്റെ നേർചിത്രങ്ങൾ കടും ചായക്കൂട്ടുകളിൽ അയാൾ വരച്ചിട്ടു. അതിൽ രതിയും ചതിയും ഉണ്ടായിരുന്നു, പീഡനവും ഉന്മൂലനവും ഉണ്ടായിരുന്നു, അധാർമ്മികമായ പലതുമുണ്ടായിരുന്നു.

"മദ്യത്തിന്റെ ലഹരിയിൽ പുറത്തുവരുന്ന വെറും വാക്കുകളല്ല ഉണ്ണീ ഇത്... ജീവിതം ആഘോഷിക്കുമ്പോൾ അതിന് ഒരു ത്രില്ല് കിട്ടണമെങ്കിൽ, നടന്ന് തീർത്ത വഴികളെക്കുറിച്ച് ഒരാളെങ്കിലും അറിഞ്ഞിരിക്കണം, ഒരിക്കലും ഒറ്റുകൊടുക്കില്ല എന്ന് പരിപൂർണ്ണ വിശ്വാസമുള്ള ഒരു സാത്വികൻ... അതാണ് നീ." ലക്കുകെട്ട ഒരു മദ്യപന്റെ വാക്കുകൾ ആയിരുന്നില്ല അവ. പൊട്ടിത്തകർന്ന മനസ്സിനെ വീണ്ടെടുക്കുവാൻ ഭവത്രാതന് ഏറെ നേരം വേണ്ടിവന്നു.

ദത്താത്രേയനും ബഷീറും ഈ ദിവസത്തെ മാത്രം അത്ഭുതങ്ങളല്ല എന്ന് തിരിച്ചറിഞ്ഞ രാത്രി. താൻ ഒന്നുമല്ലെന്ന അപകർഷതാബോധം അസ്വസ്ഥമാക്കിയ രാത്രി. മറ്റാർക്കും അറിയാത്ത ജീവിതം ദത്താത്രേയൻ, തന്റെ മുന്നിൽ മാത്രം തുറന്നിട്ടത് താൻ ഒരു വിഡ്ഢി ആയതുകൊണ്ടാണോ എന്ന് അയാൾ സംശയിച്ചു. യുക്തിയിലാണോ ഭക്തിയിലാണോ തന്റെ സ്ഥാനം എന്ന് ഇപ്പോഴും ഉറപ്പിക്കാത്ത താൻ വിഡ്ഢിയല്ലേ?.

ഭക്തിയാണ് തന്റെ ശക്തിയെന്നും അതുണ്ടെങ്കിൽ എന്തും മറികടക്കാമെന്നും പറഞ്ഞ് ബഷീർ പോയി. ഭക്തിയോ യുക്തിയോ അല്ല മറിച്ച് പണമാണ് ജീവിതം എന്നു പറഞ്ഞ് ദത്താത്രേയനും പോയി. രണ്ടുപേരും അവരവരുടെ ചിന്തകൾക്ക് അനുസരിച്ച് ജീവിതം ക്രമപ്പെടുത്തിയവർ. എല്ലാറ്റിനോടും നിസ്സംഗത പുലർത്തുന്നത് വിഡ്ഢിത്തമാണോ എന്ന മറുചിന്തകൊണ്ട് ഭവത്രാതൻ തന്റെ മനസ്സിനെ ശാന്തമാക്കാൻ ശ്രമിച്ചു.

മുട്ടു ശാന്തിയായി ഭവത്രാതൻ വീണ്ടും വിരാട് മൂർത്തിയുടെ മുന്നിലെത്തി. ഇനി ഒരിക്കലും തിരികെ വരാൻ ഇടയില്ലാത്ത ദത്താത്രേയന് മുന്നിൽ തുറന്നടഞ്ഞ ചെമ്പു വാതിൽ അയാൾ മെല്ലെ തുറന്നു. മങ്ങിയ നെയ്ത്തിരിക്ക് പിന്നിലെ ആദിദേവന്റെ കണ്ണുകളിൽ വജ്രത്തിളക്കം. താൻ ഇത്രയും നാൾ കണ്ട വെണ്ണക്കല്ലിന് ഭയാനക ഭാവം ഉള്ളതായി അയാൾക്ക് തോന്നി. ചുണ്ടിൽ പറയാൻ ബാക്കി വച്ച വാക്കുകൾ ഉടക്കി നില്ക്കുന്നതുപോലെ. സ്വർണ്ണ മുഖപ്പിൽ ഒരു പുച്ഛം നിർജ്ജീവമായി കിടപ്പുണ്ട്. തുളസിയും ചെമ്പകവും ചേർത്തുകെട്ടിയ എട്ടു മുഴം മാലകൾ ഓരോന്നായി അയാൾ അഴിച്ചു മാറ്റി. എള്ളെണ്ണയിൽ മുങ്ങിയ രാമച്ചപ്പിടി കൃഷ്ണശിലയുടെ വടിവഴകുകളിലും നാഭീതടങ്ങളിലും ഉഴിഞ്ഞു നീങ്ങി. ജല കുംഭങ്ങൾ ഗംഗാപ്രവാഹം തീർത്തു. നെയ്യും കർപ്പൂരവും അഷ്ടദ്രവ്യവും കലർന്ന അഭൗമമായ ഗന്ധം അയാളുടെ സിരകളിൽ മറ്റൊരു ലഹരിയായി പടർന്നു കയറി. ലഹരി ഒരു അനുഭവമാണ് മനസ്സിന്റെ നിമ്നോന്നതങ്ങളിൽ തങ്ങിനില്ക്കാതെ എപ്പോൾ വേണമെങ്കിലും പൊട്ടി ഒഴുകിയേക്കാവുന്ന മിന്നിത്തിളങ്ങുന്ന ഇരുളിന്റെ അണക്കെട്ട്. അത് തകർന്നപ്പോൾ ശ്രീകോവിലിനുള്ളിൽ പ്രകാശത്തിന്റെ പ്രളയം.

പതിനാറ് കൈകളിൽ വെൺമഴു, ഹരിണം, തുടി, ത്രിശൂലം, വില്ല്, പരിച, പാശം, വരം, അഭയം....... മുദ്രകൾ തീവ്രമായിരുന്നെങ്കിലും കണ്ണുകളിൽ പ്രതികാരം തീർത്തതിന്റെ ഭയാനകമായ ശാന്തത. കർപ്പൂരവും, ധൂപവും, നെയ് വിളക്കുകളും ചേർന്ന തീക്ഷ്ണ ദ്യുതിയുടെ പെരുങ്കളിയാട്ടം. ആദി ദേവനെ മറയാക്കി വെട്ടിപ്പിടിച്ചും, കവർന്നെടുത്തും നേടിയ ദ്രവ്യത്തിന്റെ കടൽ കൃഷ്ണശിലയ്ക്ക് പിന്നിലെ കൽപ്പാളികൾക്കുള്ളിൽ തിരയിളക്കിക്കിടന്നു. ഇളകിയ കല്ല് ഭവത്രാതൻ ചെറുതായി പൊന്തിച്ചു. തുകൽപ്പെട്ടികൾക്കുള്ളിൽ സ്വർണ്ണത്തിന്റെ പ്രഭാവലയം. ജീവിതത്തിൽ ഇന്നോളം കണ്ടിട്ടില്ലാത്ത കാഴ്ചയുടെ തിറയാട്ടം. തലമുറകൾ അദ്ധ്വാനിച്ചാലും നേടാൻ പറ്റാത്തത്ര ധനം കൺമുന്നിൽ മിഴിചിമ്മിക്കിട

ന്നപ്പോൾ ഭവത്രാതൻ അമ്പരന്നുപോയി. വിരാട് മൂർത്തിയുടെ ദർശനത്തിനായി കാത്തു നില്ക്കുന്നവരുടെ പ്രാർത്ഥനകൾ പുറത്തു കേൾക്കാം.

ദുരിതത്തിനും മഹാഭാഗ്യത്തിനുമിടയിൽ അടഞ്ഞു കിടക്കുന്ന ഈ വാതിലും, പുറത്തെ തൊഴുകൈകളും മാത്രം. ദേവന്റെ വരദാനമായിക്കണ്ട് ഈ കടലിൽനിന്നും ഒരു തുള്ളി കോരി എടുത്താൽ...?

ദീപാരാധനയ്ക്ക് നട തുറക്കുന്ന സമയം കഴിഞ്ഞിരിക്കുന്നു. ഭഗവത് ദർശനത്തിന് കാത്തു നില്ക്കുന്നവർ അക്ഷമരായി. ഇത് പതിവുള്ളതല്ല, ഓട്ടുമണികളുടെ ഒച്ചയും വിരാട സ്തുതികളും അകത്തെ ഉപാസകനെ ഉണർത്തിയില്ല. ഭക്തിക്ക് മേൽ ഭക്തരുടെ യുക്തി പ്രവർത്തിച്ചപ്പോൾ അവർ ശ്രീകോവിൽ പടിയിൽ മെല്ലെ മുട്ടി. അകത്തു മണിനാദം ഉയർന്നു.

'കാളഭ്രാഭ കരാഗ്രൈ പരശുഢമരുകൈ ഖട്ഗേ ഖടൗ ചബാണേ ഷ്വാസൗ ശൂലം കപാലം ദധദ ഭയവരൗ ഭീഷണാസ്യ ത്രിനേത്ര.'

മന്ത്രോച്ചാരണത്തിന് അന്ന് പതിവിലും അധികം ശക്തി ഉണ്ടായിരുന്നു. നട തുറന്നു, കത്തിജ്വലിക്കുന്ന ഓട്ടുവിളക്കുകളുടെ തീക്ഷ്ണത പരന്നൊഴുകി. പക്ഷേ, തലയ്ക്കുമുകളിൽ കൈകൂപ്പി പ്രാർത്ഥിച്ചു നിന്നവരുടെ ദൃഷ്ടി പഥത്തിൽ ദേവന്റെ അർദ്ധകായം മാത്രം. അടുക്കിവെച്ച തോല്പ്പെട്ടികൾക്ക് പിന്നിൽ ദേവന്റെ ശിരസ്സ് ഉയർന്നു നിന്നു. സമ്പത്തിന്റെ പേടകത്തിന് മുന്നിൽ കാഴ്ച നഷ്ടപ്പെട്ട ഭക്തർക്ക് ആദിദേവന്റ വിരാട് സ്വരൂപം കാണാൻ കഴിഞ്ഞില്ല. നാഗപ്പത്തിയും, കൂർമ്മവിളക്കും ഒടുവിൽ കർപ്പൂരാരതിയും കഴിഞ്ഞ് ദീപത്തട്ട് പുറത്ത് എത്തിച്ചപ്പോഴേക്കും ഭവത്രാതൻ തളർന്നു. അത്താഴപൂജ കഴിഞ്ഞ് ചുറ്റമ്പലത്തിന് പുറത്ത് ജനങ്ങൾ നിറഞ്ഞു. കാൽച്ചുവട്ടിൽ ഇക്കാലമത്രയും ഒളിപ്പിച്ചുവച്ച മഹാനിധി ഒരു മാത്ര പുറത്തെടുത്തപ്പോൾ ദേവന്റെ മുഖത്തു തെളിഞ്ഞ വികാരം എന്താണെന്ന് ഭവത്രാതന് തിരിച്ചറിയാൻ കഴിഞ്ഞില്ല. ഒരിക്കൽ കൂടി ആ മുഖത്തേക്ക് നോക്കി അയാൾ കണ്ണുകളടച്ചു. പിന്നീട് ദേവനെ ഉറങ്ങാൻ വിട്ടിട്ട് നട അടച്ച് പുറത്തുകടന്നു. നാലമ്പലത്തിനുള്ളിലും ചുറ്റമ്പലത്തിന് പുറത്തും ഭക്തരുടെ സ്തുതികൾ ഉയർന്നു. ഭക്തരുടെ വിശ്വാസമാണ് ഭഗവാൻ, ആഭഗവാനെ കാത്ത ഭവത്രാതനിൽ അവർ ഈശ്വരനെ കണ്ടു.

'പൂർവ്വജന്മാർജ്ജിതം കർമ്മ ദൈവ ഇത്യഭീധീയതേ.'

തന്ത്രശാലയിലെ ഓതിക്കന്റെ ശബ്ദം എവിടെയോ കേട്ടത് പോലെ. ഭക്തർ ഒരുക്കിയ പാതയിൽക്കൂടി അയാൾ ചുറ്റമ്പലം പിന്നിട്ടു. സ്നേഹത്തിന്റെ തലോടലും പരിരംഭണങ്ങളുടെ വീർപ്പുമുട്ടലും കൊടിമരച്ചുവട്ടിൽ ഉപേക്ഷിച്ച് അയാൾ നടന്നു. നാഗമണ്ഡപം താണ്ടി വിജനമായ പാടത്തെ ഇരുട്ടിൽ നില്ക്കെ ദത്താത്രേയന്റെ ലഹരി മണക്കുന്ന ചിരി മുഴങ്ങി,

"ഒരിക്കലും ഒറ്റിക്കൊടുക്കില്ല എന്ന് പരിപൂർണ്ണ വിശ്വാസമുള്ള സാത്വികൻ....."

ഭവത്രാതൻ തന്റെ മനസ്സിനെ തിരിച്ച് പിടിച്ചു. അർത്ഥരഹിതമായ ചിന്തകൾക്ക് ഇനി സ്ഥാനമില്ല. അയാൾ മനസ്സിലുറപ്പിച്ച് മുന്നോട്ടു നടന്നു.

അധിനിവേശം

"**നൂ**റ്റിഅൻപത്തി അഞ്ച്"– കരിവാളിച്ച മുഖത്തെ കണ്ണുകൾ പോലെ വെള്ളക്കുപ്പായത്തിൽ അക്കങ്ങൾ മുഴച്ചുനിന്നു. ടെറാകോട്ട പതിച്ച നീളൻ വരാന്തയിൽ പ്രാതലിനായി ഊഴം കാത്തു നില്ക്കുമ്പോഴും, പുറത്തിറങ്ങിയാൽ ചെയ്തുതീർക്കേണ്ട കടമകളെക്കുറിച്ചും പകവീട്ടലിനെക്കുറിച്ചും സഹതടവുകാർ ചർച്ചചെയ്യുമ്പോഴുമൊക്കെ അയാളുടെ മനസ്സിൽ ജയിൽ വളപ്പിനുള്ളിലെ കുള്ളൻ തെങ്ങുകൾക്ക് ചുവട്ടിലേക്ക് ചാൽ കീറി വെള്ളമൊഴുക്കുന്ന ചിത്രം മാത്രമാണ്. ജയിലിന് പിന്നിൽ വിശാലമായ തെങ്ങിൻ തോപ്പാണ്. ഓരോ മരവും അയാൾക്ക് മക്കളെ പോലെ തന്നെ. തോട്ടത്തിലെ പണിക്കിടയിൽ ഓരോരുത്തരോടും അയാൾ സംസാരിക്കും മനസ്സിന്റെ കനം പെരുകി വരുമ്പോൾ അയാൾ തന്റെ മക്കളോട് പറയും, "മനുഷ്യനും പ്രകൃതിക്കും ഇടയിൽ പിരിയാൻ പറ്റാത്ത ഒരു ആത്മബന്ധം ഉടലെടുക്കുമ്പോൾ അത് അറുത്ത് മാറ്റാൻ കത്തിയുമായി നിങ്ങൾക്ക് പിന്നിൽ ഒരാൾ ഉണ്ടാകും."

വൃക്ഷത്തടങ്ങളിലേക്ക് ഒഴുകിപ്പരന്ന തെളിനീരിനൊപ്പം മനസ്സ് ചെന്നെത്തിയത് ക്ഷേത്രത്തിനു പിന്നിലെ കൽപ്പടവുകളിലാണ്. ഇവിടെ നിന്നാൽ കാണാം മുന്നിൽ കണ്ണെത്താ ദൂരത്ത് പരന്നു കിടക്കുന്ന പാടം. പച്ച വിരിച്ചും വരണ്ടുണങ്ങിയും നിറഞ്ഞുതുളുമ്പിയും കാലത്തിന്റെ കുത്തൊഴുക്കിലും മാഞ്ഞുപോകാത്ത ഒരു ഗദ്ഗദം പോലെ... കിഴക്കൻ മാനത്ത് പ്രകാശത്തിന്റെ നുറുങ്ങുകൾ പൊട്ടുമ്പോഴേക്കും ശങ്കരേട്ടൻ പണിക്ക് ഇറങ്ങിയിരിക്കും. ചാലുകീറി വെള്ളം വാർക്കുന്നതിനും വിത കിളയ്ക്കുന്നതിനും, നെല്ല് തൂറ്റുന്നതിനുമെല്ലാം അയാളുടെ ഹൃദയത്തിന്റെ നനുത്ത ഗന്ധം ഉണ്ടായിരിക്കും. ഒഴുക്കു വെള്ളത്തിന്റെ കൈവഴിയിൽ മുങ്ങി വീട്ടിലെത്തുമ്പോൾ മൂകമായ ഇരുട്ട് മാത്രമായിരിക്കും അയാൾക്ക് കൂട്ടിനുണ്ടാവുക.

“അച്ഛന് വേറെ പണിയില്ലേ ഈ വയസ്സുകാലത്ത് ഇങ്ങനെ കിടന്ന് അലയാൻ, അത് വില്ക്കാൻ പറഞ്ഞാൽ കേൾക്കില്ല, പ്രോജക്ട്കാര് മാന്യമായ വില തരാമെന്ന് പറഞ്ഞതാ. എല്ലാവരും വയലും കെട്ടിപ്പിടിച്ച് ഇരുന്നോ....”

മകന്റെ കുറെ കാലമായുള്ള മുന്നറിയിപ്പാണിത്. ശങ്കരേട്ടന്റെ മകൻ ബിരുദം എടുത്തിരിക്കുന്നത് കച്ചവടത്തിലാണ്. ആംഗലേയം മൊഴിമാറ്റി പ്പറഞ്ഞാൽ കച്ചവടതന്ത്രത്തിന്റെ ആശാൻ, സാക്ഷാൽ എം ബി എ. അവന്റെ ചിന്തകളിൽ വർത്തമാനകാലം മാത്രമേ ഉള്ളൂ ഭൂതവും ഭാവിയും വെറും സങ്കല്പങ്ങൾ മാത്രം. ജീവിതത്തിന് പുറംതിരിഞ്ഞു നില്ക്കുന്ന വർക്കാണ് ഭൂതകാലം. ആശങ്ക ഉള്ളവർക്ക് മാത്രമേ ഭാവിയെപ്പറ്റി ചിന്തി ക്കേണ്ടതുള്ളൂ. എന്താണ് ജീവിതം എന്നു ചോദിച്ചാൽ ഒറ്റവാക്കിൽ അവൻ പറയും – ആഘോഷം . ഇത് അയാളുടെ ബിസിനസ് മാനേജ്മെന്റിന്റെ ഹിപ്പോക്രാറ്റിക് ഓഥ്.

“മൂന്നേക്കർ വയലിന് പതിനഞ്ച് ലക്ഷമെങ്കിലും കിട്ടും അത് എഫ് ഡി ഇട്ടാൽ പെർമന്ത് പതിനയ്യായിരം രൂപ, ഇത്രയുംപോരെ അച്ഛന് ജീവിക്കാൻ”

മകളുടെ ഊഴമായിരുന്നു അടുത്തത്. സ്ഥിതിവിവരക്കണക്കുകൾ നിരത്തി അവളും കച്ചവടക്കാരന്റെ വഴിയേ നീങ്ങി. കിടന്നിട്ട് ഉറക്കം വരുന്നില്ല. ശങ്കരേട്ടൻ പുറത്തിറങ്ങി, കൈയെത്തും ദൂരത്ത് രജസ്വലയായ ഞാറ്റടികൾ നിലാവിൽക്കുളിച്ചു നില്ക്കുന്നു. അയാൾ നെടുംവരമ്പിൽ കൂടി കിഴക്കോട്ട് നടന്നു, അവസാനിച്ചത് കുന്നിന്റെ അടിവാരത്ത്. കാരപ്പുല്ലുകൾ വകഞ്ഞുമാറ്റി മുകളിൽച്ചെന്നാൽ പിന്നെ ആകാശമാണ്. അതിരുകളില്ലാത്ത ആകാശച്ചെരുവിൽ അങ്ങിങ്ങായി മേഘക്കീറുകൾ ഒഴുകി നടക്കുന്നു. ഈ കുന്നിൻ പുറങ്ങളിലാണ് പ്രീമിയം വില്ലാസ് പിറവിയെടുക്കുന്നത്. പലതവണ നീണ്ട് വന്ന യന്ത്രക്കൈകളിൽനിന്നും ഇക്കാലമത്രയും ഉടലും ഉയിരും കാത്ത് വച്ചിട്ടും ഒടുവിൽ വീണടിയാൻ വിധിക്കപ്പെട്ട ചികുരത്തിന്റെ നൊമ്പരം...., കുന്നിറങ്ങി വയലിലേക്ക് ചാഞ്ഞു വരുന്ന വെയിൽ പരപ്പിന്റെ തിളക്കം... എല്ലാം വിസ്മൃതിയിലാ കാൻ പോകുന്നു. ശങ്കരേട്ടൻ തിരികെ നടന്നു.

അടുത്ത ദിവസം രാവിലെ എം ബി എക്കാരൻ ആ സന്തോഷവാർത്ത അറിയിച്ചു. “ഫോർട്ട്മാൾ പ്രോപ്പർട്ടീസിന് സാങ്കേതികാനുമതി ലഭിച്ചു. ഇരുന്നൂറ് ഏക്കറാണ് അക്വയർ ചെയ്യാൻ പോകുന്നത്.” ഏക്കറുകൾ എന്നത് പകിട നിരത്തിവയ്ക്കാനുള്ള കേവലം കളിത്തട്ട് മാത്രമാണ്. വെട്ടിനിരത്തുവാനും കെട്ടിപ്പടുക്കുവാനും തീരുമാനിക്കപ്പെടുമ്പോൾ മുന്നിൽ തെളിയുന്നത് കറുപ്പിലും വെളുപ്പിലുമുള്ള കരുക്കൾ മാത്രം. മകന്റെ സന്തോഷത്തിന് പിന്നിൽ അവന്റെ തന്നെ ബിസിനസ് ഐഡി യോളജി മാത്രമായിരുന്നു. മണ്ണിലിറങ്ങി ജീവിതം കരുപ്പിടിപ്പിച്ചവർ, അത് തീറെഴുതിക്കൊടുത്തിട്ട് അതിന്റെ മുകളിൽ ഉയർന്നുവരുന്ന അത്യാഡം ബരങ്ങൾ നോക്കി നെടുവീർപ്പിട്ട് കഴിയണം. നഷ്ടപ്പെട്ടതിനെ ഓർത്ത്

സങ്കടപ്പെടുന്നവർക്ക് പുതിയ തലമുറ കൊടുത്ത ഗുരുദക്ഷിണ.

ചെറുപ്പക്കാർക്കായി അവസരങ്ങൾ വായ പിളർന്ന് കാത്തിരുന്നു. ജീവിതത്തിന്റെ അർത്ഥം മാറുകയാണ്. അതിനായി പുതിയ തലമുറയെ വാർത്തെടുത്ത് തങ്ങളുടെ മുന്നിലേക്ക് തുറന്നുവിടും, അവരുടെ ചോദ്യ ങ്ങൾക്ക് മുന്നിൽ ശിരസ്സ് താഴ്ത്തി നില്ക്കേണ്ടിവരും, അണിയറയിലെ യുദ്ധതന്ത്രങ്ങൾക്ക് ഇങ്ങനെയും ചില വ്യാഖ്യാനങ്ങൾ ഉണ്ട്. അതു കൊണ്ടാണ് മകൻ ചോദിച്ചത് അച്ഛന് ഞങ്ങളോടാണോ സ്നേഹം അതോ വയലിനോടോ എന്ന്. ചോദ്യത്തിനു മുന്നിൽ ശങ്കരേട്ടൻ ഒന്നു പകച്ചു. തനിക്ക് ആരോടാണ് സ്നേഹം, സ്വന്തം മക്കളോടോ അതോ ആ ഞാറ്റടിക്കണ്ടത്തിനോടോ....? ആ മണ്ണിന്റെ ഗന്ധം ഇല്ലാതെ താനില്ല, എല്ലാവരും ഉണ്ടായിരുന്നിട്ടും ഏകനായ തന്നെ നെഞ്ചോടു ചേർത്തു പിടിച്ച ആ സത്യം തന്നിൽ നിന്നും അടർത്തി മാറ്റപ്പെടാൻ പോകുന്നു. മഴയേറ്റ് മയങ്ങുന്ന വൃക്ഷത്തലപ്പുകളും, വെയിൽ നക്കിത്തുടയ്ക്കുന്ന നാട്ടിടവഴികളും, ഇലച്ചാർത്തുകൾ മൂടിയ ശിശിരത്തിലെ ചെമ്മൺ പാതകളും മാത്രം കൂട്ടായുള്ള അയാളുടെ ജീവിതത്തിലേക്ക് ഓർക്കാപ്പുറത്ത് കയറിവന്ന നൊമ്പരമാണ് ഫോട്ട്മാൾ. പാടത്തിന്റെ തെക്കുപടിഞ്ഞാറെ മൂലയിൽ വലിയ ബോർഡ് പ്രത്യക്ഷപ്പെട്ടു. "സൈറ്റ് ഫോർ ഫോട്ട്മാൾ പ്രോപ്പർട്ടീസ്." ലക്ഷ്വറി അപ്പാർട്ട്മെന്റ്സ്, ഹൈപ്പർ മാർക്കറ്റ്, മൾട്ടിപ്ലക്സ്, ബ്യൂട്ടിസ്പാ, ഹെൽത്ത് ക്ലബ്ബ്... വിവരങ്ങൾ ഇല ക്ട്രോണിക്സ് ഡിസ്പ്ലെ ബോർഡിൽ സ്ക്രോൾ ചെയ്തുകൊണ്ടിരുന്നു.

ആലോചനകൾ മനസ്സിൽ കലങ്ങി മറിയുമ്പോൾ അയാൾ വീടു വിട്ടിറങ്ങും. നടന്ന് വയൽക്കരയിലെ കളത്തട്ടിലെത്തും. ഉത്സവത്തിന് ദേവിയെ എഴുന്നള്ളിച്ച് ഇരുത്തുന്നത് ഇവിടെയാണ്. കുംഭത്തിലെ ആദ്യ ചൊവ്വാഴ്ചയാണ് ഉത്സവം. കൊയ്ത്തു കഴിഞ്ഞ പാടത്ത് എള്ള് വിതച്ചി ട്ടുണ്ടാകും. കാല്പാദത്തോളം വളർന്ന എള്ളിൻ കണകൾക്ക് മീതെ പതി നാല് കരകളിൽ നിന്നും വരുന്ന കെട്ടുകാഴ്ചകൾ, ദേവി ഈ കളത്തട്ടിൽ ഇരുന്നാണ് കാണുന്നത്. നിലാവ് മങ്ങിയ ആകാശത്തിനു ചുവട്ടിൽ മരണം കാത്തുകിടക്കുന്ന പാടം. വയലിറമ്പിൽ എവിടെയോനിന്ന് കുറുക്ക ന്മാരുടെ ഓരിയിടൽ കേൾക്കാം.

പിന്നീടുള്ള രാത്രികളും പകലുകളും ഒരുപോലെയായിരുന്നു. കൂറ്റൻ യന്ത്രങ്ങളുടെ മുരൾച്ച, ഉരുക്കു പൈലുകൾ ഭൂമിയുടെ മാറു പിളർന്ന് താഴ്ന്നു. വരണ്ട കാറ്റിന് പൊടി മണ്ണിന്റെഗന്ധം.

"അച്ഛന് ഇപ്പോഴും സങ്കടം തീർന്നില്ലേ?"

"എനിക്ക് സഹിക്കാൻ പറ്റുന്നില്ല മോനേ."

മകന്റെ ചോദ്യത്തിനു മുന്നിൽ അയാൾ വിങ്ങി.

"കുറച്ചുകാലം കഴിയട്ടെ എല്ലാം മാറിമറിയും ഈ നാടിന്റെ മുഖം തന്നെ മാറാൻ പോവുകയല്ലേ"

അവൻ പറഞ്ഞത് ശരിയായിരുന്നു. മുഖച്ഛായ അടിമുടി മാറി.

ആഘോഷത്തിന്റെ വർണ്ണപ്പൊലിമയും ആസ്വാദനത്തിന്റെ അതിരുകളും കടന്ന് ജീവിതത്തിന്റെ പുതിയ പറുദീസ ഒരുക്കി ഫോർട്ട്മാൾ വിസ്മയങ്ങൾ തീർത്തു. ഇരുട്ടിവെളുക്കുന്നതിനൊപ്പം സംസ്കാരവും ശൈലിയും മാറിക്കൊണ്ടിരുന്നു. വിട്ടുകൊടുക്കപ്പെട്ട മണ്ണിന്റെ വിലയ്ക്കൊപ്പം നാട്ടിലെ ചെറുപ്പക്കാരെ കറുത്ത കോട്ടും ചുവന്ന ടൈയും കെട്ടിച്ച് എക്സിക്യൂട്ടീവ് പരിവേഷം നല്കി. ശങ്കരേട്ടന്റെ മക്കൾക്കും കിട്ടി കോട്ടും ടൈയും.

ആഡംബര ജീവിതം.... എപ്പോഴും എവിടെയും ആഘോഷങ്ങൾ..... രാത്രിയിൽ മുന്തിയ വാഹനങ്ങളിൽ സ്ത്രീകളും പുരുഷന്മാരും അരക്കെട്ടിൽ കൈകൾ ചുറ്റി അകത്തേക്ക് പോകും.

ശങ്കരേട്ടന് ഒന്നും ചെയ്യുവാൻ കഴിഞ്ഞില്ല. ഈ വീട്ടിൽ തന്റെ നിലനില്പ് പോലും എപ്പോൾ വേണമെങ്കിലും അവസാനിച്ചേക്കാം. അയാളുടെ ജീവിതത്തിന്റെ പകൽവെളിച്ചത്തിൽ പൊടുന്നനെ ഇരുട്ട് പരന്നു.

"അച്ഛൻ ഇവിടെ ഒറ്റയ്ക്കല്ലേ.... ഞങ്ങളാണെങ്കിൽ ഫുൾടൈം എൻഗേജ്ഡാണ്... ഫോർട്ട്മാളിൽ ഒരു വൈസ് മെൻപാർക്കുണ്ട് ഫുൾ എൻജോയ്മെന്റാണ്, നോർമലി വൺ ലാക്ക് പെർ ഇയർ ആണ് ഫീ, ബട്ട് അച്ഛൻ ഒരു ടെൺ ലാക്ക് ഇൻവെസ്റ്റ് ചെയ്താൽ ലൈഫ് ടൈം ഫ്രീയാ റിട്ടേൺ കിട്ടുകയും ചെയ്യും".

ഇനി ഈ ശുഷ്കിച്ച കരങ്ങൾക്ക് ഒന്നും താങ്ങി നിർത്താൻ ഉള്ള ശക്തിയില്ലെന്ന് തിരിച്ചറിവിലാണ് മകൻ. ആർക്കും വേണ്ടാത്ത വൃദ്ധന്മാരെ കൊണ്ട് തള്ളുന്ന വൃദ്ധസദനത്തെയാണ് മകൻ പുതിയ രൂപത്തിൽ അവതരിപ്പിച്ചിരിക്കുന്നത്.

"വൈസ്മെൻ പാർക്ക് പോലും....."

ആർത്തിപിടിച്ച യൗവനത്തിന്റെ പ്രയാണവഴികളിൽ നിറമില്ലാത്തതെന്തും അറപ്പുളവാക്കുന്നതാണ്. ബന്ധങ്ങൾ ബാദ്ധ്യതയാകുന്നിടത്ത് അതിന് വിധേയപ്പെടാതിരിക്കുന്നതാണ് നല്ലതെന്ന് ശങ്കരേട്ടന് തോന്നി. ആഡംബരത്തിന്റെ പതുപതുപ്പിലേക്ക് സ്വയം വളർന്നതാണെന്ന മക്കളുടെ ചിന്ത അവരുടെ അറിവില്ലായ്മയാണ് എന്ന് അയാൾ സ്വയം പറഞ്ഞു സമാധാനിച്ചു. അവരുടെ ഉയർച്ചയിൽ ചേറിന്റെ മണം ഉണ്ടെന്ന സത്യം ഒരിക്കലെങ്കിലും ഓർത്തിരുന്നെങ്കിൽ വൈസ് മെൻ പാർക്കിന്റെ ആഡംബരത്തെക്കുറിച്ച് അവർ ചിന്തിക്കില്ലായിരുന്നു. ഭാര്യ മരിച്ചതിനുശേഷം അന്ന് ആദ്യമായി അയാൾ വിങ്ങിക്കരഞ്ഞു.

വീട് അയാൾക്ക് ഇപ്പോൾ ഒരു വഴിയമ്പലമാണ്. ആർക്കും എപ്പോഴും വന്നു പോകാവുന്ന ഗണികരുടെ ഇടത്താവളം. തന്റെ ഭാര്യയുടെ ആത്മാവ് സ്പന്ദിക്കുന്ന ആഗ്നേയങ്ങളിൽ കാമച്ചൂര് പരക്കുന്നത് അയാൾ നിസ്സംഗതയോടെ കണ്ടുനിന്നു. വീട്ടിലെത്തിയപ്പോൾ ആഘോഷങ്ങൾ അവസാനിപ്പിച്ച് എല്ലാവരും പോയിക്കഴിഞ്ഞിരുന്നു. ശങ്കരേട്ടൻ അകത്തു കയറിയപ്പോൾ ചെറുതായൊന്നു ഞെട്ടി. അടിവസ്ത്രങ്ങൾ മാത്രമായി മകൻ അർദ്ധ ബോധാവസ്ഥയിൽ കിടക്കുന്നു. ഏതാണ്ട് അതുപോലെ തന്നെ

മറ്റൊരു മുറിയിൽ മകളും. ചാമ്പലാക്കപ്പെട്ട പച്ച വയലുകളിൽ ദുരന്തം പതിയിരുന്നു. ശങ്കരേട്ടന്റെ മനസ്സ് വിങ്ങി.

മകളുടെ വേഷത്തിലും പെരുമാറ്റത്തിലും വലിയ മാറ്റങ്ങളാണ് സംഭവിച്ചത്. സ്ത്രീ ശരീരത്തിൽ എന്തൊക്കെയാണെന്ന് പുരുഷന്മാർ ആലോചിച്ച് തലപുകയ്ക്കേണ്ടാത്ത തരത്തിലുള്ള വസ്ത്രധാരണം. ജീവനോളം സ്നേഹിച്ച് വളർത്തി വലുതാക്കിയ മകളുടെ പോക്ക് കണ്ട് അയാളുടെ നെഞ്ചു പിടഞ്ഞു. പുരുഷന്മാരോട് ഒന്നിച്ച് രാത്രിയിൽ ചുറ്റിയടിക്കുന്നതിനും, ഇറുകിയ വസ്ത്രങ്ങൾ ധരിക്കുന്നതിനും, രാത്രി വളരെ വൈകി വീട്ടിൽ എത്തുന്നതിനും അവൾ പല ന്യായീകരണങ്ങളും നിരത്തി. ശങ്കരേട്ടന്റെ ഉള്ള് പിടയുമ്പോൾ ആശ്വാസം കണ്ടെത്തുന്നത് ക്ഷേത്രത്തിനു പിന്നിലെ കല്പടവിലാണ്. അവിടെയിരുന്നാൽ തന്റെ പഴയ സാമ്രാജ്യത്തിന്റെ ശേഷിപ്പുകൾ കാണാം.

തച്ചുടയ്ക്കപ്പെട്ട സിംഹാസനത്തിനും അരിഞ്ഞു തള്ളിയ രാജചിഹ്നങ്ങൾക്കും മുകളിൽ പടുത്തുയർത്തിയ ചില്ലുഗോപുരങ്ങൾ ജ്വലിച്ചുനിന്നു. നെൽക്കുടങ്ങളെ ഗർഭത്തിലേറ്റിനിന്ന വയൽപ്പച്ചയ്ക്ക് മുകളിലേക്ക് മലയിടിച്ചിടുന്ന രോഗമാണ് ഇവിടമാകെ പരക്കുന്നതെന്ന് ശങ്കരേട്ടൻ തിരിച്ചറിഞ്ഞു.

കാഴ്ചകൾക്ക് മുന്നിൽ ഇരുൾ പരക്കാൻ തുടങ്ങിയപ്പോൾ അയാൾ വീട്ടിലേക്ക് നടന്നു. മുറ്റത്ത് ഒരു കാർ കിടപ്പുണ്ട്. വീടിന്റെ വാതിൽ അടഞ്ഞുകിടക്കുകയാണ്. ഉള്ളിൽ നിന്നും നേർത്ത ഒച്ച കേൾക്കാം. ജനൽപ്പാളി മെല്ലെ മാറ്റിയപ്പോൾ ഉച്ഛ്വാസത്തിന്റെ ഞെരുങ്ങിയ ശബ്ദം പുറത്തേക്കൊഴുകി. സ്വീകരണമുറിയുടെ അങ്ങേത്തലയ്ക്കൽ രണ്ടുപേർ കെട്ടിപ്പുണർന്നു നില്ക്കുന്നു, മകളും അവളുടെ സി ഇ ഒ യും. കാമത്തിന്റെ ചൂടുള്ള കൈത്തലങ്ങൾ വിവസ്ത്രമായ ശരീരങ്ങളിൽ അരിച്ചു നടക്കുന്നു. ശങ്കരേട്ടൻ ഭിത്തിയിലേക്ക് ചാരിയിരുന്നു. ഫോട്ട്മാൾ ദുരന്തം അവസാനിക്കാതെ തന്നെ പിന്തുടരുകയാണ്. മൾട്ടിപ്ലക്സ് സ്ക്രീനിലെ സ്ഫോടനങ്ങൾ അയാളുടെ തലച്ചോറിൽ ഇടിമുഴക്കം തീർത്തു. ഉള്ളിൽ കുടുങ്ങിക്കിടന്ന സങ്കടം ഹൃദയപേശികളെ വലിച്ചുമുറുക്കി. ആദ്യത്തെ ഞെട്ടലിൽ മനസ്സിൽ തടഞ്ഞ ആയുധം ഇരുട്ടിന്റെ മൂലയിൽ അയാൾക്കായി കാത്തിരിപ്പുണ്ടായിരുന്നു. സ്വീകരണമുറിയിൽ ഇണ ചേർന്ന് കിടന്ന നാഗങ്ങൾക്ക് നേരെ ഉരുക്കിന്റെ മൂർച്ച മിഴി ചിമ്മിത്തുറന്നു. ചോരയുടെ ഗന്ധം മൂക്കിലേക്ക് ചൂഴ്ന്നിറങ്ങിയപ്പോൾ ശങ്കരേട്ടൻ മുറിവിട്ടു പുറത്തിറങ്ങി. പരന്നൊഴുകുന്ന ഇരുട്ടിലേക്ക് നടക്കുമ്പോൾ വിരലുകളിൽ നിന്നും ചോരത്തുള്ളികൾ ഊർന്നുവീണു വീണുകൊണ്ടിരുന്നു.

'കേരളത്തിലെ പന്ത്രണ്ട് പട്ടണങ്ങളിൽകൂടി ടൗൺഷിപ്പ് നിർമ്മിക്കുവാൻ എമ്മിർ പ്രോപ്പർട്ടീസിന് അനുമതി ലഭിച്ചു' .... ന്യൂസ് ടൈമിൽ ചർച്ച തുടങ്ങുന്നതിനുമുൻപ് ശങ്കരേട്ടൻ തന്റെ സെല്ലിലേക്ക് നടന്നു.

ഒറ്റയ്ക്ക് പറക്കുന്ന പക്ഷി

കുന്നിൻ മുകളിൽ വൈകുന്നേരങ്ങളിലെ മഞ്ഞവെയിൽ ചിതറി ക്കിടക്കുന്നത് കാണാൻ ചില ദിവസങ്ങളിൽ അവളും ഉണ്ടാകും. ഒരു ഒഴിവു ദിവസത്തെ ആലസ്യത്തിൽ ഭാര്യയോടും മക്കളോടും ഒപ്പം ചെറിയ ലോകത്തിലെ മൂടുപടത്തിനുള്ളിൽ ആണ്ട് കിടക്കുമ്പോഴാണ് അവൾ വിളിച്ചത്. ആ ഫോൺ നമ്പർ ഞാൻ സേവ് ചെയ്തിട്ടില്ലെങ്കിലും മനസ്സിൽ തെളിമയോടെ നില്ക്കുന്ന നമ്പരുകളിൽ ഒന്നാണ് അവളുടേത്. ഒട്ടും വശ്യ മല്ലാത്ത സ്വരത്തിൽ തികച്ചും ഔപചാരികമായിട്ടായിരുന്നു അവൾ സംസാരിച്ചത്.

"നിങ്ങൾ ഇന്നു പോകുന്നുണ്ടോ ഞാൻ വരുന്നതിൽ ബുദ്ധിമുട്ടു ണ്ടോ?" 'ഉണ്ട്, ഇല്ല' എന്ന യഥാക്രമം മറുപടി പറഞ്ഞ് കഴിഞ്ഞപ്പോ ഴേക്കും അവൾ ഫോൺ കട്ട് ചെയ്തു. അക്കേഷ്യ മരങ്ങൾ പിന്നിട്ട് കുന്നിൻ മുകളിലേക്കുള്ള കരിങ്കൽവഴിയിൽക്കൂടി നടക്കുമ്പോൾ അവൾ കുറച്ച് മാത്രമേ സംസാരിച്ചുള്ളു. എരിഞ്ഞുതീരാറായ പകലിന്റെ ശോക ഛവി അവളുടെ മുഖത്ത് കാണാമായിരുന്നു.

ഞങ്ങൾ പരിചയപ്പെട്ട നാൾ മുതൽ, വാക്കുകളിൽ സൗഹൃദത്തിന്റെ വലിയ നനവൊന്നും അവൾ പ്രകടിപ്പിച്ചിട്ടില്ല. നിഗൂഢമായ എന്തോ ഒന്ന് അവളെ ചൂഴ്ന്ന് നില്ക്കുന്നതായി എനിക്ക് പലപ്പോഴും തോന്നിയിട്ടുണ്ട്. കറുപ്പിന് മേൽക്കൈ ഉള്ള വെളുപ്പുനിറമാണ് അവൾക്ക്. കുരുക്കൾ പൊട്ടിയ കറുത്ത പാടുകൾ മുഖത്തെ ശോഭ കുറച്ചിരുന്നുവെങ്കിലും ഇട തൂർന്ന മുടിയുടെ മുൻഭാഗം നീളം കുറച്ച് അതിന്റെ ഒരു കോന്തല നെറ്റി യുടെ വശത്തുകൂടി അലസമായി ഇട്ടിരിക്കുന്നത് ഭംഗി തോന്നിപ്പിച്ചിരുന്നു.

കുടുംബവും, തകർന്നുപോയ വിവാഹബന്ധവും ഒഴികെ എന്തും ഞങ്ങൾ സംസാരിക്കുമായിരുന്നു. പ്രപഞ്ചത്തിലെ എല്ലാം പരസ്പര പൂരകം ആണെന്ന അടിസ്ഥാനതത്ത്വത്തെ ഓർമ്മപ്പെടുത്തിക്കൊണ്ട്

വിവാഹവും കുടുംബവും ഞങ്ങളുടെ ഇടയിലേക്ക് കടന്നുവരുമ്പോൾ അവൾ അസ്വസ്ഥയാവുകയും വാക്കുകൾ മുറിയുകയും ഞങ്ങളുടെ ഇടയിൽ വലിയൊരു ശൂന്യത സൃഷ്ടിക്കപ്പെടുകയും ചെയ്യും.

"നിങ്ങളുടെ ഭാര്യ വളരെ സുന്ദരിയാണ്, എന്നിട്ടും നിങ്ങൾ എന്തിനാണ് എന്നോട് അടുത്തത്.... ഓ സോറി ഞാനാണല്ലോ നിങ്ങളുടെ പിറകെ വന്നത്."

അപ്രതീക്ഷിതമായിട്ടായിരുന്നു അവളുടെ ചോദ്യവും മറുപടിയും. ക്ഷണനേരംകൊണ്ട് വിപരീത ദിശകളിലേക്ക് ചിന്തകളെയും വാക്കുകളെയും കൊണ്ടുപോകുന്ന ഭ്രമാത്മകമായ അവളുടെ സ്വഭാവം പലപ്പോഴും എന്നെ സംശയാലുവാക്കിയിട്ടുണ്ട്.

"എന്നെക്കുറിച്ച് നിങ്ങളുടെ അഭിപ്രായം എന്താണ്?, വിവാഹബന്ധം തകർന്ന് കുടുംബവുമായി സ്വരച്ചേർച്ചയില്ലാതെ ഈ നഗരത്തിൽ എത്തിപ്പെട്ടവൾ... അതിനപ്പുറം നിങ്ങൾക്ക് എന്തറിയാം?" ദുഃഖിക്കാൻ മറന്നുപോയ നൊമ്പരമാണ് തന്റെ ജീവിതം എന്ന് അവൾ ഒരിക്കൽ പറഞ്ഞത് ഞാൻ ഓർത്തു. ആഗ്രഹിച്ചതൊന്നും നേടാൻ കഴിയാത്തതിന്റെ ആത്മരോഷം അവളുടെ ഓരോ വാക്കിലും പ്രകടമായിരുന്നു. ഓഫീസും തൊട്ടടുത്ത വർക്കിങ് വിമൻസ് ഹോസ്റ്റലും, ഏതാനും ഷോപ്പിങ് സെന്ററുകളും പിന്നെ അഗാധമായ താഴ്ചയ്ക്ക് മുകളിലെ വിശാലമായ ഈ കുന്നിൻ ചെരിവിലുമായി ചുറ്റിത്തിരിയുന്ന, യൗവനം വിട്ടുമാറിയിട്ടില്ലാത്ത വിധവ. അധികം ആരുമായും അടുപ്പം പുലർത്താത്ത ഇവൾ ഞാനുമായി എങ്ങനെ അടുത്തു എന്നത് ഇപ്പോഴും അത്ഭുതമാണ്. അകലെ ഒരു ചതുരക്കട്ടയായി അവസാനിക്കുന്ന നീളൻ വരാന്തയുടെ വലിയ തൂണുകൾക്ക് പിന്നിൽ വീർത്ത മുഖവുമായി എന്നെ പ്രതീക്ഷിച്ചു അവൾ നില്ക്കുമായിരുന്നു.

"മായാ..... ഇത് ഓഫീസാണ് പലരും നമ്മളെ ശ്രദ്ധിക്കും" എന്റെ മുന്നറിയിപ്പുകൾക്ക് അവൾ വലിയ വിലയൊന്നും കൊടുത്തിരുന്നില്ല.

"സ്ത്രീയും പുരുഷനും തമ്മിലുള്ള ബന്ധം ഒരിക്കലും സമാന്തര രേഖകൾ അല്ലെന്ന ധാരണ കുറഞ്ഞ പക്ഷം നമ്മുടെ കാര്യത്തിലെങ്കിലും തിരുത്തണം... ഞാൻ നിങ്ങളെ സ്നേഹിക്കുന്നുണ്ട് പക്ഷേ, അതിന്റെ വിശാലതയിലേക്ക് മറ്റൊന്നും കടന്ന് വരരുത് എന്നെനിക്ക് നിർബ്ബന്ധമുണ്ട്."

ഇതേ തൂണുകൾക്ക് പിന്നിൽ വച്ചാണ് അവൾ എന്നോട് പറഞ്ഞത്.

എല്ലാ മനുഷ്യരും ആത്യന്തികമായി മാന്യതയുടെ മൂടുപടം അണിഞ്ഞവരാണ്, അതേ മൂടുപടം എന്നെയും ആവരണം ചെയ്തിരുന്നു.

ഓഫീസിലെ വ്യത്യസ്തയായ ജീവനക്കാരിക്കൊപ്പം എന്റെ പേര് ചേർത്ത് കഥകൾ പ്രചരിപ്പിക്കാൻ ഇഷ്ടപ്പെടാത്ത ഒരാൾ എന്ന നിലയ്ക്ക് അവളിൽനിന്നും അകലം പാലിക്കാൻ ഞാൻ ശ്രമിക്കാറുണ്ട്.

പക്ഷേ, പുരുഷൻ എന്ന എന്റെ അസ്തിത്വത്തെ എനിക്ക് തൃപ്തിപ്പെടേണ്ടി വരുമ്പോൾ അവളുടെ സമാന്തരരേഖാ സിദ്ധാന്തം ചീന്തി

കാറ്റിൽ പറത്താൻ തോന്നും. അവളുടെ മനസ്സിന്റെ ഏതെങ്കിലും ഓരത്ത് എന്നോട് ഒരു അഭിനിവേശം ഉണ്ടായിരിക്കുമെന്നും അത് ഒരുനാൾ പുറത്തുവരുമെന്നും പ്രതീക്ഷിച്ച് ഞാൻ കാത്തിരുന്നു. ഇരുട്ടിലേക്ക് തിമിർത്തുപെയ്യുന്ന പെരുമഴക്കാട്ടിലൂടെ ലക്ഷ്യമില്ലാതെ സ്കൂട്ടർ ഓടിച്ചുപോയതും, കോളേജിലെ എന്റെ കൂട്ടുകാരിയോടൊപ്പം മദ്യപിച്ചതും, അദ്ധ്യാപികയെ നെഞ്ചോടുചേർത്തു പുണർന്നതുമൊക്കെ ഒരു മറയുമില്ലാതെ പറഞ്ഞപ്പോൾ, പ്രത്യേകിച്ച് ഒന്നും പറയാതെ അവൾ കേട്ടിരുന്നു. അപ്പോഴൊക്കെ അവളിലെ ഭാവ വ്യതിയാനങ്ങൾ നിഗൂഢമായി മനസ്സിലാക്കാൻ ശ്രമിച്ചു, ഇല്ല... തികച്ചും നിർവ്വികാരമായിരുന്നു ആ മുഖം. അത്തരം വിഷയങ്ങളിലൊന്നും തനിക്ക് താല്പര്യമില്ല എന്ന മട്ടിലുള്ള ഇരിപ്പ്. പക്ഷേ, കറുപ്പ് രാശി പടർന്നു തുടങ്ങിയ ആ കൺതടങ്ങളിൽ നനവ് പടരുന്നുണ്ടോ എന്ന് ഞാൻ സംശയിച്ചു.

"എല്ലാ ബന്ധങ്ങളും എനിക്കൊരു ഭാരമാണ് നന്ദൻ... എന്റെ ആഗ്രഹങ്ങളനുസരിച്ച് എനിക്ക് ജീവിക്കണം പക്ഷേ, എന്റെ ആഗ്രഹങ്ങളൊന്നും ഇതുവരെ നടന്നിട്ടില്ല, അതുകൊണ്ട് ഇപ്പോൾ ഞാൻ ഒന്നും ആഗ്രഹിക്കാറുമില്ല". അവളുടെ വാക്കുകൾ ഇടറി.

"വെയിൽ ചാഞ്ഞു തുടങ്ങുന്ന പകലിനെ കാണുമ്പോൾ എന്റെ മനസ്സിൽ അകാരണമായ ഒരു അസ്വസ്ഥത ഉടലെടുക്കും, ഇരുൾ പരക്കാൻ ഇനി അധികനേരമില്ല എന്ന ഭയം കൊണ്ടാകും അത്."

മനസ്സിൽ രൂപപ്പെടുന്ന ചിന്തകളെ സ്വയം നിയന്ത്രിക്കാനാവാതെ അവൾ കുഴങ്ങി. കടുത്ത വിഷാദരോഗത്തിന്റെ വക്കിൽ പകച്ചുനില്ക്കുന്ന മായ എന്ന വിധവയുടെ മനസ്സ് എനിക്ക് പിടിതരാതെ ഒഴിഞ്ഞു മാറി നടന്നു.

"നഷ്ടങ്ങളെ ഓർത്ത് നെടുവീർപ്പിടാനും, ഭാവിയെ ഓർത്ത് ആശങ്കപ്പെടാനും മാത്രമുള്ളതല്ല ജീവിതം" എന്ന് ഞാൻ അവളെ ഓർമ്മപ്പെടുത്തിയപ്പോൾ, വേദാന്തം ഓതുന്നവരെ സൂക്ഷിക്കണമെന്ന് അവൾ എന്നെ ഓർമ്മപ്പെടുത്തി. തന്റെ ജീവിതം ദുരൂഹത നിറഞ്ഞതാണെന്ന് മറ്റുള്ളവർ കരുതാൻ കാരണമെന്താണെന്ന് ഒരിക്കൽ അവൾ എന്നോട് ചോദിച്ചു.

"നിന്റെ ആറ്റിറ്റ്യൂഡ്.... അതുമാത്രമാണ് കാരണം, ഭർത്താവില്ലാത്ത എത്രയോ സ്ത്രീകൾ നമ്മുടെ സമൂഹത്തിലുണ്ട് അവർക്കൊന്നും ഇത്തരം ഫ്രസ്ട്രേഷൻസ് ഇല്ലല്ലോ."

"അതല്ല നന്ദൻ, വിധവകളുടെ ജീവിതം ദുരൂഹത നിറഞ്ഞതായിരിക്കണം എന്ന് ആഗ്രഹിക്കുന്ന വലിയൊരു കൂട്ടം ആളുകൾ നമ്മുടെ സമൂഹത്തിലുണ്ട്."

"അതിന് നീ വിധവയല്ലല്ലോ, ഭർത്താവ് മരിച്ചാൽ മാത്രമേ വിധവയാകൂ"

"നമുക്കീ ടോപിക് വിടാം" അവൾ ഒഴിഞ്ഞു മാറി. ചെറിയ ഒരു ഇടവേളയ്ക്കു ശേഷം മഴപെയ്ത് തോർന്ന ഒരു വൈകുന്നേരമാണ് ഞങ്ങൾ വീണ്ടും കണ്ടത്. കുന്നിൻ മുകളിലെ ഒറ്റപ്പെട്ട മരങ്ങളിൽ മഴപ്പക്ഷികളുടെ

നേർത്ത കുറുകൽ കേൾക്കാം. പതിവിന് വിപരീതമായി അവളുടെ മുഖത്ത് സന്തോഷത്തിന്റെ തിളക്കം കാണാമായിരുന്നു. പൈന്മരങ്ങൾ ഓരംപറ്റി നില്ക്കുന്ന കുന്നിൻചെരുവിലെ സിമന്റ് ബെഞ്ചിൽ രണ്ടിടത്തായി ഞങ്ങളിരുന്നു. വശ്യമായ അവളുടെ ഗന്ധം എന്നെ മൂടിനിന്നു. അടക്കാനാവാത്ത അഭിനിവേശം തോന്നിപ്പിക്കുന്ന ഒരു സ്ത്രീ നമ്മുടെ സമീപമെത്തുമ്പോൾ കൂടുതൽ അടുക്കുവാനുള്ള ആഗ്രഹം...., അത് എനിക്കും തോന്നി. ഓരോ സംഭാഷണത്തിനുമൊടുവിൽ ഞാൻ സ്വയം ഇളകിയിരുന്നു, അപ്പോൾ ഞങ്ങൾക്കിടയിലെ അകലം കുറഞ്ഞു വന്നു.

"ഉള്ളുതുറന്ന് സംസാരിക്കുമ്പോൾ മനുഷ്യർ തമ്മിലുള്ള അകലം കുറയും എന്നു പറയുന്നത് ഇതായിരിക്കും അല്ലേ മായ?"

ആ തമാശ അവൾക്ക് ഇഷ്ടപ്പെട്ടു എന്ന് എനിക്ക് തോന്നി.

"നന്ദനറിയുമോ സ്വന്തം ഇഷ്ടങ്ങൾക്കനുസരിച്ച് ജീവിക്കണം എന്ന എന്റെ കൗമാരസ്വപ്നങ്ങൾക്ക് ഏറ്റ ആദ്യ പ്രഹരമായിരുന്നു വിവാഹം." വിവാഹം എന്ന ടോപ്പിക്ക് അവൾ തന്നെ എടുത്തിട്ടു. ഒന്നും നേടാതെ ജീവിതം നഷ്ടപ്പെടുത്തിയ വിവാഹത്തെക്കുറിച്ച് അവൾ ആദ്യമായി എന്നോട് സംസാരിച്ചു. അവളുടെ വിവാഹം അവൾ ഒഴികെ മറ്റെല്ലാവരും ആഗ്രഹിച്ചിരുന്നുവത്രേ.

"കിടപ്പറയിൽ ഊറ്റം കൊള്ളുന്ന ഒരു ജൈവിക പ്രകടനമാണ് പുരുഷത്വം എന്ന നിങ്ങളുടെയൊക്കെ ധാരണയുണ്ടല്ലോ അതിനോടെനിക്ക് വെറുപ്പാണ്, വിവാഹമായിരുന്നു ഞാൻ നേരിട്ട ആദ്യ ദുരന്തം." അവളുടെ മുഖത്ത് നിന്ന് പ്രസന്നത നിശേഷം മാഞ്ഞുപോയി.

മാനസികമായി കീഴടങ്ങിയ തന്നെ കായികമായി കീഴ്പ്പെടുത്തിയതും, ക്രൂര വൈകൃതങ്ങളുടെ പേടിപ്പെടുത്തുന്ന അനുഭവങ്ങളും അവൾ എനിക്കു മുന്നിൽ തുറന്നിട്ടു. ദാമ്പത്യം ഒരു ദുരന്തമാകുന്നതിന്റെ നേർചിത്രങ്ങളായിരുന്നു അവളുടെ ഹ്രസ്വമായ വിവാഹജീവിതം. അന്നാദ്യമായി അവൾ എന്റെ ചുമലിൽ മുഖം അമർത്തി വിതുമ്പിക്കരഞ്ഞു. അപ്പോൾ അവൾ എന്റെ ഒരു നല്ല സുഹൃത്ത് മാത്രമായി മാറി.

പുരുഷന് ഒരു സ്ത്രീയോട് എത്രമാത്രം അഭിനിവേശം ഉണ്ടായിരുന്നാലും അവളുടെ കണ്ണീരിന് മുന്നിൽ എല്ലാം ആവിയായിപ്പോയേക്കാം... എന്റെ മുൻ ധാരണകളെയെല്ലാം തിരുത്തുന്ന ഒരു തിരിച്ചറിവാണ് അതെനിക്ക് സമ്മാനിച്ചത്.

ഹൃദയത്തിൽ സങ്കടം നിറഞ്ഞ് വരുമ്പോൾ സ്നിഗ്ദ്ധമായ മനസ്സിന്റെ പുറംതോട് പൊട്ടി അത് താഴ്വാരങ്ങളിലേക്ക് ഒഴുകിപ്പരക്കും, ദുഃഖവും സ്നേഹവും പങ്ക് വയ്ക്കപ്പെടുന്നതിന്റെ സാമാന്യയുക്തി അതാണെന്ന് മഴ പെയ്ത് തോർന്ന ആ സന്ധ്യ എനിക്ക് പറഞ്ഞുതന്നു. പടർന്നു കയറാൻ പാകത്തിൽ അവളിലേക്ക് ചാഞ്ഞു നില്ക്കുന്ന ഒരു മരമാണ് ഞാനെന്ന് അവൾ ഒരിക്കൽ പറഞ്ഞത് ഞാൻ ഓർത്തു. പ്രകാശത്തിന്റെ സ്വാതന്ത്ര്യത്തിലേക്ക് അതിക്രമിച്ച് വളർന്നു കയറുന്ന പടർക്കൊടിവള്ളി

അവളോ അതോ ഞാനോ എന്നതായിരുന്നു എന്റെ സംശയം. "നിങ്ങളുടെ ഭാര്യ കഴിഞ്ഞാൽ അടുത്തസ്ഥാനം എനിക്ക് തന്നുകൂടെ" എന്ന ഞെട്ടിപ്പിക്കുന്ന ചോദ്യത്തോടെയാണ് അവൾ എന്നെ യാത്ര യാക്കിയത്.

ഞാനൊഴികെ മറ്റെല്ലാ പുരുഷന്മാരെയും ഭയപ്പെടുന്നവൾക്ക് ഹൃദയം തുറന്ന് സംസാരിക്കുവാൻ ഒരു കൂട്ട് എന്നതിൽ കവിഞ്ഞ് ഞാൻ ആരുമല്ല എന്ന എന്റെ ധാരണ അതോടെ പൊളിഞ്ഞു വീണു. അത്ര ഊഷ്മളത യില്ലാത്ത സൗഹൃദത്തിന്റെ മങ്ങിയ നിഴലായി തുടങ്ങിയ ഞങ്ങളുടെ ബന്ധം ഒരു മഴ പെയ്ത് തോർന്നപ്പോഴേക്കും തളിർത്തുലഞ്ഞു. എന്നി ലേക്ക് നീണ്ട് വന്ന ആ ചോദ്യം എനിക്കൊരു പ്രലോഭനമായി തോന്നി. പുരുഷന് സ്ത്രീയോടുള്ള സൗഹൃദം വെറും നാട്യമാണെന്നും തരം കിട്ടി യാൽ അവളിലേക്ക് അമരാൻ അവന്റെ മനസ്സ് ഒരുക്കിയിട്ടുണ്ടാകുമെന്നും ഞാൻ തിരിച്ചറിഞ്ഞു. ആ തിരിച്ചറിവ് ഉള്ളിൽക്കിടന്ന് പിടഞ്ഞത് കൊണ്ടാ കണം അവളെയും കൂട്ടി ഞാനൊരു ഔട്ടിങ്ങിന് പോയത്. എന്റെ ഉള്ളിലെ ചങ്ങലക്കെട്ടുകൾ പൊട്ടിച്ചിതറിയ നിമിഷം അവളെ എന്റെ നെഞ്ചോടടു പ്പിച്ചു, അവൾ എതിർത്തെങ്കിലും ഒടുവിൽ ഞാൻ തന്നെയാണ് ജയിച്ചത്.

"നിങ്ങൾ എന്നെ ആഗ്രഹിക്കുന്നുണ്ടെങ്കിൽ അതിൽ എനിക്കൊരു കുഞ്ഞ് ജനിക്കണം. അതിന്റെ അച്ഛൻ ആരാണെന്ന രഹസ്യം നമുക്കിട യിൽ മാത്രം ഒതുങ്ങി നിന്നാൽ മതി. മറ്റാരുടെയും അംഗീകാരം അതി നുവേണ്ട. സമൂഹത്തിന് മുന്നിൽ എന്റെ കുട്ടിക്ക് അച്ഛൻ വേണ്ട. അതു കഴിഞ്ഞാപ്പിന്നെ നാം തമ്മിൽ ഒരു ബന്ധവും ഉണ്ടായിരിക്കുകയുമില്ല".

അവളത് പറയുമ്പോൾ ആ മുഖത്ത് വല്ലാത്തൊരു നിശ്ചയദാർഢ്യം കാണാമായിരുന്നു.

"ഭർത്താവിന്റെ അനന്തിരവനുമായി പ്രേമബന്ധം പുലർത്തിയ കോൺവാളിലെ ഇസോൾഡ് രാജകുമാരിയേക്കാൾ ഞാൻ ഇഷ്ടപ്പെടുന്നത് മരണത്തിന് മുൻപും ശേഷവും സ്നേഹമെന്ന ചരടിന് കെട്ടുപാടുകൾ സൃഷ്ടിക്കാൻ കഴിയില്ല എന്ന് വിശ്വസിച്ച പിരാമസിന്റെയും തിബേസ യുടെയും ബന്ധമാണ്."

ഗസ്റ്റ് ഹൗസിന്റെ ജനാലച്ചില്ലിൽക്കൂടി മഞ്ഞുകണങ്ങൾ ഊർന്നിറ ങ്ങുന്നത് നോക്കിക്കിടക്കെ അവൾ നടത്തിയ താരതമ്യപഠനം എനിക്ക് മനസ്സിലായില്ല.

"നന്ദൻ എന്താണ് ആലോചിക്കുന്നത്?" എന്റെ നെഞ്ചിലേക്ക് മുഖം അമർത്തിക്കൊണ്ട് അവൾ ചോദിച്ചു "നിങ്ങളുടെ ഭാര്യയെക്കുറിച്ചല്ലേ ഇപ്പോൾ ചിന്തിക്കുന്നത്."

അതിനുള്ള ഉത്തരം പറയാതെ ഞാൻ ജനാല മെല്ലെ തുറന്നു. പുറത്ത് കോടമഞ്ഞിന്റെ ചിറകുകളിലേക്ക് മഴനൂലുകൾ അരിച്ചിറങ്ങുന്നു. ദൂരെ അവ്യക്തമായ ഗിരിശൃംഘങ്ങൾക്ക് മുകളിൽനിന്നും മുളച്ചുപൊന്തിയ മഴമേഘങ്ങൾ കാറ്റിൽ ഒഴുകി നടക്കുന്നത് കാണാം.

"എനിക്ക് ഭ്രാന്തൊന്നുമില്ല നന്ദൻ.... അല്ലെങ്കിലും ഭ്രാന്ത് ഒരു മിഥ്യ

യാണ്, സാങ്കല്പികമായ ഒരു യാത്ര, ഉത്തേജനവും ഉന്മാദവും കൊണ്ട് ചുറ്റുപാടുകളുമായി സംവദിക്കുന്ന ഭ്രമാത്മകമായ ഒരു സഞ്ചാരം. എന്തായാലും ഞാൻ അവിടെവരെ എത്തിയിട്ടില്ല."

ശരിക്കും അവളൊരു ഉന്മാദാവസ്ഥയിൽ ആയിരുന്നു. പക്ഷേ, തെറ്റ് എന്ന ചിന്ത എന്നെ വേട്ടയാടിക്കൊണ്ടിരുന്നു. അവൾ വലിയ സന്തോഷത്തിലായിരുന്നു. അന്ന് ഞങ്ങൾ വളരെയധികം സംസാരിച്ചു.

ഉള്ളിൽ ജീവൻ തുടിക്കുമ്പോൾ അവൾ ഈ നഗരം വിട്ടു പോകും എന്ന് പറഞ്ഞപ്പോൾ എന്റെ മനസ്സിൽ എവിടെയോ ഒരു വിങ്ങൽ രൂപപ്പെട്ടത് ഞാനറിഞ്ഞു. ഞാനത് പറഞ്ഞപ്പോൾ അവൾ ഉച്ചത്തിൽ പൊട്ടിച്ചിരിച്ചു. നിർത്താതെയുള്ള ചിരിക്കൊടുവിൽ അവളുടെ കണ്ണുകൾ നിറഞ്ഞു. അത് പുറത്തുകാട്ടാതെ അവൾ വീണ്ടും ചിരിച്ചു. ചുരമിറങ്ങുമ്പോൾ എന്റെ മൗനം അവൾ ആഘോഷിക്കുകയായിരുന്നു. പിന്നിട്ട വഴികളിലെ വിഹ്വലതകൾ, നൈമിഷികമായ സന്തോഷങ്ങൾ, ഏതാനും മണിക്കൂറുകൾക്ക് മുൻപ് തണുപ്പ് അരിച്ചിറങ്ങുന്ന മുറിയിലെ ചൂടുള്ള പുതപ്പിനുള്ളിൽ ഒന്നായ നിമിഷങ്ങൾ..... അങ്ങനെ പലതും അവളുടെ ആഘോഷത്തിലേക്ക് കടന്നുവന്നു.

"ഭാര്യയെക്കുറിച്ച് ഓർത്തപ്പോൾ കുറ്റബോധം തോന്നുന്നുണ്ട് അല്ലേ?" പിന്നിലേക്ക് മാഞ്ഞുപോകുന്ന ദൃശ്യങ്ങളിൽനിന്നും കണ്ണുകൾ പിൻവലിച്ച് അവൾ എന്നെ നോക്കി. അത് സത്യമായിരുന്നു.

ഹോസ്റ്റലിനു മുന്നിൽ അവളെ ഇറക്കി തിരിച്ചു പോന്നപ്പോൾ ഞാൻ അവളോട് യാത്ര പറഞ്ഞില്ല. വണ്ടി മറയുന്നതുവരെ അവൾ എന്നെ നോക്കി നില്ക്കുന്നത് റിയർവ്യൂ മിററിൽക്കൂടി ഞാൻ കാണുന്നുണ്ടായിരുന്നു. ആരോടും നീതിപുലർത്താൻ പറ്റുന്നില്ല എന്ന ചിന്ത എന്നെ അലട്ടിക്കൊണ്ടിരുന്നു. സങ്കുചിതമായ എന്റെ മനസ്സിന്റെ ബലമില്ലാത്ത വക്കുകൾ വീണ്ടും വീണ്ടും ഇടിഞ്ഞു താണു.

ഓഫീസിൽ വച്ച് അവളെ കണ്ടുമുട്ടിയേക്കാവുന്ന എല്ലാ സാഹചര്യങ്ങളിൽ നിന്നും ഞാൻ വഴിമാറി നടക്കാൻ തുടങ്ങി. ലക്ഷ്യം നേടിക്കഴിഞ്ഞപ്പോൾ സദാചാരത്തിന്റെ മുഖംമൂടി അണിഞ്ഞ് ഞാനും മാന്യനാകാൻ ശ്രമിച്ചു. അവളെ നേരിടാനുള്ള ഭയമാണോ എന്റെ ഭാര്യയോടുള്ള സ്നേഹമാണോ ഇതിന് പിന്നിൽ എന്ന് മനസ്സിലാക്കാൻ പറ്റാത്ത അവസ്ഥ. ഓഫീസിലെ വ്യത്യസ്തയായ സ്ത്രീ കൂടുതൽ വ്യത്യസ്ത ആകുമ്പോൾ അതിന് പിന്നിലെ എന്റെ 'കോൺട്രിബ്യൂഷൻ' ചർച്ച ചെയ്യപ്പെടുമോ എന്ന പേടിയോടെയാണ് പിന്നീടുള്ള ദിവസങ്ങളിൽ ഞാൻ ഓഫീസിൽ എത്തിയത്.

പക്ഷേ, ഒരുനാൾ അപ്രതീക്ഷിതമായിവന്ന അവളുടെ ടെക്സ്റ്റ് മെസ്സേജ് എന്നെ കീഴ്മേൽ മറിക്കുന്നതായിരുന്നു. വിവാഹ ബന്ധം വേർപെടുത്തിയവൾ മറ്റൊരു വിവാഹം കഴിക്കാതെ തന്നെ... അമ്മയാകാൻ പോകുന്നു. കുട്ടിയുടെ പിതാവിനെ തേടി സദാചാരവാദികൾ വേട്ടയ്ക്കിറങ്ങും, അവൾ ഓഫീസിൽ സ്ഥിരമായി സംസാരിക്കുന്ന പുരുഷൻ

ഞാനാണ്. ഓഫീസിലെ മാന്യന്റെ പിന്നാമ്പുറങ്ങളിലെ അറപ്പുള വാക്കുന്ന കഥകൾ ആഘോഷിക്കുവാൻ തയ്യാറെടുക്കുന്ന സഹപ്രവർത്തകരെ പേടിയോടെ ഞാൻ തിരിച്ചറിഞ്ഞു. അവഹേളിക്കപ്പെടാൻ മനസ്സ് ഒരുക്കിയിട്ടെങ്കിലും യാഥാർത്ഥ്യത്തെക്കുറിച്ച് ചിന്തിച്ചപ്പോൾ നെഞ്ചിലെ പിടച്ചിൽ കൂടിവന്നു. നിമിഷനേരത്തേക്ക് നീണ്ടുനിന്ന വൈകാരികതയ്ക്ക് ഞാൻ പകരം കൊടുക്കുന്നത് എന്നന്നേക്കുമായുള്ള എന്റെ മനസ്സമാധാനമാണ്.

എന്നെ സംബന്ധിച്ചിടത്തോളം ഈ ഓഫീസിൽ അവളുടെ സാന്നിദ്ധ്യം എപ്പോൾ വേണമെങ്കിലും സംഭവിച്ചേക്കാവുന്ന ഒരു സ്ഫോടനമാണ്. എന്റെ കുടുംബം......അത് മാത്രമായിരുന്നു മനസ്സിൽ. മറ്റൊന്നും കാണാനുള്ള കാഴ്ച എന്റെ കണ്ണുകൾക്കില്ലായിരുന്നു. സ്വാസ്ഥ്യം കെടുത്തുന്ന ചിന്തകളെ അതിന്റെ മടയിൽ വച്ചുതന്നെ നശിപ്പിക്കണം. എന്റെ തീരുമാനങ്ങളുടെ ഉത്തരവാദിത്വം എനിക്ക് മാത്രമാണ്. അത് ഒരുപക്ഷേ, എന്റെ ബലഹീനത ആയിരിക്കും. അഭിമാനത്തിന് മുന്നിൽ വിലങ്ങുതടിയായി നില്ക്കുന്ന നീതിബോധത്തെ പ്രതിരോധിക്കേണ്ടത് എന്റെ നിലനില്പിന്റെ പ്രശ്നമായി മാറി. ആപത്ഘട്ടങ്ങളിൽ ഏതു ഭീരുവും കരുത്തനാകും എന്ന സാമാന്യ യുക്തിയിൽ ഞാൻ മുറുകെപ്പിടിച്ചു. വെറും പ്രഹസനത്തിനായി മാത്രം കൊണ്ടുനടക്കുന്ന എന്റെ മനസ്സാക്ഷിയെ ഇരുട്ടറയിലിട്ട് പൂട്ടിയ ശേഷം ഞാൻ നേരെ മായയുടെ മുന്നിൽ ചെന്ന് നിന്നു.

"വരൂ നമുക്കൊരു കോഫി കുടിക്കാം." അവൾക്ക് അത്ഭുതമായിരുന്നു. കോഫി ഹൗസിലെ ആളൊഴിഞ്ഞ ഒടുവിലത്തെ സീറ്റിൽ അഭിമുഖമായി ഞങ്ങളിരുന്നു.

പെട്ടെന്നുണ്ടായ എന്റെ മാറ്റത്തെക്കുറിച്ച് അവൾ വാചാലയായപ്പോൾ, ഞാൻ ചിന്തിച്ചത് അവളുടെ മരണത്തെക്കുറിച്ചായിരുന്നു. കഴിഞ്ഞ കുറെ നാളുകളായി മനസ്സിലിട്ട് സംസ്കരിച്ചെടുത്ത എന്റെ പദ്ധതി നടപ്പാക്കാനുള്ള അവസരത്തിന് വേണ്ടിയായിരുന്നു എന്റെ കോഫി ഹൗസ് നാടകം – 'വിഷം കൊടുത്ത് കൊല്ലുക.' ജീവന്റെ പരമാണുവിലേക്ക് സ്വച്ഛന്ദസഞ്ചാരം നടത്തുന്ന ജീവനഘാതം അവളുടെ കാപ്പിക്കപ്പിലേക്ക് പകരാനുള്ള സമയത്തിനായി ഞാൻ കാത്തിരുന്നു. കോഫിയുടെ ഹൃദ്യമായ ഗന്ധം, വെറുപ്പിന്റെ തരികളായി മനസ്സിലേക്ക് അരിച്ചിറങ്ങി. ആവി പറക്കുന്ന രണ്ടു കാപ്പിക്കപ്പുകൾക്കിരുപുറവും ഇരിക്കുമ്പോൾ ഞങ്ങൾ വിപരീത ധ്രുവങ്ങളിലേക്ക് സഞ്ചരിക്കുകയായിരുന്നു.

"നന്ദനറിയുമോ ഈ ലോകത്തെ ഏറ്റവും സന്തോഷവതിയാണ് ഞാനിപ്പോൾ" അവളുടെ സന്തോഷം എന്നെ പേടിപ്പെടുത്തുന്നതായിരുന്നു.

"ഈ കുട്ടിയുടെ പിതൃത്വത്തിന്റെ ചോദ്യങ്ങൾക്ക് നീ എന്ത് മറുപടിയാണ് കണ്ടു വച്ചിരിക്കുന്നത്?"

"ആരാണെന്ന് നിങ്ങൾക്ക് അറിഞ്ഞുകൂടേ.. പക്ഷേ, എന്റെ കുട്ടിക്ക് അച്ഛൻ വേണ്ട നന്ദൻ." ചിരിയിൽ പൊതിഞ്ഞ മറുപടി എന്റെ സമനില തെറ്റിച്ചു കളഞ്ഞു. പക്ഷേ, അപ്പോൾ ഒരു കാര്യം എനിക്ക് മനസ്സിലായി, ബീജം പകർന്ന് നല്കുന്ന ലാഘവത്തോടെ വിഷം പകർന്ന് നല്കാനാവില്ലെന്ന്. രണ്ടു പേരെ കൊല്ലാൻ തുനിഞ്ഞ തെറ്റിന്റെ വ്യാപ്തി എനിക്ക് മനസ്സിലായിരുന്നുവോ എന്ന് ഞാൻ സ്വയം ചോദിച്ചു.

ഞങ്ങൾ പിരിയുമ്പോൾ അവളുടെ മുഖത്ത് നോക്കാൻ എനിക്ക് കഴിഞ്ഞില്ല. സർക്കാർ അതിഥി മന്ദിരത്തിലെ നൂറ്റിപ്പതിമൂന്നാം നമ്പർ മുറിയിൽനിന്നും കോഫി ഹൗസിലെ ആളൊഴിഞ്ഞ കോണിലെ ഒറ്റപ്പെട്ട സീറ്റ് വരെയുള്ള യാത്രയിൽ ചെയ്തത് രണ്ടു തെറ്റുകളാണ് – ഒന്ന് വിജയിച്ചതും മറ്റൊന്ന് പരാജയപ്പെട്ടതും. ആദ്യത്തേതിന് പിന്നിൽ അവളുടെ സമ്മതവും രണ്ടാമത്തേതിൽ എന്റെ സ്വാർത്ഥതയും.

പിന്നീട് അവളെ ഞാൻ കണ്ടില്ല. ഓഫീസിനെ ഞാൻ വെറുത്തു. ഒളിക്കാനൊരിടം തേടി ഞാൻ അലഞ്ഞു. അവൾ ഒന്ന് വിളിച്ചിരുന്നെങ്കിൽ എന്ന് ഞാനാഗ്രഹിച്ചു, അതിനായി കാത്തിരുന്നു. പക്ഷേ, അതുണ്ടായില്ല. മനസ്സിന്റെ നിയന്ത്രണം നഷ്ടപ്പെട്ട ആ ഒരുനിമിഷം എന്റെ ജീവിതത്തിലേക്ക് കൂട്ടിക്കൊണ്ട് വന്ന പ്രതിസന്ധി...., അല്ലെങ്കിലും ഒരു നിമിഷം കൊണ്ടെടുത്ത തീരുമാനമാണല്ലോ എന്റെ ഓരോ തെറ്റിന് പിന്നിലും. രണ്ട് മാസം കഴിഞ്ഞാണ് അവൾ വിളിച്ചത്. അവസാനത്തെ വിളി എന്ന മുഖവുര കേട്ടപ്പോൾ ഹൃദയത്തിൽ ഒരു പിടച്ചിൽ തോന്നി.

"കുന്നിൻ മുകളിലെ ഏതെങ്കിലുമൊരു ബെഞ്ചിൽ ഞാനുണ്ടാകും നിങ്ങൾ വരണം." മഞ്ഞ് പരക്കുന്ന ഒരു വൈകുന്നേരം ആയിരുന്നു അത്. തണുത്ത പൈൻമരച്ചുവട്ടിലെ ഒരു ബെഞ്ചിൽ അവൾ ഇരിപ്പുണ്ട്.

''ഓ..... വന്നോ ഞാൻ വന്നിട്ട് കുറേ സമയമായി.'' അവൾ ഹൃദ്യമായി ചിരിച്ചു. ആ ചിരിയുടെ തീജ്ജ്വാലയ്ക്കരികിൽ കുറ്റവാളിയായി ഞാൻ നിന്നു.

"എന്തിനാണ് നന്ദൻ ലോങ് ലീവ് എടുത്തത്, എന്നെ ഭയന്നിട്ടാണോ?" മുഖത്തുനിന്നും ചിരി മാഞ്ഞിരുന്നില്ല.

"നിങ്ങൾക്ക് എന്നോടുള്ള സ്നേഹം ശരിക്കും ഞാൻ തിരിച്ചറിഞ്ഞത് അന്ന് കോഫി ഹൗസിൽ വച്ചായിരുന്നു. ഒരാൾക്ക് നിഗൂഢമായ ലക്ഷ്യവും പെരുമാറ്റത്തിൽ സംശയിക്കാവുന്ന ചലനങ്ങളും ഉണ്ടെങ്കിൽ അയാളുടെ മനസ്സ് നിഷ്പ്രയാസം ഒരു സ്ത്രീക്ക് വായിച്ചെടുക്കാം."

ലക്ഷ്യം നേടാൻ പുരുഷന്മാർ പല തന്ത്രങ്ങളും പ്രയോഗിക്കും, അത് കഴിഞ്ഞാൽ മറ്റൊരു തന്ത്രത്തിലൂടെ അവൻ രക്ഷപ്പെടുകയും, ആത്യന്തികമായി സ്ത്രീ തെറ്റുകാരിയാവുകയും ചെയ്യുക എന്നത് ഒരു സാമാന്യ ക്രമം മാത്രമാണെന്ന് പഴയ നൂറ്റിപ്പതിമൂന്നാം നമ്പർ മുറിയിൽ വച്ച് അവൾ പറഞ്ഞതിനെക്കുറിച്ചായിരുന്നു ഞാൻ അപ്പോൾ ചിന്തിച്ചത്.

"എല്ലാ അർത്ഥത്തിലും പരാജയപ്പെട്ട എന്നിലേക്ക് അപ്രതീക്ഷിത

മായി കടന്നുവന്ന സന്തോഷമാണിത്. എഴുപത് ദിവസങ്ങൾക്കപ്പുറം കോഫി ഹൗസിലെ ഒഴിഞ്ഞ മേശയ്ക്കരികിൽവച്ച് നിങ്ങൾ പകർന്ന് നല്കാൻ ശ്രമിച്ച സ്നേഹത്തിന്റെ നിമിഷങ്ങൾ.... അത് കണ്ടെത്തിയ നിമിഷം നിങ്ങളേക്കാൾ കൂടുതൽ ഞാൻ വെറുത്തത് എന്നെത്തന്നെ യായിരുന്നു നന്ദൻ." അവിടം മുതൽ അവൾക്ക് ശബ്ദമിടറി.

"നിങ്ങൾ എനിക്ക് മൂന്ന് സമ്മാനങ്ങളാണ് തന്നത്. ഒരു കുഞ്ഞും, മരണത്തിലേക്കുള്ള രണ്ട് എൻട്രിയും. നിങ്ങൾക്ക് തെറ്റിപ്പോയി നന്ദൻ എനിക്ക് നിങ്ങളോട് തോന്നുന്നത് പകയല്ല, സഹതാപം, ഒരു മനുഷ്യൻ ഇത്രമാത്രം അധഃപതിച്ചല്ലോ എന്ന സഹതാപം. പിന്നെ നിങ്ങളുടെ പേപി ടിച്ച കാമം ഏറ്റുവാങ്ങിയല്ലോ എന്ന കുറ്റബോധവും."

അവളുടെ വാക്കുകൾ മുറിഞ്ഞു. നെഞ്ചിൽ കുറുകി വന്ന വിങ്ങൽ അടക്കാൻ പാടുപെട്ട് അവൾ പിന്നിലേക്ക് ചാഞ്ഞു. അന്ന് ആദ്യമായി ട്ടാണ് ഞാൻ അവളുടെ മുഖം ഇത്ര വ്യക്തമായി കാണുന്നത്. ഇത്രയും സുന്ദരി ആയിരുന്നുവോ ഇവൾ. ഇതുവരെ കണ്ടതെല്ലാം മലിനമായ എന്റെ മനസ്സിന്റെ ഭ്രമങ്ങളായിരുന്നു. കണ്ടാലും മതിവരാത്ത ആ കണ്ണുകളിൽ ഒരു സമുദ്രം ആർത്തിരമ്പുന്നത് ഞാൻ കണ്ടു. അവൾക്ക് പകർന്നു നല്കാൻ ശ്രമിച്ചതിലും മാരകമായ വിഷം എന്റെ മനസ്സാ ണെന്ന് തിരിച്ചറിയാൻ ഈദിവസം വരെ കാത്തിരിക്കേണ്ടിവന്നു. മൗനത്തിന്റെ അവസാനം ഉണ്ടായേക്കാവുന്ന പൊട്ടിത്തെറി പ്രതീക്ഷിച്ച് അവളുടെ അരികിൽ ഞാൻ ഇരുന്നു.

"മരണം എനിക്കിപ്പോൾ ഒരാശ്വാസമാണ് എല്ലാ തോല്വികൾക്കും മേലുള്ള വലിയ വിജയം......" അവൾക്ക് വാക്കുകൾ നഷ്ടപ്പെട്ടു. നിറഞ്ഞ കണ്ണുകൾ കവിളിൽ കൂടി ഒഴുകിയിറങ്ങി.

"മായ....." പറയാൻ ഓർത്തു വച്ച വാക്കുകൾ എനിക്ക് നഷ്ടപ്പെട്ടു.

"മായ..... നിന്റെ ധൈര്യത്തിന് മേൽ എന്റെ സ്വാർത്ഥത വിജയി ക്കണമെന്ന് ചിന്തിച്ച ആ കറുത്ത നിമിഷത്തിൽ ചെയ്ത തെറ്റിന് ഞാൻ നിന്റെ മുന്നിൽ മുട്ടുകുത്തി നില്ക്കുകയാണ്, എന്ത് ശിക്ഷ വേണ മെങ്കിലും വിധിക്കാം." എന്റെ വാക്കുകൾ അവൾ ശ്രദ്ധിച്ചതേയില്ല.

അകലെ പച്ച കുന്നുകൾക്ക് മുകളിൽ മേഘം നിശ്ചലമായി നില് ക്കുന്നു. പകലിന്റെ നിറം മങ്ങിത്തുടങ്ങി. സിമന്റ് ബെഞ്ചുകളിൽ സായ ന്തനത്തിലെ സൗഹൃദങ്ങൾ കൂടി വന്നു. എനിക്ക് നേരെ എയ്ത് വിട്ട പരുഷമായ വാക്കുകൾക്കിടയിലും ഒളിപ്പിക്കാൻ ശ്രമിച്ച സ്നേഹം എന്റെ ഹൃദയത്തിലേക്ക് അഗ്നിയായി എരിഞ്ഞ് കയറി. അവൾ എഴുന്നേറ്റു. എണ്ണ വറ്റിയ ആ മുടിയിഴകളിൽക്കൂടി ഒരു ചെറു കാറ്റ് കടന്നു പോയി.

പൈൻമരങ്ങൾക്കപ്പുറം കാഴ്ചകൾ അവസാനിക്കുകയാണ്. അഗാ ധതയിലെ വൃക്ഷത്തലപ്പുകൾക്ക് മുകളിൽ വെളുത്ത പുകമഞ്ഞ് മാത്രം. ജീവന്റെ കുരുന്ന് വെളിച്ചം അവളുടെ ഉള്ളിൽക്കിടന്ന് പിടഞ്ഞു. ഹൃദയ ത്തിൽ കാത്തുവച്ച സങ്കല്പങ്ങൾ, മനസ്സിൽ ചിറകുവിരിച്ച പ്രതീക്ഷ

കൾ... എല്ലാം സന്ധ്യയുടെ മാറിലെ കോടമഞ്ഞിൽ അലിഞ്ഞു ചേർന്നു. മഞ്ഞിന്റെ നേർത്തപാളി വകഞ്ഞുമാറ്റി അവൾ നടന്നു. പൈൻമരങ്ങൾ പിന്നിട്ട് വീണ്ടും മുന്നോട്ട് നീങ്ങിയപ്പോൾ എന്റെ മനസ്സിൽ ഒരു ഭയം ഉട ലെടുത്തു-ഭൂമി അവിടെ അവസാനിക്കുകയാണ്. അതിനപ്പുറം കോട പുതച്ച അഗാധമായ ശൂന്യത. കാറ്റ് നിലച്ചപ്പോൾ കോടമഞ്ഞ് നിശ്ചല മായി. പിന്നെ അവളെ കാണാൻ കഴിഞ്ഞില്ല. ഒരു നിലവിളി പൂർത്തി യാകും മുൻപ് പൈൻ മരങ്ങൾക്കപ്പുറമുള്ള ശൂന്യതയിലേക്ക് അവൾ പറന്ന് താണു.

എരിഞ്ഞു തീരാത്ത കനലുകൾ

നിഗംബോധ്ഘട്ടിലെ എരിഞ്ഞു തീരാറായ ചിത നോക്കിയിരിക്കെ അവരുടെ കണ്ണുകൾ നേർത്തു വന്നു. യമുനയിലെ ചെറിയ നനവുള്ള കാറ്റ് അവരെ തഴുകി കടന്നു പോയി. മുന്നിൽ വലിയ ലക്ഷ്യമാണുള്ളത്. ദക്ഷിണഗംഗയുടെ തീരങ്ങളിൽനിന്ന് തുടങ്ങിയതാണീ യാത്ര. ഗോദാവരിയും, നർമ്മദയും കടന്ന് യമുനയുടെ തീരത്ത് എത്തിനില്ക്കുന്നു. ഇനി എങ്ങോട്ടാണ് പോകേണ്ടത് എന്ന് നിശ്ചയമില്ല എവിടെയാണ് തങ്ങൾ തേടുന്ന ഇടം, ഇനി അങ്ങനെ ഒരു ഇടമുണ്ടോ ഈ മണ്ണിൽ. കണ്ടെത്തുന്നതുവരെ യാത്രതുടർന്നേ മതിയാകൂ. റാണിയും, പത്മിനിയും വളരെ ആലോചിച്ചാണ് ആ തീരുമാനമെടുത്തത്, തങ്ങൾക്ക് സുരക്ഷിതമായ ഒരു ഇടം കണ്ടെത്തണം; കണ്ടെത്തുന്നതുവരെ യാത്ര തുടരുക. വംശം നിലനില്ക്കുവോളം അഭിമാനത്തിന് കവചം ഒരുക്കുന്ന അഗ്രയാന സങ്കേതം തേടിയുള്ള യാത്ര.

ഇരുട്ടുവീണ യമുനയുടെ തീരത്തുകൂടി അവർ യാത്ര തുടർന്നു. മുൻപേ നടന്നുപോയവരുടെ നിശ്വാസം ഇവിടെ എവിടെയോ തങ്ങി നില്ക്കുന്നുണ്ട്. അവരുടെ കാൽപ്പാടുകൾ പിന്തുടരാൻ പാടില്ല, കാരണം അവരൊക്കെ വീണ് പൊലിഞ്ഞ അഗ്നികുണ്ഡങ്ങൾ ഇപ്പോഴും കത്തിയാളുന്നുണ്ട്. നിഗംബോധ്ഘട്ടിൽനിന്നും ഹിമവാന്റെ കവാടംവരെയുള്ള യാത്രയിൽ ഇരുവരുടെയും ചിന്ത അതുമാത്രമായിരുന്നു. ഋഷികേശിലെ തണുത്ത വഴികൾ പിന്നിട്ട് യാത്ര അവസാനിച്ചത് എട്ട് നാഴികകൾക്കപ്പുറത്തുള്ള മഞ്ഞിന്റെ കൂടാരത്തിൽ. ഹിമത്തുള്ളികൾ കണ്ണീർക്കണങ്ങളായി ഒഴുകിയിറങ്ങുന്ന മഹാഘട്ടം. ബ്രഹ്മദേവന്റെ മാനസപുത്രൻ വസിഷ്ഠന്റെ തപോവനം–വസിഷ്ഠ ഗുഹ. ത്രേതായുഗത്തിൽ ഋതുപർണ്ണനും, ദ്വാപരത്തിൽ പാണ്ഡവരും, കലിയുഗത്തിൽ ശങ്കരാചാര്യരും തപം ചെയ്ത

ഹിമവാന്റെ മടിത്തട്ട്. മഞ്ഞുറഞ്ഞ ഗുഹാമുഖങ്ങളിൽ വിഭൂതി പൂത്ത മുഖങ്ങൾ കാണാം. ഗുഹാ കവാടം കടന്ന് അവർ നീങ്ങി, മുന്നിൽ മഞ്ഞിന്റെ മഹാപ്രപഞ്ചം. മുന്നോട്ടു പോകുന്തോറും ഭയത്തിന്റെ തണുത്ത കരങ്ങൾ അവരെ വരിഞ്ഞു മുറുക്കാൻ തുടങ്ങി. ഹിമ വെൺമ നേർത്തുവന്നു. ഭയം അവരുടെ ബോധമണ്ഡലത്തിൽ ഇരുൾ പരത്താൻ തുടങ്ങിയപ്പോൾ മുന്നിൽ നനുത്ത മഞ്ഞിൽ അണപൊട്ടി ഒഴുകി വരുന്ന പ്രകാശത്തിന്റെ കടൽ. നോക്കിനില്ക്കെ അവർ ആ കടലിൽ മുങ്ങിത്താണു......

"വരൂ നിങ്ങളെ കാത്തിരിക്കുകയായിരുന്നു ഇത്രയുംകാലം'"

ഉറവിടം ഏതെന്നറിയാത്ത ഗംഭീര ശബ്ദം ഗുഹയിൽ പ്രകമ്പനം കൊണ്ടു. മനസ്സും കാഴ്ചയും കൈവിട്ടുപോകുന്നു, ചിന്തകൾക്കും സങ്കല്പങ്ങൾക്കും മീതെ മറ്റാരോ അധികാരം സ്ഥാപിച്ചിരിക്കുന്നു. ആരോ തെളിച്ചു കൊണ്ടുപോകുന്ന മനസ്സ് ചെന്നു നിന്നത് മാലിനീ തീരത്തെ കാട്ടുമുറ്റത്ത് .

മേനക..... ഇന്ദ്രപദമോഹികളുടെ തപം മുടക്കുന്നതിന് ദേവേന്ദ്രന്റെ കൈയിലെ വജ്രായുധം. റാണിയുടെ മുഖം വികസിക്കുന്നതും പറയാൻ വെമ്പിനില്ക്കുന്ന വാക്കുകൾക്ക് വിലങ്ങു വീഴുന്നതും പത്മിനി അറിഞ്ഞു. പരസ്പരം ആശ്വസിപ്പിക്കാനാകാതെ അവരുടെ വാക്കുകൾ തൊണ്ടയിൽ കുരുങ്ങിക്കിടന്നു. വാക്കുകൾക്ക് പകരം പുറത്തേക്ക് വന്ന ദീർഘ നിശ്വാസത്തിനൊടുവിൽ അവർ തിരിച്ചറിഞ്ഞു, തങ്ങൾ നിശ്ശബ്ദരാക്കപ്പെട്ടു എന്ന്.

"നിങ്ങളുടെ ചിന്തകൾ എന്തൊക്കെയാണെന്ന് അറിയാം. ഭയപ്പെടേണ്ട നിങ്ങളുടെ കലങ്ങിമറിഞ്ഞ ചിന്തകൾക്ക് ഉത്തരമുണ്ട്, ഇത് കാലവും പ്രകൃതിയും സംഗമിക്കുന്ന പുരാവൃത്താധാരം." ഗുഹയുടെ വിദൂരതയിൽനിന്നും മന്ത്രോച്ചാരണം പോലെ ശബ്ദം വീണ്ടും പ്രതിദ്ധ്വനിച്ചു. ആയിരം ചോദ്യങ്ങളും സംശയങ്ങളും റാണിയുടെ മനസ്സിലേക്ക് തിരയടിച്ചു കയറിയെങ്കിലും ഒരു വാക്കുപോലും ഉരിയാടാനാകാതെ ചങ്ങലയ്ക്കിട്ട മനസ്സുമായി അവൾ വിറങ്ങലിച്ചിരുന്നു.

"ഏതു പെണ്ണാണ് ഏറ്റവും കൂടുതൽ പീഡിത ആയത് ശകുന്തളയോ, സീതയോ, പാഞ്ചാലിയോ അതോ കുന്തിയോ.......... ഏറ്റവും വലിയ ദുഃഖം ആരുടേതാണ്."

റാണിയുടെ മനസ്സിലെ ആദ്യത്തെ സംശയത്തിന് പ്രകൃതിയുടെ ഹൃത്തടത്തിൽ നിന്നോ കാലത്തിന്റെ ദീർഘ ദൃഷ്ടിയിൽ നിന്നോ മറുപടി ലഭിച്ചില്ല. ആദിമദ്ധ്യാന്തങ്ങളുടെ നിയന്താതാവായ കാലവും പ്രപഞ്ചത്തിന്റെ ഘടന നിർണ്ണയിക്കുന്ന പ്രകൃതിയും പുതിയ ചമല്ക്കാരങ്ങൾ തീർക്കുകയായിരുന്നു.

"കൃത മുതൽ കലിവരെയുള്ള ചതുർയുഗങ്ങളുടെ സൃഷ്ടിയാണ് സ്ത്രീ. ഇതിനിടയിൽ എത്രയോ പേർ വന്നു പോയിരിക്കുന്നു. കാലവും പ്രകൃതിയും എത്രയോ മാറിയിരിക്കുന്നു. പ്രപഞ്ചത്തിലെ ഓരോ ജീവനും ഓരോ നിയോഗമുണ്ട്, അതേ നിയോഗമാണ് നിങ്ങളെയും ഇവിടെയെത്തിച്ചത്", ഘനഗംഭീര ശബ്ദം വീണ്ടും മുഴങ്ങി.

“സഹനംകൊണ്ടും മരണംകൊണ്ടും പ്രതിസന്ധികളെ വെല്ലുവിളിച്ച് വിസ്മൃതിയിലാണ്ടു പോയവരിൽ ഏറെയും സ്ത്രീകളാണ്.” റാണിയുടെ ചിന്തകൾ പത്മിനിയിലേക്ക് പടർന്നു കയറി.

“പ്രകൃതിയും കാലവും കാല പുരുഷന്മാരും എന്നും പുരുഷനെ മാത്രം മഹത്ത്വവല്ക്കരിച്ചതിന്റെ യുക്തി കലിയുഗത്തിന്റെ മദ്ധ്യത്തിലും പിടികിട്ടാതെ കിടക്കുന്നു. അവളുടെ സഹനത്തിലും കണ്ണീരിനും മുകളിലാണ് അവന്റെ വിജയ സ്തംഭം നാട്ടുന്നത്. അവന്റെ തെറ്റിന് നേരെ കണ്ണടച്ചിട്ട് അതേ തെറ്റിൽ പങ്കാളിയായ അവളെ മാത്രം ശിക്ഷിക്കുന്ന ചരിത്രം ഭാരതഖണ്ഡത്തിൽ സുലഭമാണ്.”

“ഏറ്റവും വലിയ ദുഃഖം ആരുടേതാണ്?” റാണി ചോദ്യം ആവർത്തിച്ചു.

“ചോദ്യം സ്ത്രീകളെക്കുറിച്ചാകുമ്പോൾ ഉത്തരത്തിനും കണ്ണീരിന്റെ ചൂരുണ്ടാകുമല്ലോ. നിശ്ശബ്ദയാക്കപ്പെടുന്ന സ്ത്രീകുലത്തിന്റെ ചരിത്രത്തിന് വിശ്വസുന്ദരി അഹല്യയോളം പഴക്കമാണുള്ളത്. കപടവേഷധാരിയായ ഇന്ദ്രന്റെ കാമപൂർത്തീകരണത്തിന് ഇരയായ ഗൗതമ പത്നിയെ സ്വന്തം പതിപോലും മനസ്സിലാക്കാതിരുന്നത് ആരുടെ വിധിവിഹിതമായിരുന്നു. കാലത്തിന്റേയോ അതോ പ്രകൃതിയുടെയോ. എത്രയോ മഹായുഗങ്ങൾ ശിലയായി കഴിയേണ്ടിവന്നതിന് ഉത്തരവാദി അഹല്യ അല്ലെന്ന് പ്രപഞ്ചം മുഴുവനും അറിയാം. പക്ഷേ, കൂട്ടു പ്രതി പുരുഷനാണ് അത് ദേവനായാലും മനുഷ്യനായാലും. വാക്കുകളാകാൻ കഴിയാത്ത റാണിയുടെ വിങ്ങൽ ഉള്ളിൽ വീർപ്പുമുട്ടി ക്കിടന്നു. നിമിഷങ്ങൾക്ക് മുൻപുവരെ പ്രതിദ്ധ്വനിച്ചിരുന്ന മന്ത്രോച്ചാരണങ്ങൾ കേൾക്കാനില്ല. എങ്ങും നിശ്ശബ്ദത മാത്രം.

പത്മിനി സുഖമായുറങ്ങുന്നു, അവളുടെ ശിരസ്സ് മടിയിലേക്ക് കയറ്റി വച്ച് ഗിരിഗന്ധത്തിന്റെ മാറിൽ റാണി ചാഞ്ഞിരുന്നു. സ്നിഗ്ദ്ധമായ രോമകൂപങ്ങളിൽക്കൂടി തണുപ്പ് അരിച്ചു കയറുന്നു. മഞ്ഞു കടലിൽ എവിടെയോ കുന്തിരിക്കം പുകയുന്ന ഗന്ധം. കണ്ണുകൾക്ക് മുന്നിൽ ഇപ്പോൾ പ്രകാശത്തിന്റെ കാഴ്ചകളില്ല. ചിത്രങ്ങളും വർണ്ണങ്ങളും കണ്ണുകൾക്കുള്ളിൽ വജ്രമുനയിലെ പ്രകാശത്തുണ്ട് പോലെ തിളങ്ങി നില്ക്കുന്നു. കാഴ്ചയിലേക്ക് വീണ്ടും അർദ്ധനഗ്നയായ മേനകയുടെ രൂപം തെളിഞ്ഞു വന്നു.

“വിശ്വാമിത്രൻ എന്ന ഘോരതാപസിയുടെ മുന്നിൽ നടനം ചെയ്യുമ്പോൾ അവളുടെ മുഖത്ത് മാത്രമാണ് ശൃംഗാരം വിടർന്നത്, ഉള്ളിൽ പെയ്തിറങ്ങുന്ന തീമഴ ആരും കണ്ടില്ല. അയാൾ ചപലചിത്തനായതു കൊണ്ടുമാത്രം ശാപസംരക്ഷിതയായ മേനകയ്ക്ക് കാമാന്ധനായ മുനിക്ക് വഴങ്ങേണ്ടി വന്നു, തന്റെ മഹാരാജാവിനുവേണ്ടി. കാരണം അപ്സരസ്സുകൾ ദേവദാസികൾ കൂടിയാണല്ലോ. ഗർഭിണിയായ മേനക മാലിനീ നദിക്കരയിൽ പെൺകുഞ്ഞിന് ജന്മം നല്കി, ശകുന്തങ്ങളെ കാവൽ ഏല്പിച്ച് തിരികെ പോകുമ്പോൾ ആ മാതൃഹൃദയത്തിന്റെ വിങ്ങൽ ഒരു

പുരുഷനും കണ്ടില്ല. വംശപരമ്പരയുടെ ശാപം അവിടം കൊണ്ടും അവസാനിച്ചില്ല. ദേവലോകസന്നിഭമായ കണ്വാശ്രമത്തിൽ വളർന്ന മേനകാപുത്രിയെ ഗാന്ധർവ്വാചാരം ദുഷ്യന്തൻ വരിച്ചത് കാമവിവശതകൊണ്ട് മാത്രമാകുമ്പോൾ ആൺകോയ്മ അവിടെ പൂർത്തിയാവുകയാണ്. പരിവാരസമേതം തിരിച്ചെത്തി രാജകീയ ചിഹ്നങ്ങളോടെ കൊട്ടാരത്തിലേക്ക് ആനയിക്കുമെന്ന് വാഗ്ദത്തം ചെയ്ത് വിടപറഞ്ഞു പോയ ഹസ്തിനപുരാധിപനെ കാണാൻ സ്വപുത്രനുമായി കൊട്ടാരത്തിന്റെ പടിവാതിലിൽ കാത്തുനില്ക്കേണ്ടിവന്നു.

അബലയായ കന്യകയുടെമേൽ രാജാധികാരം പ്രയോഗിച്ച് കീഴ്പ്പെടുത്തി ഗർഭിണിയാക്കി ഉപേക്ഷിച്ചതുകൊണ്ട് മാത്രം തീരുന്നില്ല പുകൾപെറ്റ ക്ഷാത്രധർമ്മം. വിപ്ര – പണ്ഡിതരാൽ അലംകൃതമായ ദുഷ്യന്തസഭയിൽ വച്ച് വേശ്യ എന്നുവിളിച്ച് അപമാനിച്ചത് ശകുന്തളയെ മാത്രമല്ല, അവളുടെ മാതാവിനെക്കൂടിയായിരുന്നു. അധികാരത്തിന്റെ അഹന്ത നിരാലംബരായ സ്ത്രീകളുടെ ഗർഭപാത്രത്തിലേക്ക് ബീജമായി വർഷിച്ച് കാമപൂർത്തീകരണം നടത്തിയ പാരമ്പര്യം ഭാരതഖണ്ഡത്തിലെ പല യോദ്ധാക്കൾക്കുമുണ്ടല്ലോ, കാരണം അവർ പുരുഷന്മാരാണ്."

"അവൻ പുരുഷൻ ആയതുകൊണ്ട് മാത്രമല്ല അവൾ സ്ത്രീയായതുകൊണ്ട് കൂടിയാണ്"

ഗുഹയുടെ ഏതോ കോണിൽ നിന്നും വീണ്ടും ശബ്ദമുയർന്നു.

"സ്ത്രീയുടെയും പുരുഷന്റേയും സൃഷ്ടികൾ അങ്ങനെയാണ് രണ്ടും പൂരകമാകുന്ന നിയോഗമാണിത്. യുഗയുഗാന്തരങ്ങളായി സകല സൃഷ്ടികളിലും പ്രകടമാകുന്ന അവസ്ഥ"

"പുരുഷോവാ അഗ്നിർ നസ്യവ്യാത്താമേവ സ്മിത് പ്രാണോ ധൂമോ വാഗർ ചിശ്വക്ഷു രങ്ഗാരാ ശ്രോത്രം വിസ്ഫുലിംഗാസ്ത സ്മിന്നേ തസ്മിന്നഗ്നൌ ദേവ അന്നം ജൂഹ്വതി തസ്യാ ആഹൂത്യൈ രേത സംഭവതി"

"പുരുഷൻ തന്നെ അഗ്നിയാകുന്നു, അവന്റെ തുറന്നിരിക്കുന്ന മുഖം തന്നെ ഇന്ധനമാകുന്നു, നേത്രങ്ങൾ തീക്കട്ടയാകുന്നു, ശ്രോത്രങ്ങൾ സ്ഫുലിംഗങ്ങൾ ആകുന്നു, ഈ അഗ്നിയിൽ ദേവകൾ അന്നത്തെ ഹോമിക്കുന്നു, ഈ ആഹൂതിയിൽനിന്നും വീര്യം ഉണ്ടാകുന്നു...."

"യോഷാ വാ അഗ്നിർ തസ്യാ ഉപസ്ഥ ഏവ സമില്ലോമാ നീധൂമോ യോനിരർ ചിര്യദന്ത കരോതിരേ ങ്ഗാരാ അഭിനന്ദാ വിസ്ഫുലിംഗാസ്ത സ്മിന്നേ തസ്മിന്നഗ്നൌ ദേവ രേതോ ജൂഹ്വതി തസ്യാ ആഹൂത്യൈ പുരുഷ സംഭവതി ജീവതി യാവിജ്ജീവത്യഥ യദാമ്രിയതേ"

"സ്ത്രീ തന്നെ അഗ്നിയാകുന്നു, ഗുപ്തേന്ദ്രിയം അതിന്റെ ഇന്ധനമാകുന്നു, രോമം ധൂമമാകുന്നു, യോനി ജ്വാലയാകുന്നു, മൈഥുനവ്യാപാരം തീക്കട്ടയാകുന്നു, ആനന്ദം സ്ഫുലിംഗങ്ങളാകുന്നു, ഈ അഗ്നിയിൽ ദേവഗണം വീര്യത്തെ ഹോമിക്കുന്നു, ഈ ആഹൂതിയിൽനിന്നും പുരുഷൻ ഉത്ഭവിക്കുന്നു, അവൻ ജീവിക്കുന്നു, പ്രവർത്തിക്കുവാൻ കഴിയുന്നതുവരെ ജീവിക്കുകയും പിന്നെ മരിക്കുകയും ചെയ്യുന്നു...."

മഹാതാപസ്സികളും ബ്രഹ്മർഷിമാരും ഉദ്ഘോഷിച്ച പരമമായ സത്യം. സ്തോത്രങ്ങൾ തീക്കട്ടകളായി മഞ്ഞിൽ കിനിഞ്ഞിറങ്ങി കാലം ഒന്നു കൂടി ഓർമ്മിപ്പിച്ചു.

"സ്ത്രീയെ പലർക്കും നശിപ്പിക്കുവാനായേക്കും പക്ഷേ, അവളെ തോല്പിക്കുവാൻ സ്ത്രീക്ക് മാത്രമേ കഴിയൂ."

പുരുഷന്റെ ശക്തിയിൽ സ്ത്രീയുടെ ജീവിതം തകർന്നടിഞ്ഞിട്ടും കാലവും പ്രകൃതിയും പുരുഷന് മാത്രം കവചം തീർക്കുന്നതിന്റെ യുക്തി ചോദ്യംചെയ്യാൻ റാണി കൂട്ടുപിടിച്ചത് സീതയെ ആയിരുന്നു.

വാല്മീകിയുടെ പർണ്ണശാലയിൽ പരിത്യജിക്കപ്പെട്ട ജാനകി.

"ശൈവചാപം ഖണ്ഡിച്ച രാമന്റെ കായബലത്തിനുള്ള പ്രതിഫലം മാത്രമായിരുന്നുവോ അവൾ. സ്വന്തം പതി അല്ലാതെ മറ്റാരെയും മോഹിച്ചിട്ടില്ലാത്ത അയോദ്ധ്യയുടെ മഹാറാണി ചിത്രകൂടത്തിലും, ദണ്ഡകാരണ്യത്തിലും, പഞ്ചവടിയിലും, അശോകവനിയിലും മനോപീഡ ഏറ്റ് കഴിയാൻ കാരണക്കാരായവർ പുരുഷന്മാർ മാത്രമാണ്. പതിനാല് കൊല്ലം കാനനം താണ്ടി വന്നിട്ടും വീണ്ടും അതേ പാത വിധിച്ചത്, ഭർത്താവ് മഹാരാജസ്ഥാനത്ത് ഇരുന്നപ്പോഴല്ലേ? രാമനെ പിരിഞ്ഞതിൽപ്പിന്നെ മറ്റൊരു പുരുഷനെയും സ്മരിക്കുകകൂടി ചെയ്തിട്ടില്ല എന്ന് അവൾ കൈകൂപ്പി പറഞ്ഞതല്ലേ. സീതയെ പരിത്യജിച്ചത് അജ്ഞാതനായ രജകന്റെ പാഴ്വാക്ക് കേട്ട് ആയിരുന്നുവെങ്കിൽ രാജാവിന്റെ രാജ്യതന്ത്രജ്ഞതയല്ലേ തകർന്നുവീണത്. മനസ്സുകൊണ്ടും ശരീരം കൊണ്ടും സീത പരിശുദ്ധയാണെന്ന് സാക്ഷ്യം പറഞ്ഞത് അഗ്നിദേവനായിരുന്നു. ഭർതൃശോകത്താൽ വെന്തുരുകിയ മനസ്സോടെ നിസ്സഹായയായിനിന്ന ഭാരതഖണ്ഡത്തിലെ യവന നായികയെ കൈയൊഴിഞ്ഞ് രാമരാജ്യം സൃഷ്ടിക്കാൻ ശ്രമിച്ച ദാശരഥി, യുഗങ്ങൾക്കപ്പുറത്തും പാടിപ്പുകഴ്ത്തുന്ന രാമരാജ്യ ശില്പിയുടെ ദാർശനിക മുഖം മുൻകൂട്ടി കണ്ടിരിക്കണം. നിർദ്ദയനായ രാമന്റെ ചരിത്രം ആയിരുന്നില്ല പറയേണ്ടിയിരുന്നത്, ചതിക്കപ്പെട്ട സീതയുടെ ചരിത്രമായിരുന്നു."

"സീതാരാമൻമാർക്കൊപ്പം ലക്ഷ്മണനും വനവാസത്തിനു പുറപ്പെട്ടപ്പോൾ അയോദ്ധ്യയിലെ അന്തഃപുരത്തിന്റെ ഇടനാഴികളിൽ തട്ടിയുടഞ്ഞ ഊർമ്മിളയുടെ രോദനം ആരും കേട്ടില്ല. സ്വപത്നിയെ ആശ്വസിപ്പിക്കുവാനോ, എന്തിന് ഒന്ന് തിരിഞ്ഞു നോക്കുവാൻപോലും ലക്ഷ്മണൻ ദയ കാണിച്ചില്ല, കാരണം ഊർമ്മിളയും ഒരു പെണ്ണായിരുന്നു. സഹോദര സ്നേഹത്തിനു മുന്നിൽ ഭാര്യയോടുള്ള കടമ മറന്നുപോയ നിമിഷങ്ങൾ...." മറുപടി ലഭിക്കാതിരുന്നിട്ടും റാണിയുടെ മനസ്സ് കത്തിക്കൊണ്ടിരുന്നു.

"ഭീഷ്മർ തന്റെ പിതാവിന് കൊടുത്ത ഒരു വാക്കുകൊണ്ടല്ലേ കാശിരാജ പുത്രി അംബയ്ക്ക് തന്റെ ജീവിതം ഹോമിക്കേണ്ടി വന്നത്. ശല്യരാജന് സ്വയം സമർപ്പിതയായ അവളെ സഹോദരിമാർക്കൊപ്പം പിടിച്ചുകൊണ്ടുപോയത് പുകൾപെറ്റതെന്ന് ഭൂലോകം വാഴ്ത്തിപ്പാടിയ ഭീഷ്

മരാണ്. കന്യകയുടെ തപിക്കുന്ന ഹൃദയത്തിന്റെ സ്പന്ദനം കേൾക്കാത്തവൻ ക്ഷത്രിയനാണോ? ശാല്യേശന്റെ രാജസഭയിൽ അപമാനിതയായി നിന്ന അംബയുടെ കണ്ണുനീർ വിപ്രരോ, ദ്വിജൻമാരോ കണ്ടില്ല. കാരണം അവരെല്ലാം പുരുഷന്മാരായിരുന്നു. അംബികയും അംബാലികയും തങ്ങൾ ആഗ്രഹിക്കാത്ത പുരുഷന്മാരോടൊപ്പം കിടപ്പറ പങ്കിട്ട് അന്ധനും, ഷണ്ഡനും ജന്മം നല്കാൻ വിധിക്കപ്പെപ്പോൾ ജയിച്ചത് പുരുഷൻ മാത്രമാണ്. രതിയിൽ ഏർപ്പെടാൻവന്ന വിരൂപനെക്കണ്ട് കണ്ണുപൊത്തിയപ്പോൾ ലഭിച്ച വ്യാസശാപം......"

"ഭർത്താവ് അന്ധനായതുകൊണ്ടുമാത്രം ഭാര്യയുടെ കാഴ്ചകൾക്കു മുന്നിൽ കരിമ്പടം വലിച്ചിട്ടതിന് പിന്നിൽ ഗാന്ധാരി എന്ന കുലസ്ത്രീ മാത്രമായിരുന്നുവോ?"

"തനിക്ക് ലഭിക്കാത്ത ഒരു സുഖവും തന്റെ ഭാര്യക്കും വേണ്ട എന്ന പുരുഷന്റെ സ്വാർത്ഥത ആയിരുന്നില്ലേ അത്." "തന്റെ ഷണ്ഡത്വം ലോകം അറിയാതിരിക്കാൻ അന്യരെ കൊണ്ട് പുത്രസൃഷ്ടി നടത്തുവാൻ ഭാര്യയെ നിർബ്ബന്ധിപ്പിച്ച പാണ്ഡു മഹാരാജാവിന്റെ അപദാനങ്ങൾ വാഴ്ത്തുകയായിരുന്നില്ലേ കാലത്തിന്റെ കർത്തവ്യം, മൃഗശാപം പോലും...."

"അതിന്റെ പേരിൽ സ്വന്തം മക്കളുടെ വാക്ശരങ്ങൾക്കു മുന്നിലെ പൃഥയുടെ ആത്മരോദനം കൽഹൃദയങ്ങളിൽ തട്ടി പ്രകമ്പനം കൊള്ളുക മാത്രമാണ് ചെയ്തത്. അവിടെയും സൂര്യദേവൻ എന്ന പുരുഷന്റെ വൈശിഷ്ട്യമാണ് പ്രകീർത്തിക്കപ്പെട്ടത്. കൗമാരം പൂത്തുലഞ്ഞുനിന്ന താരുണ്യത്തിന്റെ ഏതോ നിമിഷം മനസ്സിൽ മൊട്ടിട്ട ഒരു കൗതുകത്തിന് സ്വന്തം സ്ത്രീത്വം ചവിട്ടി അരയ്ക്കപ്പെടാൻ വാതിൽ തുറന്ന് കൊടുത്തപ്പോൾ സൂര്യൻ തനി പുരുഷനായി. ഒടുവിൽ ഒരു ഉപദേശവും, ഗർഭിണി ആയാലും കുന്തി കന്യകയായി തുടരും പോലും..."

റാണിക്ക് സങ്കടം അടക്കാൻ കഴിഞ്ഞില്ല. ''മന്ത്രശക്തിയാൽ പ്രാണായാമം ചെയ്തു വരുത്തി വെറും കൈയോടെ മടക്കി അയക്കുന്നത് ഇന്ദ്രനടക്കം സകലരുടെയും മുന്നിൽ തന്നെ പരിഹാസ്യനാക്കും എന്ന സൂര്യന്റെ വാക്കുകൾ കാര്യസാദ്ധ്യത്തിനായുള്ള പൊള്ളയായ വാദം മാത്രമായിരുന്നില്ലേ. തന്റെ ഇംഗിതത്തിനു വഴങ്ങിയില്ലെങ്കിൽ പിതാവും, മഹർഷിയും, കുന്തിയും കൊടും നാശത്തിനു വിധേയമാകും എന്ന ഭീഷണിയല്ലേ കന്യകയായ കുന്തി സൂര്യരേതസ്സ് ഗർഭത്തിൽ ആവാഹിക്കാൻ കേളികളിൽ മുഴുകിയത്. ഇവിടെ ആരാണ് തെറ്റ് ചെയ്തത്, നൈമിഷിക വികാരത്തിന് അടിമപ്പെട്ട സൂര്യദേവന്റെ പരപീഡാരതി മാത്രമായിരുന്നില്ലേ അത്?"

ക്ഷോഭത്താൽ ഇടറി വീണ റാണി അപസ്മാര രോഗിയെപ്പോലെ പിടഞ്ഞു. ദീർഘമായ ഒരു ശ്വാസം എടുത്ത് അവൾ എഴുന്നേറ്റിരുന്നു. മനസ്സിലെ തിരമാലകൾ ആർത്തലയ്ക്കുകയാണ്.

ശരീരഘടനയിൽ സ്ത്രീകൾ ബലഹീനർ ആയതുകൊണ്ട് അവരെ ചപലകളായി ചിത്രീകരിക്കുന്നത് നീതിയാണോ. മഹാബലയായിരുന്ന

ഹിഡുംബിയെ സ്വന്തം നേട്ടത്തിനായി ഉപയോഗിച്ചശേഷം വലിച്ചെറിഞ്ഞത് ആയിരം മദയാനകൾക്ക് സമനായ ഭീമസേനൻ ആയിരുന്നില്ലേ. കൊടും കാട്ടിൽ അകപ്പെട്ട പാണ്ഡവർക്ക് ഹിഡുംബനിൽനിന്നും രക്ഷാമാർഗ്ഗം കാട്ടിയവളെ പാട്ടിലാക്കിയ ഭീമൻ വിധി നിയോഗത്തിന്റെ പേര് പറഞ്ഞ് പുത്രോല്പാദനം നടത്തി ഉപേക്ഷിച്ചു പോയപ്പോൾ ഒരു നോട്ടം കൊണ്ടുപോലും യാത്ര പറയാൻ ദയവ് കാട്ടിയില്ല. ഹിഡുംബിയുടെ തേങ്ങൽ ആരും കേട്ടതുമില്ല. ക്ഷത്രിയർക്ക് കാമബാന്ധവവും എത്ര വേണമെങ്കിലും ആകാമല്ലോ."

പാഞ്ചാല സഭയിലെ സ്വയംവരമണ്ഡപത്തിൽ അർജ്ജുനൻ വേട്ട ദ്രൗപതിക്ക് നാഴികകൾ ചെന്നപ്പോൾ നാലുപേർ കൂടി പതികളായി വന്ന് ചേർന്നത് കുന്തിയുടെ വെറും വാക്കിന്റെ പേരിൽ മാത്രമായിരുന്നുവോ. യുധിഷ്ഠിരന്റെ ഉള്ളിൽ ഉറങ്ങിക്കിടന്നിരുന്ന ഒരു പുരുഷമനസ്സിന്റെ ആർത്തി ആയിരുന്നില്ലേ സുന്ദരിയായ പാർഷതിയുടെ പങ്കുപറ്റാൻ അമ്മയുടെ വാക്കിന്റെ പേരിൽ ധർമ്മ ശാസ്ത്രത്തിന്റെ കെട്ടുകൾ അഴിച്ചത്."

"ധർമ്മപത്നിയെ പണയം വച്ച് ചൂതുകളിച്ച രാജാവിന് കാലം ചാർത്തിക്കൊടുത്ത പേരാണ് ധർമ്മപുത്രർ.... എവിടെയാണ് യുധിഷ്ഠിരൻ ധർമ്മം പുലർത്തിയത്. മാതാവിന്റെ വാക്കുകളെ തന്റെ മനോനില പോലെ വ്യാഖ്യാനിച്ച് ഒരു പെൺകുട്ടിയെ അഞ്ചുപേർ ചേർന്ന് പങ്കിട്ടെടുത്തപ്പോഴോ?, ദ്യുത സഭയിൽ അവൾ നഗ്നയാക്കപ്പെടുമ്പോഴും ഭൂലോകം കീഴടക്കാൻ പോന്നവരെന്ന് ഊറ്റം കൊണ്ട അഞ്ച് ഭർത്താക്കന്മാർ ഷണ്ഡന്മാരെപ്പോലെ തലകുനിച്ച് നിന്നപ്പോഴോ? അഞ്ചുപേർക്കും ഊഴം വെച്ച് പ്രാപിക്കാനുള്ള ഒരു പെണ്ണ് മാത്രമായിരുന്നില്ലേ പഞ്ചാലി."

"അടിമയാക്കപ്പെട്ട ഭർത്താവിന് സ്വതന്ത്രയായ ഭാര്യയെ പണയപ്പെടുത്താൻ കഴിയുമെന്ന വാദത്തിന്റെ പേരായിരുന്നില്ലേ ഋഷിപ്രോക്തമായ ധർമ്മം."

ഭാരതേതിഹാസത്തിലെ പ്രോജ്ജ്വലിതനായ ഭീഷ്മ പിതാമഹനാണ് പ്രഖ്യാപിച്ചത്, ഭാര്യ ഭർത്താവിന്റെ അടിമയാണെന്ന്. അന്തഃപുരത്തിലെ മഹാറാണിയും ചണ്ഡാളത്തെരുവിലെ വേശ്യയും പുരുഷന്റെ മുന്നിൽ വെറും പെണ്ണ് മാത്രമാണെന്ന് പ്രഖ്യാപിക്കുന്നിടത്താണ് ഭാരതഖണ്ഡത്തിലെ സ്ത്രീയുടെ മഹത്ത്വം വെളിവാകുന്നത്. എണ്ണിയാലൊടുങ്ങാത്ത പത്നിമാർ ഉള്ള രാജാവ് മഹാരാജാവും രാജർഷിയും ആകുമ്പോൾ ഒന്നിലധികം പതിമാർ ഉള്ള സ്ത്രീ പതിതയാണ്. വികൃതമായ സങ്കല്പങ്ങൾ ഇനിയുമുണ്ട് ഭാരതഭൂവിൽ.

"സതിയുടെ അഗ്നികുണ്ഡത്തിലേക്ക് വിധവയെ തള്ളിവിട്ടവരും, കീഴാളപ്പെണ്ണിന്റെ കിടപ്പറയിലേക്ക് പുരുഷന്റെ ആഢ്യത്വം കടന്നുവരുമ്പോൾ അടിമയെപ്പോലെ രംഗമൊഴിയുന്ന ഭർത്താവും, കാമത്തിന്റെ ഇരുട്ടിൽ ഭോഗിക്കാൻ വന്നവരുടെ കൂട്ടത്തിൽ പിതാവും സഹോദരനും ഉണ്ടായിരുന്നുവെന്ന് നെഞ്ചുപൊട്ടി പറഞ്ഞിട്ടും 'നീ പിഴച്ചവളാണ്' എന്ന് വിധിച്ച സ്മാർത്തം കഴിച്ച ഒരിക്കനും, നങ്ങേലിയുടെ മുല മുറിച്ച് വാങ്ങിയ

രാജസ്ഥാനവുമെല്ലാം ചെയ്തത് ഒരേ തെറ്റ് തന്നെയല്ലേ." ഭഗവാന്റെ മുന്നിലെ ഇടനിലക്കാരുടെ വെൺ മേടകളിൽ വീണുടയുന്ന പെൺ ശരീരങ്ങളുടെ പിടച്ചിൽ ഇപ്പോഴും കേൾക്കാം.

റാണിയുടെ കണ്ണുകളിലെ ഉറവ പൊട്ടി നിശ്ശബ്ദമായി ഒഴുകിക്കൊണ്ടിരുന്നു. മറുപടിയുടെ മന്ത്രോച്ചാരണങ്ങൾ എങ്ങും കേട്ടില്ല. പ്രതീക്ഷയുടെ അവസാനത്തെ തരിവെട്ടവും മാഞ്ഞുപോകുന്ന നിമിഷം മഞ്ഞിൻ കുമ്പാരത്തിലെ മഹാസങ്കല്പത്തിന് മുന്നിൽ റാണി മുട്ടുകുത്തി. എന്നിട്ട് ഉറക്കെ ചോദിച്ചു

"പിഞ്ചുകുഞ്ഞിന്റെ ഉടുപ്പിനടിയിലും സ്ത്രൈണതയുടെ ഗന്ധം തേടുന്ന പേപിടിച്ച കാമത്തിൽനിന്നും ഞാൻ എന്റെ കുഞ്ഞിനെ എങ്ങനെ രക്ഷിക്കും..."

ഇത്തവണ അവളുടെ ശബ്ദത്തിന്റെ ബന്ധനം അറ്റു വീണിരുന്നു. മഞ്ഞിൽ തുളഞ്ഞിറങ്ങിയ വാക്കുകൾക്ക് പക്ഷേ, മറുപടി ഉണ്ടായില്ല. ഗുഹയുടെ അറിയാക്കോണുകളിൽനിന്നും ഉയർന്നു കേട്ടിരുന്ന മന്ത്രോച്ചാരണങ്ങൾ നിലച്ചു പോയിരുന്നു. പ്രകാശത്തിന്റെ പ്രളയത്തോടൊപ്പം മുഴങ്ങിക്കേട്ട പ്രതിദ്ധ്വനി ഇപ്പോഴില്ല.

അടഞ്ഞുപോയ സ്മൃതിപഥത്തിലേക്ക് വെളിച്ചത്തിന്റെ നേർത്ത ചിന്തുകൾ വീണ്ടും കടന്നുവന്നപ്പോൾ പത്മിനി നിദ്ര വിട്ടുണർന്നു. മുന്നിൽ വർണ്ണങ്ങളുടെ പുതിയ തരംഗം... അവിടെ നടന്മാരും നടിമാരുമുണ്ട്, വേശ്യകളും ചൂതുകളിക്കാരും വാണിഭക്കാരുമുണ്ട്. തന്റെ മുന്നിൽ തെളിഞ്ഞു കത്തുന്ന പുതിയ മായാവെളിച്ചം പത്മിനിയെ അമ്പരപ്പിച്ചു. ഉഴറിത്തിമിർക്കുന്ന ആൾക്കൂട്ടത്തിനിടയിൽ അവൾ തന്റെ സ്ഥാനം തിരഞ്ഞു. മറ്റൊരാളിന്റെ സുരക്ഷയിലും വലുത് തന്റെ സന്തോഷം ആണെന്ന് അവൾ തിരിച്ചറിഞ്ഞു. പാതിവഴിയിൽ റാണിയെ ഉപേക്ഷിച്ച് മോഹിപ്പിക്കുന്ന ചലനങ്ങളിലേക്ക് പത്മിനി നടന്നുപോയി.

ഇപ്പോൾ റാണിക്ക് മുന്നിൽ ഗിരിശൃംഘം പൂർണ്ണ തേജസ്സോടെ ഉയർന്നുനിന്നു. മേഘങ്ങളിൽ വിലയം കൊള്ളുന്ന ഹിമശൈലശൃംഗം. കാലത്തിന്റെ ഓർമ്മപ്പെടുത്തൽ റാണിയുടെ മനസ്സിൽ ഒരു വിങ്ങലായി രൂപപ്പെട്ടപ്പോൾ തിരിഞ്ഞുനോക്കാതെ നടന്നുപോയ പത്മിനിയെ അവൾ ഓർത്തു. ചോദ്യങ്ങൾ ഒഴിഞ്ഞ് മനസ്സ് ശാന്തമായി.

യാത്ര പൂർത്തിയായതു പോലെ അവളുടെ ഹൃദയത്തിന്റെ വേഗത കുറഞ്ഞു. കാലവും പ്രകൃതിയും സംഗമിച്ച ഹിമവൽ ശൃംഗത്തിലെ ഗഹ്വരത്തിൽ റാണിയുടെ ഹൃദയതാളം മുറിഞ്ഞു വീണു.

"ഹിമശൈലത്തിൽനിന്നും വെള്ളി നാരുകൾ ഊർന്നിറങ്ങിക്കൊണ്ടിരുന്നു........ മടിത്തട്ടിലെ ഇന്ദ്രനീലിമയാർന്ന അമൃതവാഹിനി ദേവിയുടെ നീരാട്ടിനായി അലകളിളക്കി കാത്തുകിടന്നു......"

ഇരുൾ യാത്രകൾ അവസാനിക്കുന്നത്

ഗംഗയിൽനിന്നും ഒഴുകിയെത്തുന്ന കാറ്റിന് ധൂപത്തിന്റെ ഗന്ധമാണ്. മഹാ ആരതിക്ക് സമയമായി. മന്ത്രോച്ചാരണവും പ്രാർത്ഥനകളും ഉയർന്നു കേട്ടു. തീരങ്ങളിലെ തീനാളങ്ങൾ മാറിലേക്ക് ആവാഹിച്ച് ഒഴുകി അകലുന്നു. നദിയുടെ സ്നാനഘട്ടത്തിൽനിന്നും അവൻ ലക്ഷ്യത്തിലേക്ക് നടന്നു.

ഓവർക്കോട്ടിനുള്ളിലെ സ്റ്റോപ്പ് വാച്ചിന്റെ സ്പന്ദനത്തിനും മീതെ അവന്റെ ഹൃദയമിടിപ്പ് ഉയർന്നു.

വലം കൈയിൽ ഒതുക്കിപ്പിടിച്ചിരിക്കുന്ന മൊബൈൽ ഫോണിൽ ഒരു മൃദുസ്പർശം, അത്രയേ വേണ്ടൂ എല്ലാം അവസാനിക്കാൻ. ഈ കാണുന്ന ത്രസിക്കുന്ന നഗരഹൃദയം, നൂറുകണക്കിന് ജീവിതങ്ങൾ, വർണ്ണാഭമായ കാഴ്ചകൾ, സ്വപ്നങ്ങൾ, എല്ലാം ഇതാ തന്റെ ദയാവധത്തിനായി കാത്തുനില്ക്കുന്നു. ഓർത്തപ്പോൾ, അവന്റെ ഉള്ളിൽ ഒരു തരിപ്പ് പടർന്നു കയറി. ഷോപ്പിങ് മാളിന് മുന്നിലെ ചിൽഡ്രൻസ് പാർക്കിൽ കുട്ടികൾ കളിക്കുന്നുണ്ട്. അപ്പോൾ ഇത്താത്തയുടെ കുഞ്ഞിക്കണ്ണുള്ള ഐഷയെ ഓർമ്മ വന്നു. അവളെപ്പോലെ നിരവധി കുരുന്നുകൾ.... വേണ്ട ഇത്തരം ചിന്തകൾ ഒന്നും പാടില്ല. മനസ്സിനെ അടക്കി നിർത്തണം. ഇവിടെ ഐഷയോ ഇത്താത്തയോ ആരുമില്ല. ശത്രു... ശത്രു മാത്രം. അതേ ആകാൻ പാടുള്ളൂ. പ്രതിജ്ഞ മറന്നുള്ള ഒരു ചിന്തയും പാടില്ല.

തലയ്ക്കുള്ളിൽ കാട്ടുകടന്നൽ ഇരമ്പുന്നു. നെഞ്ചിനുള്ളിലെ പിടച്ചിൽ കൂടിവരികയാണ്. ഇത്തിരി വെള്ളം കിട്ടിയിരുന്നെങ്കിൽ.... പക്ഷേ, പാടില്ല, അവസാന തുള്ളി വെള്ളവും തന്നിട്ടാണ് തന്നെ കൂടുതുറന്നു വിട്ടിരിക്കുന്നത്. ഇനി മിഷൻ......, പിന്നെ എല്ലാം ശൂന്യം. പുൽത്തകിടിയിൽ നിന്നും പറന്നുയർന്ന വർണ്ണ ബലൂണുകളിൽ ഒന്ന് അവന്റെ മുന്നിൽ വന്നു വീണു. അതെടുത്ത് നിവർന്നപ്പോൾ പഞ്ഞിക്കെട്ടുകൾക്കിടയിലെ ഒരു

മാലാഖക്കുട്ടി മുന്നിൽ കൈ നീട്ടി നില്ക്കുന്നു. വെള്ളി ഫ്രോക്കും കിന്നരിവച്ച തൊപ്പിയുമായി ഒരു ചുവന്ന മാലാഖക്കുട്ടി. കഴിഞ്ഞ പെരുന്നാളിന് ഇതുപോലൊരു ഫ്രോക്ക് ഐഷയ്ക്ക് അയച്ചുകൊടുത്തിരുന്നു. വിതുമ്പിയ ചുണ്ടുകളുമായി മുന്നിൽ നില്ക്കുന്ന കുഞ്ഞു കൈകളിലേക്ക് അവൻ ബലൂൺ വച്ചു കൊടുത്തു. അവളുടെ നെറ്റിയിലേക്ക് പാറി വീണു കിടക്കുന്ന മുടിയിഴകൾ ഒതുക്കി വയ്ക്കാൻ വാത്സല്യത്തോടെ കൈ ഉയർത്തിയെങ്കിലും അവൾ പോയിക്കഴിഞ്ഞിരുന്നു. മനസ്സ് വഴുതിപ്പോകുന്നു, ഇവിടെയും തോറ്റു പോവുകയാണോ?.

"അല്ലാഹുവിന്റെ മാർഗ്ഗത്തിൽ ചെലവഴിക്കുക.... നിങ്ങളുടെ കൈകളാൽത്തന്നെ നിങ്ങളെ അപകടത്തിൽപ്പെടുത്തരുത്....., നന്മ ചെയ്യുക, തീർച്ചയായും നന്മ ചെയ്യുന്നവരെ അള്ളാഹു ഇഷ്ടപ്പെടുന്നു." എന്ന സൂക്തം ഓതിത്തന്ന ഉപ്പയുടെ മുഖം മുന്നിൽ....., നിനക്ക് വിധിച്ചിട്ടുണ്ടെങ്കിൽ അത് കിട്ടുകതന്നെ ചെയ്യും എന്ന് ഓർമ്മിപ്പിച്ചിരുന്ന ഉമ്മ......, സ്വന്തം കഴിവുകളെ തിരിച്ചറിയാൻ കഴിയുന്നിടത്താണ് നിന്റെ വിജയം എന്ന് ചിന്തിക്കാൻ പഠിപ്പിച്ച ഉണ്ണി സാർ... ഇവരോടൊന്നും തനിക്ക് നീതി പുലർത്താൻ പറ്റിയില്ല. ഉത്തരവാദിത്വങ്ങളിൽനിന്ന് ഒളിച്ചോടിയ ഭീരുവാണ് താൻ. സ്വന്തം ഭാവിയെപ്പറ്റി മാത്രം ചിന്തിച്ച് കടമകൾ മറന്ന സ്വാർത്ഥൻ. മാതാവിനോടും പിതാവിനോടും ഗുരുവിനോടും നെറികേട് കാണിച്ചവൻ. എല്ലാം അവസാനിക്കുന്നതിനു മുൻപ് ആ കാലുകളിൽ വീണ് മാപ്പിരക്കണമെന്നുണ്ടായിരുന്നു. പക്ഷേ, അവരെ നേരിടാൻ വയ്യ.

വാകമരങ്ങൾ അതിരിട്ടുനിന്ന കോളേജ് മുറ്റത്തുനിന്നും കുസുംപൂർ പഹാരിവരെ നീണ്ട യാത്ര തുടങ്ങിയത്, ഉണ്ണി സാറിന്റെ കാല്ക്കൽ മനസ്സുകൊണ്ട് മുട്ടുകുത്തിയിട്ടായിരുന്നു. ലൈബ്രറിയുടെ ഒഴിഞ്ഞ കോണിൽ പുസ്തകവുമായി ഒതുങ്ങിക്കൂടി ഇരുന്ന തന്റെ മുന്നിലേക്ക് യാദൃച്ഛികമായി കടന്നുവന്ന ആ വലിയ മനുഷ്യന്റെ സാന്നിദ്ധ്യം പിന്നീട് എത്ര തവണ താൻ അറിഞ്ഞു.

പന്നിയങ്കര ചന്തയിലെ ഒന്നിരാടം കച്ചവടക്കാരൻ ഹൈദ്രോസിന്റെ മകൻ കോളേജിൽ എത്തിയത് ചില ലക്ഷ്യങ്ങളോടെയായിരുന്നു. ജീവിതത്തെ വാർദ്ധക്യം കൊണ്ട് വെല്ലുവിളിച്ച ഉപ്പയുടെ നെഞ്ചുറപ്പായിരുന്നു അവന്റെ ദുഃഖം. ഉമ്മയും, വിവാഹത്തിന് മൂന്നാം മാസം വിധവയായ ലൈലയും, വിവാഹം സ്വപ്നം കണ്ടു കഴിയുന്ന ഫാത്തിമയും... ഇതൊക്കെയാണ് ലൈബ്രറിയുടെ ഒഴിഞ്ഞ കോണിൽ പുസ്തകം തുറന്നു വച്ച് ഇരിക്കുമ്പോഴും ഹൃദയത്തിൽ തീ കോരിയിടുന്ന ചിന്തകൾ. മനസ്സിലെ നീറുന്ന ചിന്തകൾക്കും കാരിപ്പറമ്പിലെ അകത്തളങ്ങളിൽ ഉയരുന്ന നെടുവീർപ്പുകൾക്കും പരിഹാരം കാണാൻ അവൻ പഠിച്ചു. അതിനൊക്കെ പ്രചോദനമായത് ഉണ്ണി സാറിന്റെ ഓർമ്മപ്പെടുത്തലുകളായിരുന്നു.

"നിന്റെ അംബിഷൻ... അത് മറക്കരുത്." പന്നിയങ്കര മാർക്കറ്റ് കവാടത്തിലെ പുളിമരച്ചുവട്ടിൽനിന്നുമാണ് നസീറിന്റെ പ്രതീക്ഷകൾക്ക് ജീവൻ വച്ച് തുടങ്ങിയത്.

കാരിപ്പറമ്പിൽ ഹൈദ്രോസിന്റെ ജീവിതം സന്തോഷവും അതിലേറെ പ്രാരാബ്ധങ്ങളും നിറഞ്ഞതായിരുന്നു. കെട്ടിച്ചയച്ചവളും, കെട്ടിക്കാനുള്ളവളും വീട്ടിൽത്തന്നെ നില്ക്കുമ്പോൾ, മക്കൾ എപ്പോഴും അടുത്തുണ്ട് എന്ന സന്തോഷത്തിനു മീതെ അവരുടെ ഉള്ളിൽ പിടഞ്ഞു മറിയുന്ന തേങ്ങൽ അയാളെ പൊള്ളിച്ചുകൊണ്ടിരുന്നു. താൻ മീൻ കുട്ട ചുമക്കുന്നത് തന്റെ മകൻ അത് ചുമക്കാതിരിക്കാൻകൂടി വേണ്ടിയാണെന്ന് അയാൾ അടുപ്പക്കാരോട് പറയാറുണ്ട്.

"ഓൻ പഠിപ്പ് കയിഞ്ഞിട്ട് ബർട്ട്. ന്നിട്ട് ബേണം നിക്കൊന്നു തണ്ടെല്ല് നീർക്കാൻ."

പഴയ വീടിന്റെ അകത്തളങ്ങളിൽ ഹൈദ്രോസ് സ്വപ്നങ്ങൾ നെയ്തിട്ടു. ബുദ്ധി വികസിക്കാൻ മകന് ദിവസവും മത്തി പൊള്ളിച്ച് കൊടുക്കുന്നത് മുതൽ വലിയ തങ്ങളുടെ ജാറത്തിൽ ദുആ ചെയ്യുന്നതുവരെയുള്ള "സാലകൾ" നസീറിനെ വീർപ്പുമുട്ടിച്ചു. ലൈബ്രറിയിലും കോളേജിന് പിന്നിലുള്ള പുഴവക്കിലും കൂടുതൽ സമയം ചെലവഴിക്കുമ്പോൾ ഉണ്ണി സാർ പറയും, നീ ഇത്ര ഇൻട്രോവർട്ട് ആകരുതെന്ന്. ഇത് അതൊന്നുമല്ല എന്ന് അവനല്ലേ അറിയൂ. ഉപ്പയാണ് അവന്റെ ദുഃഖം. മകന് വേണ്ടി ഓടിത്തളർന്നവൻ. വാർദ്ധക്യം എന്നത് വിശ്രമിക്കാനുള്ളതാണെന്ന് അറിയാത്ത മനുഷ്യൻ. പലതവണ പറഞ്ഞതാണ് ഓട്ടം അവസാനിപ്പിക്കുവാൻ. പഠനത്തിനൊപ്പം മറ്റു വല്ല പണിയും ചെയ്യാം. എന്ന് അവൻ പലതവണ പറഞ്ഞതുമാണ്.

"ആദ്യം പഠിപ്പ് കയിയട്ട് ന്നിട്ട് മതി ഉദ്യോഗം." ഇതിനിടയിലാണ് തന്റെ അംബിഷനെക്കുറിച്ച് ഉണ്ണി സാർ ഓർമ്മിപ്പിച്ചു കൊണ്ടിരിക്കുന്നത്.

"എക്സാം നല്ലതുപോലെ എഴുത് അതുകഴിഞ്ഞ് മറ്റു കാര്യങ്ങൾ തീരുമാനിക്കാം."

അന്നൊരു വെള്ളിയാഴ്ചയായിരുന്നു. കൃത്യമായി പറഞ്ഞാൽ അവസാനവർഷ പരീക്ഷ കഴിഞ്ഞതിന്റെ തൊട്ടടുത്ത ദിവസം. ഒരു മുന്നറിയിപ്പുമില്ലാതെയാണ് ഉണ്ണി സാർ വീട്ടിലേക്ക് കയറിവന്നത്. പരീക്ഷ കഴിഞ്ഞതിന്റെ ആലസ്യത്തിൽ കൂട്ടുകാരുമായി പള്ളിമുറ്റത്ത് സംസാരിച്ചു നില്ക്കുമ്പോഴാണ് സാറിന്റെ വിളി വന്നത്. വീട്ടിലെത്തുമ്പോൾ ഡോക്ടർ ഉണ്ണികൃഷ്ണൻ നമ്പൂതിരി മീൻമണമുള്ള ഉപ്പയുടെ ചാരുകസേരയിലിരുന്ന് കട്ടൻ ചായ കുടിക്കുകയായിരുന്നു. സിവിൽസർവ്വീസ് പരിശീലനവും, വലിയ ജോലിയും, ജീവിതത്തിലുണ്ടാകുന്ന മാറ്റവുമൊക്കെ ഉണ്ണിസാർ ലളിതമായി അവതരിപ്പിച്ചു. പക്ഷേ, ഉമ്മയ്ക്കും ഉപ്പയ്ക്കും പലതും മനസ്സിലായില്ല. ജീവിതത്തിൽ ഒരിക്കലും കേട്ടിട്ടില്ലാത്ത കാര്യങ്ങളാണ് സാർ പറഞ്ഞതെങ്കിലും ഒരു കാര്യം അവർക്ക് മനസ്സിലായി മകന്റെ ഭാവിയെക്കുറിച്ച് തങ്ങൾക്കില്ലാത്ത ശ്രദ്ധ അന്യനായ ഒരു മനുഷ്യനുണ്ടെന്ന്. ഒടുവിൽ ഉപ്പ പറഞ്ഞു നിർത്തി,

"എല്ലാം സാറിന്റെ ഇഷ്ടം."

നസീറിന്റെ മനസ്സിൽ ഉണ്ണി സാർ ഒരു അത്ഭുതമായി വളരുകയാ

യിരുന്നു. എന്ത് മുൻജന്മ ബന്ധമാണ് തങ്ങളെ ചേർത്ത് നിർത്തുന്നത്. പഠിക്കാൻ മിടുക്കനായ ഒരു വിദ്യാർത്ഥിയോട് അദ്ധ്യാപകന് തോന്നുന്ന വാത്സല്യമോ, അതോ ഇല്ലായ്മക്കാരനോട് തോന്നുന്ന സഹതാപമോ.

"എന്താ നീ ആലോചിക്കുന്നത്?"

ഉണ്ണിസാർ അവനെ തോണ്ടി വിളിച്ചു.

"നിനക്ക് പറ്റും ഒന്നോരണ്ടോ വർഷത്തെ പരിശീലനം പിന്നെ പണം.... കുറച്ചൊക്കെ ഞാനും സഹായിക്കാം." അതൊരു വലിയ വാക്കായിരുന്നു. ദുർബ്ബലമായ ചിന്തകളിൽ ഊർജ്ജം നിറയ്ക്കുന്ന ശക്തമായ ഉറപ്പ്. നസീറിന്റെ മനസ്സ് പക്ഷേ, കലങ്ങിത്തന്നെ കിടന്നു. നിലയില്ലാക്കയത്തിൽ നീന്തുന്ന ഉപ്പയുടെ ചുമലിലേക്ക് വീണ്ടും വീണ്ടും ഭാരം കയറ്റി വയ്ക്കാൻ അവന് കഴിയുമായിരുന്നില്ല.

"ന്റെ മോൻ ബഷ്മിക്കണ്ട രണ്ട് കൊല്ലം അത്രല്ലേയുള്ള്, നന്നായി പഠിക്ക്."

ഉപ്പയുടെ കണ്ണുകളിൽ അപ്പോൾ ദൈന്യതയ്ക്ക് പകരം വല്ലാത്തൊരു തിളക്കം കാണാമായിരുന്നു. മകന്റെ പഠിപ്പ് കഴിയുമ്പോഴേക്കും പന്നിയങ്കര മാർക്കറ്റിനോട് വിട പറയാനിരുന്ന ഹൈഡ്രോസിന്റെ സൈക്കിളിന് പിന്നിൽ വീണ്ടും മീൻ കുട്ടകൾ അഹങ്കാരത്തോടെ ഞെളിഞ്ഞിരുന്നു. ഫാത്തിമയ്ക്ക് ആലോചനയുമായി വന്ന കോയക്ക നിരാശയോടെ മടങ്ങിപ്പോയി.

"രണ്ടു വർഷം കയിയട്ട് ഓടാങ്ങള കളട്രായിട്ടേ ഇനി കെട്ടൊള്ള്."

നസീറിനെ യാത്രയാക്കാൻ ഉണ്ണിസാർ മാത്രമേ റെയിൽവേ സ്റ്റേഷനിലെത്തിയുള്ളു. ഉമ്മയും ഉപ്പയും വരേണ്ടെന്ന് അവൻ തന്നെയാണ് പറഞ്ഞത്.

"ഒറ്റ ലക്ഷ്യം. ബാക്കിയെല്ലാം തല്ക്കാലത്തേക്ക് മറക്കുക."

ട്രെയിൻ നീങ്ങുന്നതിന് മുൻപ് അവന്റെ കൈയിൽ ബലമായി പിടിച്ചുകൊണ്ട് ഉണ്ണി സാർ പറഞ്ഞു. കാഴ്ചകൾ പിന്നിലാക്കി തീവണ്ടി പാഞ്ഞു പോയി. പച്ചപ്പ് കണ്ണിൽനിന്നും മായുന്നതുവരെ അവൻ ജനലഴികളിൽ മുഖം ചേർത്തുവച്ചു. തീ ചാലിച്ച കാറ്റിന്റെ അലകൾ മുഖത്ത് ഉരഞ്ഞ് കടന്നുപോയിട്ടും അവന്റെ മനസ്സ് പന്നിയങ്കര മാർക്കറ്റിലും, ഒതുക്കുകല്ലുകൾ പൊളിഞ്ഞ ഓട് വീട്ടിലും, കോളേജിന് പിന്നിലെ പുഴയിറമ്പിലുമായി ചുറ്റിത്തിരിഞ്ഞു.

"നിങ്ങൾ നിഷ്ഠയോടെ നമസ്കരിക്കുക, സക്കാത്ത് നല്കുക, നിങ്ങൾ മുൻകൂട്ടി ചെയ്യുന്ന ഏതു നന്മയുടെയും സദ്ഫലം നിങ്ങൾക്ക് അല്ലാഹുവിങ്കൽ കണ്ടെത്താം, നിങ്ങൾ ചെയ്യുന്നതൊക്കെയും ഉറപ്പായും അല്ലാഹു കാണുന്നുണ്ട്."

അൽബഖറയിലെ നൂറ്റിപ്പത്താം സൂക്തം ദിവസവും ചൊല്ലുന്ന ഉമ്മയുടെ അതേ അല്ലാഹു ആയിരിക്കണം ട്രെയിനിൽ വച്ച് മുരുകനെ നസീറിന് പരിചയപ്പെടുത്തിക്കൊടുത്തത്. വസന്ത് വിഹാറിലെ സമ്പന്ന വീടുകളിൽ കാർ കഴുകിയും നായയെ കുളിപ്പിച്ചും ബാല്യകാലം പിന്നിട്ട മുരുകന്റെ ലോകം കുസുംപൂർ പഹാരി ആയിരുന്നു. മഹാനഗരത്തിലെ

മാലിന്യം മനുഷ്യജീവികളായി അടിഞ്ഞുകൂടുന്ന പുറം തെരുവ്. യാചകരും മോഷ്ടാക്കളും കൂലിക്കാരും അതിജീവനത്തിനായി പൊരുതുന്ന കറുത്തചേരി. ഇഷ്ടികയിൽ കുമ്മായം തേച്ച കുസുംപൂർ പഹാരിയിലെ രണ്ടുമുറി വീടിന്റെ മുകളിലുള്ള തകര ഷെഡ്ഡിൽ നസീർ താമസത്തിന് എത്തിയ ദിവസമാണ് മുരുകന്റെ മൂത്തമകൾ മീനാക്ഷി ഋതുമതിയായത്. ആ ദിവസം അന്യമതക്കാരൻ അതിഥിയായി എത്തുന്നത് ഐശ്വര്യം കൊണ്ടുവരുമെന്ന അവരുടെ വിശ്വാസം അവനെ സന്തോഷിപ്പിച്ചു. താൻ കാരണം ഒരു കുടുംബത്തിനെങ്കിലും ഐശ്വര്യം ലഭിക്കുമല്ലോ.

കനകക്കൻ നടത്തിയ മാസക്കുറി വീണ് ഇരുപത്തയ്യായിരം രൂപ ലഭിച്ചതായിരുന്നു അവരുടെ ആദ്യത്തെ ഐശ്വര്യം. പിന്നെയും ഭാഗ്യം പലരൂപത്തിലും കുസുംപൂർ പഹാരിയുടെ വൃത്തിയില്ലാത്ത വഴി കടന്നു വന്നുകൊണ്ടിരുന്നു. മുരുകൻ ആക്രിക്കച്ചവടം തുടങ്ങിയതും, പുതിയ ഉന്തുവണ്ടി വാങ്ങിയതും. അങ്ങനെ പലതും.

പകൽ കോച്ചിങ്ങും രാത്രികളിലെ ഹോംവർക്കുമായി നസീർ മുന്നോട്ടുപോയി. ഞെരുങ്ങിയ തകരക്കൂടിനുള്ളിൽ അസ്ഥി തുളയ്ക്കുന്ന തണുപ്പിന്റെയും വെന്തുരുകുന്ന ചൂടിന്റെയും വ്യത്യസ്ത അനുഭവങ്ങളുമായി ഒരു വർഷം പിന്നിട്ടപ്പോൾ അവൻ ഏറ്റവും കൂടുതൽ ബുദ്ധിമുട്ടിയത് പണത്തിന് ആയിരുന്നു. ഉണ്ണി സാറിന്റെ സഹായം അവന് ആശ്വാസത്തിനുപരി ധർമ്മസങ്കടമാണ് നല്കിയത്. പക്ഷേ, അൽബഖറയിലെ നൂറ്റിപ്പത്താം സൂക്തം വീണ്ടും അവന്റെ രക്ഷയ്ക്കെത്തി, ഗോവിന്ദ് സാബിന്റെ രൂപത്തിൽ. സാബിന്റെ പഞ്ചാബി ധാബയിൽ സഹായിയായി ചേർന്നപ്പോൾ ആദ്യമായി ജോലിക്ക് കയറിയവന്റെ ആഹ്ലാദമാണോ, സിവിൽ സർവ്വീസ് എന്ന സ്വപ്നമാണോ മുന്നിൽ നിന്നതെന്ന് അവന് തിരിച്ചറിയാൻ കഴിഞ്ഞില്ല. രാത്രി വൈകിയും തിരക്കൊഴിയാത്ത ധാബയിലെ അടുക്കളയിൽ ആലു പറാത്തയ്ക്ക് മാവ് കുഴയ്ക്കുന്ന “തെക്കൻ”, സിവിൽ സർവ്വീസിന് പഠിക്കുന്നവൻ ആണെന്നറിഞ്ഞപ്പോൾ ശമ്പളം നാനൂറിൽ നിന്ന് അഞ്ഞൂറ് ആക്കി ഉയർത്തി. സർദാർജിയുടെ വലിയ മനസ്സിന് നന്ദി പറയുമ്പോൾ അവന്റെ കൺകോണുകളിൽ നനവ് പടരുന്നത് അയാൾ കണ്ടുപിടിച്ചു.

“ക്യാ ഹെ ബേട്ടാ?”

“കുച്ച് നഹീ സാബ്.”

മഞ്ഞും മഴയും വേനലും മാറിമാറി വന്ന നിരവധി ഋതുക്കൾ അവൻ അറിയാതെ കടന്നു പോയി. ഒരു മാറ്റവുമില്ലാതെ ഉപ്പയുടെയും ഉണ്ണി സാറിന്റെയും ഉപദേശങ്ങൾ വന്നുകൊണ്ടിരുന്നു. ഇതിനിടയിൽ അവൻ നഷ്ടപ്പെടുത്തിയത് രണ്ട് അവസരങ്ങളാണ്.

“വലിയ വിഡ്ഢിത്തമാണ് നീ കാണിച്ചത്, അപ്ലൈ ചെയ്തിട്ട് പരീക്ഷ എഴുതാതിരുന്നത് ഭീരുത്വമാണ്” ഉണ്ണി സാർ ഇത്രത്തോളം പ്രകോപിതനായി അവൻ കണ്ടിട്ടില്ല. വലിയ പ്രതിസന്ധികളെ നേരിടാനുള്ള തന്റെ ഭയമാണ് അതിനു പിന്നിലെന്ന് തിരിച്ചറിഞ്ഞപ്പോഴേക്കും

രണ്ടു വർഷം നഷ്ടപ്പെട്ടിരുന്നു. ഒരുദിവസം ജന്തർമന്തറിൽ വെച്ച് അവിചാരിതമായാണ് അഭിലാഷിനെ കണ്ടത്. അവൻ ആണെന്ന് മനസ്സിലായപ്പോൾ കണ്ണിൽപ്പെടാതെ രക്ഷപ്പെടാൻ ശ്രമിച്ചെങ്കിലും അവൻ കണ്ടുപിടിച്ചു. പിടിക്കപ്പെട്ട കുറ്റവാളിയെപ്പോലെ മുഖം താഴ്ത്തി നസീർനിന്നു.

"നിന്റെ ഐഎഎസ് എവിടെ വരെയായി?"

'ഹോ എല്ലാവരും അറിഞ്ഞിരിക്കുന്നു'... എന്തു പറയണമെന്നറിയാതെ അവൻ പരുങ്ങി.

"എനിക്ക് സെക്രട്ടേറിയറ്റിൽ ജോലിയായി, ഇപ്പോൾ കേരള ഹൗസിലാ... ഇന്നലെ ജോയിൻ ചെയ്തു." പിന്നെയും അവൻ എന്തൊക്കെയോ പറഞ്ഞുകൊണ്ടിരുന്നു. കൂടെ പഠിച്ചവരെക്കുറിച്ചും, ജോലി കിട്ടിയവരെക്കുറിച്ചുമൊക്കെ. നസീർ നിശ്ശബ്ദം കേട്ടു നിന്നു.

"നീ വല്ലാതെ മാറിപ്പോയിരിക്കുന്നു രൂപത്തിലും ഭാവത്തിലും. എവിടെയാ നിന്റെ താമസം?"

ഏതോ ദിക്കിലേക്ക് അവൻ വിരൽ ചൂണ്ടി എന്നിട്ട് പറഞ്ഞു

"അതിനപ്പുറത്ത് "

ധാബയിലെ ചുട്ടുപഴുത്ത ഇരുമ്പ് കല്ലിനു മുകളിൽ എണ്ണയും വെള്ളവും കലർന്ന മിശ്രിതം പൊട്ടിച്ചിതറുമ്പോൾ അവന്റെ കണ്ണുകളിലെ നനവ് വല്ലാതെ കൂടുന്നുണ്ടായിരുന്നു. പ്രേമിക്കാൻ വേണ്ടി മാത്രം കോളേജിൽ വന്നിരുന്ന അഭിലാഷ് ഇന്ന് സെക്രട്ടേറിയേറ്റ് ഉദ്യോഗസ്ഥൻ. നൗഷാദും, അനിലും, സുമയും എല്ലാം സർവ്വീസിൽ കയറിക്കഴിഞ്ഞു. കോളേജിലെ ദ മോസ്റ്റ് പ്രോമിസിങ് സ്റ്റുഡന്റ് ഇപ്പോഴും ഡൽഹിയിലെ ഇരുട്ടിൽ തപ്പിത്തടയുന്നു. നിറംമങ്ങിയ കവിളിൽ കൂടി ഉരുണ്ടുവന്ന കണ്ണീർ ഇരുമ്പ് കല്ലിൽ വീണു ചിതറി.

മൂന്നാം തവണ പ്രിലിമിനറി കടന്നപ്പോൾ അവന് വലിയ ആത്മവിശ്വാസമായിരുന്നു. പണ്ട് എവിടെയോ കൈമോശം വന്ന നിശ്ചയദാർഢ്യം തിരികെ പിടിച്ചവന്റെ ഉന്മാദം. കാരിപ്പറമ്പിൽ ഹൈദ്രോസിന്റെ മകനു മുന്നിൽ കീഴടങ്ങാവുന്നതേയുള്ളൂ ഇന്ത്യൻ ഭരണ സർവ്വീസ് എന്നത് ശക്തമായ ഒരു ഉൾവിളിയായിരുന്നു. നാലാംതവണ പ്രിലിമിനറിയും ഫൈനലും കടന്നു ഇന്റർവ്യൂവിന് മുന്നിൽ തോറ്റു മടങ്ങുന്നതുവരെ അതേ ഉന്മാദാവസ്ഥയിൽ ആയിരുന്നു അവൻ.

നേട്ടങ്ങൾ എത്തിപ്പിടിക്കാനുള്ള കഴിവില്ലായ്മയാണ് പരാജയം. പരാജയങ്ങളിൽ നിന്നും പാഠം പഠിക്കാത്ത വിഡ്ഢിയാണ് താൻ എന്ന ചിന്ത അവനെ വേട്ടയാടുമ്പോൾ, കുസുംപൂർ പഹാരിയിലെ മുഷിഞ്ഞ ജീവിതത്തിലേക്ക് അവൻ കണ്ണോടിക്കും. ഓടിയോടി തളർന്നു വീഴുമ്പോൾ കിതപ്പ് മാറ്റി വീണ്ടും ഓടുന്നവർക്ക് എന്തു വിജയം, എന്തു പരാജയം. അവർക്കു മുന്നിൽ ഒന്നു മാത്രമേയുള്ളൂ നാലു ചുവരുകളും ഒരു മേല്ക്കൂരയുമുള്ള ജീവിതം.

കുസുംപൂർ പഹാരിയിൽ ഇപ്പോൾ വെള്ളിവെളിച്ചമാണ്. പഴയ ബൾബുകൾ എൽ ഇ ഡിക്ക് വഴിമാറി. വൃക്ഷത്തലപ്പുകളിലും, പന്നികൾ

പുളയ്ക്കുന്ന അഴുക്കുചാലുകളിലും എൽ ഇ ഡിയുടെ പാൽവെളിച്ചം ചിതറിക്കിടന്നു. ഷാഹി മസ്ജിദിൽ ബാങ്ക് വിളി കേൾക്കുമ്പോൾ അവൻ വീടിനെക്കുറിച്ചോർക്കും. ഉപ്പയുടെയും ഐഷയുടെയും മുഖങ്ങൾ കൺ മുന്നിൽ സുഖമുള്ള നൊമ്പരമായി തെളിഞ്ഞുനില്ക്കും. ഉറ്റവരുടെ മുഖങ്ങൾ മനസ്സിൽ മാറാല കെട്ടിക്കിടക്കുകയാണ്. കാണാനാഗ്രഹിക്കുന്ന രൂപങ്ങൾക്കായി കണ്ണുകൾ വാശിപിടിക്കുമ്പോൾ തോല്വി നല്കിയ ദുഃഖം അതിനെ ശാസിച്ച് അടക്കിനിർത്തും.

ഓരോ സമയത്തും കുസുംപൂർ പഹാരിക്ക് ഓരോ സൗന്ദര്യമാണ്. നരച്ച കറുപ്പിൽ മഞ്ഞ് ഉതിർന്നു വീഴുന്നതും, ഗ്രീഷ്മത്തിലെ പൊടിക്കാറ്റിൽ വെയിൽ തിളയ്ക്കുന്നതും അനുഭവിച്ചു കടന്നുപോയ അഞ്ചു വർഷങ്ങൾ. ഇത് നസീറിന്റെ അവസാന അവസരമാണ്. ഇത് കടന്നില്ലെങ്കിൽ പിന്നീട് ഒരിക്കലും ഉണ്ടാകില്ല എന്ന ചിന്ത അവനെ നോവിച്ചു കൊണ്ടിരുന്നു. അവസാന വാതിലിന് മുന്നിൽ കാത്തുനില്ക്കുമ്പോൾ ഉന്മാദമില്ല, നിശ്ചയദാർഢ്യമില്ല, തോല്വിയിലും തളരാത്ത മനസ്സുമില്ല. ഭീതി.. ഭീതി മാത്രമാണിപ്പോൾ. പിന്നിട്ട നാലു വർഷങ്ങളുടെ അനുഭവങ്ങൾ മുന്നിൽ ചോദ്യങ്ങളായി നില്ക്കുന്നു. അഞ്ചാമൂഴം തനിക്ക് അഗ്നിപരീക്ഷയാണ്. ജീവിതത്തിന്റെ ദിശ തെളിയുന്ന ഇരുട്ടുമൂടിയ നാല്ക്കവല. ചിന്തകളുടെ ഭാരം അവനെ തളർത്തുമ്പോൾ ഉമ്മയെ ഓർക്കും. 'യൂനുസിലെ' ഇരുപത്തഞ്ചാം വാക്യം ഉരുവിടും

"അല്ലാഹു സമാധാനത്തിന്റെ ഭവനത്തിലേക്ക് ക്ഷണിക്കുന്നു, അവൻ ഇച്ഛിക്കുന്നവരെ അവൻ നേർവഴിയിൽ നയിക്കുന്നു...." "പിന്നെ എന്റെ മോൻ ബഷ്മിക്കണ്ട" എന്ന സാന്ത്വനവും.

അഞ്ചാമത്തെ പ്രിലിമിനറി കഴിഞ്ഞപ്പോൾത്തന്നെ, ഇതു തന്റെ അവസാന അറ്റംപ്റ്റ് ആണെന്ന് അവൻ ഉണ്ണി സാറിനോട് പറഞ്ഞു.

"ഡോണ്ട് വറി നസീർ ഇത് നിന്റെ അവസരമാണ്", എന്ന ഉറച്ച വാക്കാണ് തന്റെ ആശ്വാസം. ജീവിതത്തിലെ നിർണ്ണായകമായ ദിനത്തോട് അടുക്കുന്തോറും അവന്റെ ശക്തി ക്ഷയിച്ചുകൊണ്ടിരിക്കുന്നു.

നാളത്തെ ദിവസം എങ്ങനെ താൻ അതിജീവിക്കും, കഴിഞ്ഞ അഞ്ചു വർഷങ്ങളിൽ താൻ പിന്നിട്ട വഴി എങ്ങോട്ടാണ് തിരിയുന്നതെന്ന് ഈ രാത്രി വെളുക്കുമ്പോൾ അറിയാം. ചൗപാൽ മാർഗ്ഗിൽ പച്ചയും ചുവപ്പും, മഞ്ഞയും ലൈറ്റുകൾ മാറി മാറി മിന്നുന്നത് നോക്കി അവൻ ഇരുന്നു.

നാളെ സൂര്യനുദിക്കുമ്പോൾ തന്റെ ജീവിതത്തിൽ എന്ത് വെളിച്ചം ആയിരിക്കും വീഴുക, പച്ചയോ അതോ ചുവപ്പോ. രാത്രിക്കാറ്റിന് അന്ന് പതിവിലും അധികം ചൂടുണ്ടായിരുന്നു. വസന്ത് വിഹാറിലെ ഏതോ അടുക്കളയിൽ നെയ്യിൽ മാംസം വറുക്കുന്ന മണം അവിടെ ഒഴുകി നടന്നു.

ഡൽഹിയിലെ ഈ ചേരിയിൽ ജീവിതത്തിലെ ഏറ്റവും വലിയ സ്വപ്നം നേടിയെടുക്കുവാൻ വന്ന ദിവസം അവൻ വെറുതെ ഓർത്തു. വലിയ സ്വപ്നങ്ങളും പ്രതീക്ഷകളും ഇല്ലാത്തവരുടെ ഇടയിലേക്ക് ബലമില്ലാത്ത മനസ്സുമായി ജീവിതം വാർത്തെടുക്കാൻവന്ന താൻ കൂടുതൽ

ദുർബ്ബലനാവുകയാണോ.

അടുത്ത ദിവസം അവൻ വളരെ വൈകിയാണ് ഉണർന്നത്. ഉണർന്നതല്ല, കൂടെ പഠിക്കുന്ന ശങ്കർ മുത്തുനായകം, തകര വാതിലിൽ തട്ടി ഉണർത്തിയതാണവനെ. ഒരു സ്വപ്നത്തിൽനിന്നെന്നവണ്ണം അവൻ ഞെട്ടിപ്പിടഞ്ഞെഴുന്നേറ്റു.

"യു ആർ നോട്ട് ഇൻ ദ ലിസ്റ്റ്...." ഒരു മുഖവുരയും ഇല്ലാതെ പറഞ്ഞിട്ട് ശങ്കർ പടിയിറങ്ങിപ്പോയി. നസീറിന്റെ മുഖത്ത് ഒരു ഭാവമാറ്റവും ഉണ്ടായില്ല. അവൻ തകര വാതിലിൽ മുറുകെ പിടിച്ചു നിന്നു. പിടുത്തത്തിന്റെ ബലം മുറുകി, കൈപ്പത്തിക്കുള്ളിൽ തകര ഷീറ്റ് വിറകൊണ്ടപ്പോൾ സിമന്റ് തറയിൽ ചോരപ്പൂക്കൾ ചിതറിവീണു.

"അണ്ണാ ഉങ്കളെ അപ്പ വിളിക്കറ്ത്. "

മീനാക്ഷി താഴെ നിന്ന് വിളിച്ചു. മുരുകണ്ണൻ ഇന്ന് ലോഡ് കൊണ്ടുപോകുന്നുണ്ട് കൂടെ ചെല്ലാമെന്ന് ഒരാഴ്ച മുൻപേ സമ്മതിച്ചതാണ്.

"മീനാക്ഷി കൊഞ്ചം തണ്ണി താ അമ്മാ..."

നീല പുതച്ച ആകാശത്ത് ഒഴുകിനടക്കുന്ന വെളുത്ത മേഘങ്ങളെ നോക്കി നില്ക്കുകയാണ് അവൾ. വെള്ളവുമായി മീനാക്ഷികോണി കയറി വന്നപ്പോൾ നസീർ വീണു കിടക്കുകയായിരുന്നു.

"അയ്യയ്യോ.....എന്നണ്ണ കൈ മുറിഞ്ഞിറിക്ക്റത്, അപ്പാ..."

അവൾ നിലവിളിച്ചുകൊണ്ട് താഴേക്ക് ഓടി. ഉടുമുണ്ടിന്റെ കോന്തല വലിച്ചുകീറി മുറിവ് കെട്ടുമ്പോൾ മുരുകൻ നസീറിന്റെ മുഖത്തേക്ക് നോക്കി. കരയാൻ വിതുമ്പി നില്ക്കുന്ന കണ്ണുകൾ.

"എന്ന തമ്പി ശൊല്ല്?"

ആരുടെയും മുന്നിൽ മനസ്സ് തുറക്കാൻ അവൻ ഒരുക്കമായിരുന്നില്ല.

"നീ കൊഞ്ചം തൂങ്ക്, അതുക്കപ്പുറം പേശാം."

കയറ്റിവച്ചിരിക്കുന്ന ലോഡ് എത്തിച്ചിട്ട് ഉടൻ വരാമെന്ന് പറഞ്ഞ് മുരുകൻ പോയി.

സിവിൽസർവ്വീസ് മാത്രമല്ല ജീവിതം. താഴെ ഉന്തുവണ്ടിയിൽ അടുക്കി വച്ചിരിക്കുന്ന തുരുമ്പെടുത്ത തകരവും, പൊട്ടിയ കുപ്പികളും, പഴകിയ തുണിയുമെല്ലാം ജീവിതത്തിന്റെ അടയാളങ്ങളാണ്. തനിക്ക് ഒന്നും സംഭവിച്ചിട്ടില്ലെന്ന് മനസ്സിനെ പഠിപ്പിക്കുവാൻ അവൻ ശ്രമിച്ചു. ചൂടും അഴുക്കും കുഴഞ്ഞു കിടന്ന തറയിലേക്ക് അവൻ കിടന്നു. മുകളിൽ സൂര്യൻ കത്തിയാളുന്നു. കൺകോണുകളിൽനിന്നും ഒഴുകിയിറങ്ങുന്ന സങ്കടം തന്റെ പരാജയം കൊണ്ടുമാത്രമല്ല, അഞ്ച് വർഷങ്ങൾക്കിപ്പുറം ഒന്നും നേടാത്തവന്റെ കുറ്റബോധം കൂടിയാണ്. ഐ എ എസുകാരനായി മടങ്ങിയെത്തുന്ന മകനെ സ്വീകരിക്കാൻ ഉപ്പ നടത്തുന്ന ഒരുക്കങ്ങളുടെ കലമ്പൽ തനിക്ക് കേൾക്കാം. എവിടെയാണ് പിഴച്ചത്, ഹൃദയം നുറുങ്ങുന്ന വേദന, നെഞ്ചിനുള്ളിൽ കരിങ്കല്ല് ഇരിക്കുന്നു, അത് മുകളിലേക്ക് കയറുകയാണ്, കൺമുന്നിലെ കാഴ്ചകൾക്ക് മങ്ങൽതട്ടുന്നു... പിന്നെ ഇരുട്ടു മാത്രം.

ഉണ്ണി സാർ വിളിച്ചുകൊണ്ടിരുന്നു, പലതവണ, ദിവസങ്ങളോളം. അവൻ ഒരിക്കൽപോലും ആ വിളി കേട്ടില്ല. എന്തു മറുപടിയാണ് താൻ പറയേണ്ടത്, ജീവിതത്തിലും പഠനത്തിലും തോറ്റുപോയ കഥയോ, ചുട്ടു പൊള്ളിക്കുന്ന ആ സാന്ത്വനവാക്കുകൾ കേൾക്കാൻ താൻ യോഗ്യനല്ല. അതിനുള്ള ധൈര്യവും ഇല്ല. ബന്ധങ്ങളെ കൂട്ടിമുട്ടിക്കുന്ന എല്ലാ സങ്കേതങ്ങളിൽനിന്നും മോചനം വേണം, 'നന്ദികേടിന്റെ പര്യായമാണ് കാരിപ്പറമ്പിൽ ഹൈദ്രോസിന്റെ മകൻ നസീർ' എന്ന തന്റെ പ്രിയപ്പെട്ട അദ്ധ്യാപകന് ഒരു ടെക്സ്റ്റ് മെസ്സേജ് അയച്ചിട്ട് അവൻ തന്റെ മൊബൈൽ ഫോൺ വലിച്ചെറിഞ്ഞ് കളഞ്ഞു. ബന്ധങ്ങളുടെ കെട്ടുകൾ അറുത്തു മാറ്റാൻ നിശ്ചയിച്ച അതേ നിമിഷം കാരിപ്പറമ്പിലെ ഒതുക്കുകല്ലിൽ നിസ്സംഗനായി ഇരിക്കുന്ന ഉപ്പയുടെ മുഖം അവന്റെ മനസ്സിൽ തെളിഞ്ഞു വന്നു. കോലായിൽ മടക്കി വച്ചിരിക്കുന്ന കോസടിയിൽ ഐഷ ഇരിക്കുന്നു. അരികിലിരുന്ന് ഉമ്മ കഥ പറഞ്ഞു കൊടുക്കുന്നു. കണ്ണുകൾ അടച്ചാലും തുറന്നാലും ബന്ധങ്ങളുടെ കാഴ്ചകൾ മാത്രം.

ഒരിക്കൽക്കൂടി പൊളിഞ്ഞ കൽക്കെട്ടുകൾ കടന്ന് ആ മുറ്റത്ത് എത്തണമെന്നുണ്ട്, ഉമ്മയും, ഉപ്പയും ലൈലയും, ഫാത്തിമയും, പിന്നെ ഐഷയും ആയുസ്സ് കുറഞ്ഞ സന്തോഷങ്ങളും... എല്ലാം ചേർന്ന് കുറെ നിമിഷങ്ങൾ. പക്ഷേ, തനിക്കതിനാവില്ല.

"പരാജയം എന്നത് ആപേക്ഷികമാണ്. ഒരു പരാജയം മറ്റൊരു വിജയം കൊണ്ട് മറക്കാനാകും" എന്ന സിദ്ധാന്തം അവനു മുന്നിൽ വച്ചത് ഉറക്കമില്ലാത്ത രാത്രികളിലൊന്നിൽ തകര വാതിൽ തുറന്ന് അകത്തു കയറി വന്ന, ഒരു പരിചയവുമില്ലാത്ത ഉസ്മാൻ ഖാജയാണ്. ഐ എ എസ് മാത്രമല്ല ജീവിതം എന്ന മുഖവുരയോടെ ഖാജ പറഞ്ഞ് തുടങ്ങിയതിൽ, അതുമാത്രമാണ് നസീറിന് ഉൾക്കൊള്ളാൻ കഴിഞ്ഞത്. ബാക്കിയെല്ലാം ഞെട്ടിപ്പിക്കുന്നതായിരുന്നു.

"നീ ദുർബ്ബലനല്ല നസീർ.... നിന്റെ ഉള്ളിൽ ഒരു കരുത്തനുണ്ട്, ആ കരുത്ത് നീ ലോകത്തിന് കാട്ടിക്കൊടുക്കണം, ഒരിടത്തെങ്കിലും നിനക്ക് ജയിക്കേണ്ടേ?"

അവന്റെ ദുർബ്ബലമായ മനസ്സിൽ ഖാജ ദൗത്യത്തിനുള്ള വിളനിലം ഒരുക്കിയിട്ടു. വിഷം നിറഞ്ഞ മനസ്സിലേക്ക് "ദൗത്യം" പരകായപ്രവേശം നടത്തിയ അടുത്ത നിമിഷം നസീർ മരിച്ചു കഴിഞ്ഞിരുന്നു.

ഇപ്പോൾ ഏതോ ഗൂഢ പദംകൊണ്ട് രേഖപ്പെടുത്തിയ ഒരു ചാവേർ മാത്രം. പിന്നിൽ എരിഞ്ഞടങ്ങിയ കാലം അവനു മുന്നിൽ കരിമ്പടം വിരിച്ച് നിവർന്നുകിടന്നു. മുന്നിൽ എല്ലാ വർണ്ണങ്ങളും ഒന്നായിത്തീരുന്ന ഇരുട്ടു മാത്രം. ഈ ഇരുട്ടിലാണ് തന്റെ ദൗത്യം. ഗംഗയിൽ നിന്നുള്ള തണുത്ത കാറ്റ് പാർക്കിലെ മരങ്ങളിൽ അലസമായി തങ്ങിനില്പുണ്ട്. ഇനി പിന്തിരിഞ്ഞ് നോക്കരുത്, അതാണ് നിയമം. വിധി ശിരസ്സിൽ കോറിയിട്ട സമയം അടുത്തു വരുന്നു. ലക്ഷ്യത്തോടടുക്കുമ്പോൾ ചുവടുകൾ പിഴയ്ക്കുന്ന ജന്മസിദ്ധമായ ബലഹീനതയിലേക്കാണോ താൻ വഴുതിപ്പോകുന്നത്

എന്ന ചിന്ത അവനെ ഭയപ്പെടുത്തി. "ഇവിടെയെങ്കിലും നിനക്ക് ജയിക്കേണ്ടേ?" എന്ന ഉസ്മാൻ ഖാജയുടെ വാക്കുകളും, പാർക്കിൽനിന്നുയരുന്ന കോരിത്തരിപ്പിക്കുന്ന ആരവങ്ങളും മനസ്സിൽ ഏറ്റുമുട്ടി. പിന്തിരിഞ്ഞാൽ അത് മറ്റൊരു പരാജയം ആയിരിക്കും. ജീവിതത്തിൽ ഒരു വിജയം.... അതിനുള്ള സമയം അടുത്തുവരുന്നു എന്ന ചിന്ത അവനെ ആവേശിച്ചു. ഒരു വിളിപ്പാടകലെ ഗംഗ.... പുണ്യ പാപങ്ങളുടെ മഹാപ്രവാഹം. ചോര വറ്റിയ അവന്റെ മുഖം തിളങ്ങി. മനസ്സിൽ ഉരുണ്ട് മറിയുന്ന കാർമേഘങ്ങൾക്കുള്ളിൽക്കൂടി ഒരു മിന്നൽപ്പിണർ പാഞ്ഞുപോയി. അവൻ നടത്തത്തിന് വേഗം കൂട്ടി. പിന്നെ പരാജയങ്ങളുടെ ഭാണ്ഡങ്ങൾ എല്ലാം ഉപേക്ഷിച്ച് ഓടി. വിഭൂതി മൂടിയ ഋഷിമാർക്ക് ഇടയിൽക്കൂടി.... സ്നാനഘട്ടങ്ങളിലെ ഞൊറിവുകളിലേക്ക് തള്ളിനില്ക്കുന്ന ചെങ്കല്ലെടുപ്പുകൾ കടന്ന് അവൻ ഒഴുകി അകന്നു. മഹാ പ്രവാഹത്തിൽ എവിടെയോ കാത്തുവച്ചിരിക്കുന്ന വിജയം തേടി.

കൊടുങ്കാറ്റുറങ്ങുന്ന കടൽ

ഒടുവിലത്തെ ഫയൽ എടുത്തു കെട്ടഴിച്ചപ്പോഴാണ് സമയത്തെക്കുറിച്ച് അയാൾക്ക് ബോദ്ധ്യം വന്നത്. ഇരുട്ട് വീഴാൻ തുടങ്ങിയിരിക്കുന്നു. ഫയൽ നോക്കിത്തീർത്തശേഷം അയാൾ കസേരയിലേക്ക് ചാരിയിരുന്നു.

"ഇത്തവണ തണുപ്പ് നേരത്തെ തുടങ്ങി അല്ലേ ബാബുറാം?"

"ങ്ഹും..." അറ്റന്റർ അലസമായി മൂളിക്കൊണ്ട് പുറത്തേക്ക് പോയി. നിറംമങ്ങിയ മേശമേൽ ഇരിക്കുന്ന ഫ്ളവർ വേസിൽ പൂക്കൾ വാടിയിരിക്കുന്നു. നോർത്ത് ബ്ലോക്കിലെ സി–മുപ്പത്തിരണ്ടിലേക്ക്, ചേരിയിൽനിന്നും വിരുന്നിനെത്തുന്ന ആരെങ്കിലും കൊണ്ടുവരുന്ന ചുവന്ന പൂക്കൾ അയാൾ പൂക്കപ്പിൽ സൂക്ഷിക്കും. അടുത്തത് വരുന്നതുവരെ അത് അവിടെ ഉണ്ടാകും.

മാർബിൾ പാകിയ ഇടനാഴിയിൽ കാലൊച്ചകൾ അടുക്കുന്നതും അകന്നു പോകുന്നതും കേൾക്കാൻ ഒരു കുട്ടിയുടെ കൗതുകത്തോടെ അയാൾ കാതോർത്തപ്പോൾ, സിമെന്റ് പൂശിയ പരുക്കൻ തറയിൽ മെതിയടികൾ വീഴുന്ന ശബ്ദത്തെ ഭയത്തോടെ കേട്ടിരുന്ന കുട്ടിക്കാലം ഓർമ്മ വന്നു. ഭയം ഇപ്പോൾ മാധവ്കുമാർ സോളങ്കിക്ക് ഒരു ശീലമാണ്. ജനിച്ചതും, പഠിച്ചതും, വളർന്നതും ഇപ്പോൾ ജോലി ചെയ്യുന്നതും ഒരേ ഭയത്തിന്റെ തീക്കനൽച്ചൂളയിലാണ്. സർദാർഗ്രാം എലിമെന്ററി സ്കൂളിലെ മൂന്നാം ക്ലാസിന്റെ വരാന്തയിൽനിന്ന് തുടങ്ങിയ ഭയപ്പാടിന്റെ യാത്ര എന്ന് അവസാനിക്കും....? കണ്ണീരുണങ്ങാത്ത ബാല്യകൗമാരങ്ങളിൽനിന്നും നൊമ്പരം ഉറഞ്ഞുപോയ യൗവനത്തിലേക്കുള്ള ദൂരത്തിന്റെ ആകത്തുകയാണ് ഈ ഭയം.

ബാബുറാം രണ്ടുമൂന്നു തവണ ഹാഫ്ഡോർ വിടവിൽക്കൂടി അകത്തേക്ക് നോക്കി കഴിഞ്ഞു. ഓഫീസ് ടൈം കഴിഞ്ഞുള്ള ഓരോ നിമിഷവും

മേലുദ്യോഗസ്ഥരെ ശപിച്ചുകൊണ്ടാണ് ഗുമസ്ഥന്മാർ ഓഫീസിൽ തുടരുന്നത് എന്ന ചിന്ത മാധവിന് ഒരു തമാശയായി തോന്നി. നോർത്ത് ബ്ലോക്കിലെ സെമൂർ മരങ്ങളിൽ ഇരുട്ട് ചേക്കേറിത്തുടങ്ങി. സമയം എട്ടിനോടടുക്കുന്നു. അയാൾ പുറത്തിറങ്ങി. ഇന്ന് തനിക്ക് വണ്ടി ആവശ്യമില്ല എന്ന് നേരത്തെ പറഞ്ഞത് നന്നായി എന്ന് അയാൾക്ക് തോന്നി. തെളിഞ്ഞ ആകാശം, മാധവ് വെറുതെ നടന്നു–പാൽവെളിച്ചം ചിതറിക്കിടക്കുന്ന റെയ്സീന മാർഗ്ഗ് വഴി. ഡൽഹിയുടെ രാത്രിക്ക് വല്ലാത്തൊരു വശ്യതയുണ്ടെന്ന് അയാൾക്ക് തോന്നി. നിയോൺ വിളക്കിന് ചുവട്ടിൽ വഴിച്ചായയും, ബജിയും, കടലയും വില്ക്കുന്നവർ ഫുട്പാത്തിൽ ഉടനീളമുണ്ട്. ഈ ഭൂഗോളത്തിലെ കോടിക്കണക്കിന് മനുഷ്യരിൽ ഒരാളായി, ആരാലും ശ്രദ്ധിക്കപ്പെടാതെ നടന്നുനീങ്ങിയപ്പോൾ സ്വാതന്ത്ര്യം എന്താണെന്ന് അയാൾ അനുഭവിച്ചറിഞ്ഞു. റെഡ് ക്രോസ് റോഡിലേക്ക് തിരിയാതെ എഞ്ചിനീയേഴ്സ് റൗണ്ട് ചുറ്റി ജൻപഥ് റോഡ് വഴി അയാൾ നടന്നു. ചെന്ന് നിന്നത് ജന്തർമന്ദറിൽ. രാത്രിയിലും ത്രസിപ്പിക്കുന്ന സമരമുഖമാണ് ജന്തർമന്ദർ. തലയോട്ടി കഴുത്തിലണിഞ്ഞ് അർദ്ധനഗ്നരായി സമരംചെയ്യുന്ന കർഷകരെ ചുറ്റി ചാനൽ ക്യാമറകൾ വളഞ്ഞു നില്ക്കുന്നുണ്ട്. 'ഞങ്ങളെ രക്ഷിക്കൂ' എന്ന മുദ്രാവാക്യം വിളിക്ക് അലർച്ചയുടെ തീക്ഷ്ണതയുണ്ടായിരുന്നു. സമരം എന്നും മാധവ് കുമാറിന് ആവേശമാണ്. ഓരോ സമരവും ഓരോ അനുഭവങ്ങളാണ് അയാൾക്ക് പകർന്നു നല്കിയത്. എതിർ പക്ഷത്ത് നില്ക്കുന്നവരെ എന്നും ഭയത്തിന്റെ കണ്ണുകളിൽക്കൂടിമാത്രം കണ്ടിട്ടുള്ള ഏകാകിയുടെ ഭയം. അത് തുടങ്ങിയത് മൂന്നാം ക്ലാസിലായിരുന്നു. എലിമെന്ററി സ്കൂളിലെ വെയിൽ തുടുക്കുന്ന അസംബ്ലി മുറ്റത്ത് ഉയർന്നു കേട്ട വാക്കുകൾ,

"തൂ ചോർ ഹേ...... തൂ ചോർ ഹേ...."

അത് അയാളുടെ കാതുകളിൽ കടലിരമ്പം തീർത്തു. മുദ്രാവാക്യം മുഴക്കാത്ത രണ്ടുപേർ മാത്രമേ സ്കൂളിൽ ഉണ്ടാകൂ. മാധവ്കുമാറും പിന്നെ അവന്റെ സഹോദരി മാലിനി സോളങ്കിയും. അസംബ്ലിയുടെ മദ്ധ്യത്തിൽ മുഖം താഴ്ത്തി നിന്ന എട്ടു വയസ്സുകാരിയുടെ കണ്ണുകൾ പിന്നീട് തോർന്നില്ല. താൻ കള്ളിയല്ല എന്ന് അറിയാവുന്ന രണ്ടാമത്തെ ആൾ വരാന്തയിലെ തൂണിന് പിന്നിൽനിന്ന് വിതുമ്പുന്നത് അവൾ കണ്ടിരുന്നില്ല. തുടർച്ചയായ ഇടവേളകളിൽ തനിക്കും സഹോദരിക്കും നേരെ മാത്രം തുറന്നുവിടുന്ന അഴുക്കുചാൽ, ഈ സ്കൂൾ മുറ്റത്തു മാത്രമല്ല, ഡീനോട്ടിഫൈഡ് കമ്യൂണിറ്റിയുടെ ഹൃദയത്തിലും ആത്മാവിലും കെടാത്ത കനലായി മാറണം എന്ന് മനസ്സിലുറപ്പിച്ച പത്തുവയസ്സുകാരൻ.

സ്കൂളിലെ ഏതെങ്കിലും കുട്ടിയുടെ എന്തെങ്കിലും വസ്തു കാണാതാകുമ്പോൾ തൊട്ടടുത്ത ദിവസം അസംബ്ലിക്ക് നടുവിൽ മാധവോ മാലിനിയോ ഉണ്ടാകും.

പാട്ടീസ്ദാർമാരായ അദ്ധ്യാപകരുടെ കഠിനശിക്ഷയ്ക്ക് ശേഷം പത്ത് മണിയുടെ തീതുപ്പുന്ന വെയിലിൽ മുകളിലേക്ക് കണ്ണു തുറന്നു പിടിച്ചു

നില്ക്കുമ്പോൾ ബാക്കി കുട്ടികൾ ഉച്ചത്തിൽ വിളിക്കും.

"തൂ ചോർ ഹേ...... തൂ ചോർ ഹേ...."

'ഇത് ഛായാനഗറിന്റെ ശാപമാണ് മോനേ' എന്ന അമ്മയുടെ ആശ്വാസവാക്കുകൾക്കപ്പുറം ഒരിക്കലും പരിഹരിക്കപ്പെടാത്ത ദുരന്തമാണ് ഇതെന്ന് മാധവിന് മനസ്സിലായി.

രണ്ടാം ക്ലാസിൽ ആയതിന്റെ നാലാംദിനമായിരുന്നു മാധവിന് ആദ്യമായി പത്തുമണി വെയിലിലേക്ക് കണ്ണ് തുറക്കേണ്ടി വന്നത്. ഛായാ നഗറിലെ ഏക ജീവിയെ, മറ്റു കുട്ടികൾ കൂക്കിവിളിച്ച് പ്രധാന അദ്ധ്യാ പകന്റെ മുന്നിൽ എത്തിച്ചപ്പോൾ കുഞ്ഞു മാധവിന് കൗതുകമായിരുന്നു. തന്നെ കുറ്റവാളിയാക്കിയതിന്റെ ആഘോഷത്തിമിർപ്പാണ് അതെന്ന് മനസ്സിലാകാതെ അവനും കൂക്കിവിളിയിൽ പങ്കു ചേർന്നു. പർവ്വതം പോലെ ഉയർന്നു നില്ക്കുന്ന അദ്ധ്യാപകർക്കു നടുവിൽ എത്തിയപ്പോൾ അവന്റെ പ്രസരിപ്പ് നഷ്ടപ്പെട്ടിരുന്നു. പുറത്ത് കാഴ്ച കാണാൻ തിരക്ക് കൂട്ടുന്ന കൂട്ടുകാരിലായിരുന്നു അവന്റെ നോട്ടം. തന്നെ മാത്രം ഇവർക്ക് വിട്ടുകൊടുത്തിട്ട് കൂട്ടുകാർ പോയതിന്റെ സങ്കടം സഹിക്കാതെ അവൻ വിങ്ങിക്കരഞ്ഞു.

"കള്ളൻ നിന്നു കരയുന്നത് കണ്ടില്ലേ", അത് തീർപ്പുകല്പിക്കലാ യിരുന്നു. പിന്നെ അടി വീണുകൊണ്ടിരുന്നു, പലരുടെയും കൈകൾ ഉയർ ന്നുതാണു. വെയിൽ കനത്തപ്പോൾ അസംബ്ലിയുടെ നടുവിലേക്ക് അറവ് മാടിനെ തെളിച്ചുകൊണ്ട് പാട്ടീസ്ദാർമാർ നടന്നു. മുകളിലേക്ക് നോക്കു മ്പോൾ കണ്ണുകൾ തുറന്നു പിടിക്കണമെന്ന് നിർദ്ദേശിച്ചതിന്റെ പൊരുൾ അവനു പിടികിട്ടി, അതാ മുകളിൽ തന്റേത് മാത്രമായ ഒരിടം..... നീല വിരിച്ച ആകാശം, ചിറക് വിരിച്ച് അവൻ ആകാശത്തിന് മേലേക്ക് ഉയർന്നു. ചുവട്ടിലെ എലിമെന്ററി സ്കൂൾ വരാന്തയും, അസംബ്ലിയും, വട്ടക്കെട്ടുള്ള പാട്ടീസ്ദാർമാരും....... അങ്ങനെയെല്ലാം അവനിൽനിന്നും അകന്നു പോയി. നീലക്കടലിനും മീതെ കടുകുമണിപോലെ തെന്നിനീങ്ങുന്ന പരു ന്തിൻ കൂട്ടങ്ങൾ, ഇടയ്ക്ക് ഒഴുകിയകലുന്ന വെള്ളിമേഘങ്ങൾ.. അതി നൊപ്പം അവനും ഒഴുകിനീങ്ങി. കടൽത്തിരപോലെയുള്ള ആരവം....

"തൂ ചോർ ഹേ...... തൂ ചോർ ഹേ...."

തിര ഒടുങ്ങുമ്പോൾ വെള്ളി മേഘക്കെട്ടുകളിൽനിന്നും പിടിവിട്ട് അവൻ ഭൂമിയിലേക്ക് ഊർന്നു വീണു, അപ്പോഴാണ് അവന് വല്ലാത്ത സങ്കടം തോന്നുന്നത്. അടികൊണ്ട് തിണർത്ത തുടകളിലെ ചോരനീലിച്ച പാടുകളിൽ വിരൽ ഓടിക്കുമ്പോൾ അവൻ ചിന്തിക്കുന്നത് അടുത്ത അസം ബ്ലിയെക്കുറിച്ച് ആയിരിക്കും. ഹെഡ്മാസ്റ്ററുടെ മുറിയിലെ ആദ്യഘട്ട ത്തിലെ ഭയപ്പാട്, പിന്നീടുള്ള ആകാശയാത്രയിൽ അവൻ തരണം ചെയ്യും.

ക്ലാസുകളിലെ മോഷണങ്ങൾ തുടർന്നുകൊണ്ടിരുന്നു, ഛായനഗ റിലെ മാധവ് കുമാർ സോളങ്കി ഉള്ളതുകൊണ്ട് മറ്റാർക്കും വെയിൽച്ചൂള യിലെ അസംബ്ലിയിൽ നില്ക്കേണ്ടി വന്നില്ല.

വിസ്താരമില്ലാത്ത മൈതാനത്തിന് കുടപിടിച്ചു നില്ക്കുന്ന ബദാം

മരങ്ങളിൽ പൂക്കളും കായ്കളും വിരിയിച്ച് കടന്നുപോയ കാലത്തിന്റെ ഏതോ ഇടവേളയിൽ മാധവിന്റെ ശിക്ഷ പങ്കിട്ടെടുക്കാൻ ഛായാനഗറിൽ നിന്നും ഒരു അതിഥി കൂടി എത്തി – മാലിനി സോളങ്കി. ആദ്യദിനത്തിലെ പതർച്ചയ്ക്കിടയിലും കുരുന്നുകളുടെ ഇടയിലിരുന്ന് പുത്തൻ ദാവണി യുടെ ഭംഗി ആസ്വദിച്ച കുഞ്ഞു മാലിനിയെ പിൻബഞ്ചിലേക്ക് ആട്ടിപ്പാ യിച്ചിടത്ത് തുടങ്ങിയിരുന്നു, ഡീ നോട്ടിഫൈഡ് പീഡനത്തിന്റെ രണ്ടാ ഘട്ടം. ഓക്ക് മരത്തണലിലെ ലഗോരി കളിയിൽനിന്നും, ഉച്ചയ്ക്ക് വിള മ്പുന്ന ഗോതമ്പ് കുറുക്കിൽനിന്നുമൊക്കെ ഒറ്റപ്പെടുത്തി അവളുടെ ബാല്യ ത്തിന് മേൽ അവർ ഇരുട്ടു കോരിയിട്ടു. കൂട്ടുകൂടാൻ ആളില്ലാതെ പുറം വരാന്തയിലെ മരത്തൂണിൽ ചാരിയിരുന്ന് തേങ്ങുമ്പോൾ മുഖത്ത് ചിരി വരുത്തി അവളുടെ ചേട്ടൻ വരും, കണ്ണീരുപ്പുള്ള കൈകൾ കൊണ്ട് അവൻ അവളെ തലോടും, ഉടുപ്പിന്റെ കോന്തല ഉയർത്തി കണ്ണീരൊപ്പിക്കൊണ്ട് അവൻ പറയും,

"സാരമില്ല മോളെ നിനക്ക് ഞാനുണ്ട്." അപ്പോൾ അവളുടെ മുഖം വിടരും.

മാലിനി ആദ്യമായി അസംബ്ലി വെയിലിൽ ആകാശം നോക്കി നിന്നത് നാലാംക്ലാസിൽ ആയപ്പോഴാണ്. ആറാം ക്ലാസിലെ വൈദേഹിയുടെ റെയ് നോൾഡ് പെൻ കാണാതായപ്പോൾ മറ്റു കുട്ടികളും അദ്ധ്യാപകരും നിമിഷനേരംകൊണ്ട് ഇരയെ കണ്ടെത്തി, തൊട്ടടുത്ത ക്ലാസിലെ ഛായാ നഗർകാരി. ആഘോഷങ്ങളെല്ലാം പഴയതുപോലെ തന്നെ. ആർപ്പുവിളി തുടങ്ങിയപ്പോൾത്തന്നെ മാലിനിയുടെ നെഞ്ചിടിപ്പിന്റെ താളം മുറിഞ്ഞു. പാട്ടീസ്ദാർമാരുടെ ചോദ്യങ്ങളൊന്നും അവൾക്ക് വ്യക്തമായില്ല. തനിക്ക് ഒരു പരിചയവുമില്ലാത്ത വാക്കുകൾക്കു മുന്നിൽ അവൾ പകച്ചുനിന്നു.. ജനാലയ്ക്കപ്പുറത്തെ മൈതാനത്ത് വെയിൽ തിരയിളക്കുമ്പോൾ, മനസ്സിലാകാത്ത ചോദ്യങ്ങൾക്ക് മുൻപിൽ അവൾ വെറുതെ തലയാട്ടി നിന്നു.

മുകളിലേക്ക് നോക്കിനില്ക്കുമ്പോൾ ആകാശം മാത്രമേ ശ്രദ്ധിക്കാവൂ എന്ന ഉപദേശം അനുജത്തിക്ക് കൊടുക്കാൻ മാധവ് മറന്നിരുന്നില്ല. ഇക്കാ ലമത്രയും താൻ കണ്ട ആകാശമല്ല ഇതെന്ന് ഒരു നിമിഷം കൊണ്ട് മാലിനിക്ക് മനസ്സിലായി. വെളുപ്പും നീലയും ഇടകലർന്ന പഞ്ഞിക്കെ ട്ടുകൾ ഒഴുകിനടക്കുന്ന മഹാസാഗരം. തിരയിൽപ്പെട്ട് ഉഴറിനീങ്ങുന്ന പക്ഷിക്കൂട്ടങ്ങൾ. കത്തിയാളുന്ന സൂര്യനെത്തേടി പറന്നകലുന്ന ഒറ്റയാൻ പറവ. നേർരേഖയിൽ പുകവര തീർത്ത് മാഞ്ഞുപോകുന്ന ആകാശനൗക കൾ. അവൾ ആകാശത്തിന്റെ അതിരും കടന്ന് ഉയർന്നുപോയി. യാത്ര യുടെ രസം മുറുകി വരവേ 'ചോർ ഹേ' വിളികൾ അവസാനിച്ചു, അവൾ ഭൂമിയിലേക്ക് പതിച്ചു... നഷ്ടബോധത്തോടെ. എലിമെന്ററി സ്കൂളിലെ, മറ്റാരും അനുഭവിച്ചിട്ടില്ലാത്ത മാസ്മരികമായ ആകാശയാത്ര വിലാപയാത്ര ആയിരുന്നുവെന്ന ബോധം അവൾക്കുണ്ടാകുന്നത് ഭൂമിയിൽ തിരിച്ചെത്തു മ്പോൾ മാത്രമാണ്.

മോഷ്ടാക്കളാക്കി ചാപ്പകുത്തി കഴുവേറ്റി കഴിഞ്ഞശേഷം പല മോഷണ മുതലും മറ്റു പലരിൽനിന്നും കണ്ടെടുത്തിട്ടും ഡീനോട്ടിഫൈഡ് ബാല്യങ്ങളുടെ സ്ഥാനങ്ങൾക്ക് ഇളക്കം തട്ടിയില്ല. പ്രായത്തിന്റെ പക്വതയും തിരിച്ചറിവിന്റെ നൊമ്പരവും ആദ്യം പ്രകടമായത് മാലിനിയിൽ ആയിരുന്നു. ഒരിക്കലും അവസാനിക്കാത്ത പാട്ടീസ്ദാർമാരുടെ അധിക്ഷേപം സഹിക്കാതെ മാലിനി തന്റെ പഠനം ഉപേക്ഷിച്ചു, ഒമ്പതാം ക്ലാസിൽ വച്ച്. മാധവിന് അത് ഒരേസമയം ആശ്വാസവും സങ്കടവും ആയിരുന്നു. പതിറ്റാണ്ടുകളായി ഇരുളിൽ തളച്ചിടപ്പെട്ട വിമുക്ത ജാതിയെ വെളിച്ചത്തിലേക്ക് കൈപിടിച്ചുയർത്താൻ തന്റെ കൂടെ ഇനിമുതൽ ആരുമുണ്ടാകില്ല എന്നതായിരുന്നു അവന്റെ ദുഃഖം. സഹനം എന്നത് പരിധിയില്ലാത്ത അധിക്ഷേപങ്ങൾക്ക് മുന്നിലെ പരിചയാണെന്ന് അവൾ തെളിയിച്ചു. ബന്ധനസ്ഥരാക്കപ്പെട്ട തടവുകാരിൽ ഒരാൾ കോട്ട തകർത്ത് രക്ഷപ്പെട്ടപ്പോൾ, ഈ രക്ഷപ്പെടൽ എനിക്ക് വേണ്ട എന്നതായിരുന്നു അവന്റെ തീരുമാനം.

ഛായാനഗർ ഒരു അത്ഭുതമാണ്. മോഷ്ടാക്കളുടെ പൈതൃകം ഒരേ സമയം അപമാനവും ഭീതിയും നിറച്ച് ചുറ്റും സംശയത്തിന്റെ പെരുങ്കോട്ടകൾ തീർക്കുന്ന നിഗൂഢമായ ലോകം. പൂർവ്വികരുടെ കുലത്തൊഴിൽ മോഷണമാണെന്ന ഒറ്റക്കാരണം കൊണ്ട് അപമാനിക്കപ്പെടുന്ന നിസ്സഹായരുടെ ലോകം. ഒരിക്കലും മായ്ച്ചുകളയാൻ പറ്റാത്ത തരത്തിൽ തൊലിപ്പുറത്ത് ആഴത്തിൽ ചാപ്പകുത്തപ്പെട്ട മേൽവിലാസം. അധികാരികൾക്ക് ഛായാനഗറുകാർ പേപിടിച്ച തെരുവുപട്ടികളാണ്, പുറത്തുകണ്ടാൽ അവയെ കല്ലെറിഞ്ഞു കൊന്നിരിക്കും. സർക്കാരിനെതിരെ ശബ്ദിക്കുന്നവരെ അടിച്ചമർത്താനുള്ള 'ലോഡ് മായോ'യുടെ തന്ത്രം നിയമമായപ്പോൾ പുറമ്പോക്കിലെ അഴുക്കുചാലിൽ തള്ളിയിട്ട് ഒരു പേര് ചാർത്തിക്കൊടുത്തു – "ക്രിമിനൽ ട്രൈബ്സ്." മനസ്സിൽ വിദ്വേഷവും പ്രവൃത്തിയിൽ നെഞ്ചൂക്കുമുള്ളവർ ആ വിളിപ്പേര് ആസ്വദിച്ചു. പതിയെ അവരുടെ മനസ്സ് ഇരുളിന്റെ ഉള്ളറകളിലേക്ക് ആണ്ടുപോയി. അവർ എങ്ങനെ ആയിത്തീരണമെന്ന് അധികാരികൾ ആഗ്രഹിച്ചുവോ അങ്ങനെതന്നെ ആയിത്തീർന്നു. വിളിപ്പേരിന് വീണ്ടും വീണ്ടും മാറ്റങ്ങൾ വന്നുകൊണ്ടിരുന്നു. എല്ലാ അർത്ഥത്തിലും പ്രൊഫഷണൽ ക്രിമിനൽസ്. ഇരുന്നൂറ് ഗോത്രങ്ങളെ ഡീ നോട്ടിഫൈ ചെയ്തുകൊണ്ട് ജനിക്കുമ്പോൾത്തന്നെ ക്രിമിനൽ ആക്കപ്പെടുന്ന ജാലവിദ്യ അവിടെ തുടങ്ങുകയായിരുന്നു. ക്രിമിനൽവല്ക്കരിക്കപ്പെട്ട വിമുക്തജാതികളുടെ പിന്മുറക്കാരെ കാലാന്തരത്തിൽ പൂർവ്വികരുടെ കറുത്ത അടയാളങ്ങൾ കാട്ടി ഭീഷണിപ്പെടുത്തിക്കൊണ്ടിരുന്നു. അവരുടെ നിസ്സഹായതയും നിരപരാധിത്വവും ഒരൊറ്റ വാചകത്തിൽ മുങ്ങിപ്പോയി– "വൺസ് എ ക്രിമിനൽ ആൾവേയ്സ് എ ക്രിമിനൽ."

വിമുക്ത ജാതിയിലെ ഒരു നാട്ടുരാജ്യമായി ഛായാനഗർ വളർന്നു. ചുറ്റിനും വർണ്ണപ്പൊലിമയും അത്യാഡംബരവും കൺചിമ്മി നില്ക്കുന്ന

തുകണ്ട് ഛായാനഗർ നെടുവീർപ്പിട്ടു. ഒരു മതിൽക്കെട്ടിന് അപ്പുറമോ, ഒരു ചരൽപ്പാതയ്ക്ക് അപ്പുറമോ എത്തിനില്ക്കുന്ന മൗലികമായ ആവശ്യങ്ങൾപോലും ഛായ നഗറിന്റെ മണ്ണിലേക്ക് വന്നില്ല.

പതിറ്റാണ്ടുകൾക്കുമുൻപ് തുടങ്ങിയ പടയോട്ടം അവസാനിക്കില്ല എന്ന തിരിച്ചറിവാണ് അവരെ പൊരുതാൻ പ്രാപ്തരാക്കിയത്. ഇരുട്ടിലേക്ക് ആട്ടിയോടിക്കപ്പെട്ടപ്പോൾ വെളിച്ചം കിട്ടുന്നതുവരെ അവർ അലഞ്ഞു. അഴുക്കു ചാലിലേക്ക് തള്ളിവീഴ്ത്തപ്പെട്ടപ്പോൾ മുങ്ങിത്താഴാതെ പിടിച്ചുനിന്നു. അക്ഷരങ്ങൾ നിഷേധിക്കപ്പെട്ടപ്പോൾ ചിന്തയും, വികാരങ്ങളും ആത്മജ്വാലയായി ഉയർന്നു. വിശപ്പിനെ വിശപ്പ്കൊണ്ട് നേരിട്ടു. അവിടെ കറുപ്പും വെളുപ്പും ഉണ്ടായി. ഛായാനഗറിലെ വെളുപ്പിനെ പുറത്തുള്ളവർ സൗകര്യപൂർവ്വം കറുപ്പാക്കി മാറ്റി.

നിഷേധിയായി വളരാൻ വിധിക്കപ്പെട്ടവരുടെ വിദ്വേഷം പ്രതീക്ഷകളുടെ തിരിച്ചറിവായിരുന്നു. അടിച്ചമർത്തപ്പെടുമ്പോഴും ഉള്ളിലെ മർദ്ദം ഒരുനാൾ പൊട്ടിത്തെറിക്കുമെന്ന ചിന്തയുടെ ഒടുങ്ങാത്ത തിരത്തള്ളൽ. ആ ഉൾത്തുടിപ്പിൽ നിരവധിപേർ ഉയർന്നുവന്നു. അതിൽ നിയമജ്ഞർ ഉണ്ടായിരുന്നു, എഞ്ചിനീയർമാർ ഉണ്ടായിരുന്നു, ഡോക്ടറും സർക്കാർ ഉദ്യോഗസ്ഥരും ഉണ്ടായിരുന്നു, ആദ്യത്തെ സിവിൽ സർവ്വീസുകാരനായി മാധവ് കുമാർ സോളങ്കിയും.

ഡീനോട്ടിഫൈഡിന്റെ ഇരുട്ട് വീണ പിന്നാമ്പുറങ്ങളിൽ പൂർവ്വിക മോഷണങ്ങളുടെ ഗതകാലം നെഞ്ചിലേറ്റി ഒരൊത്തകള്ളനായി മാറേണ്ടവൻ ഇന്ത്യൻ ഭരണ സർവ്വീസിൽ എത്തിയത് ചോരയും കണ്ണീരും ഇടകലർന്ന വഴികളിലൂടെയാണ്. മാധവിന് ജീവിതം അവഹേളനങ്ങളുടെ തുടർച്ചയായിരുന്നു. 'കള്ളന്റെ മകൻ' എന്ന ടാഗ് ലൈൻ കഴുത്തിൽ പേറി നടക്കുമ്പോഴും അവൻ അച്ഛനെ വെറുത്തിരുന്നില്ല. മനസ്സിൽ പകയുടെ നെരിപ്പോടുമായി നടക്കുന്ന കൂട്ടുകാരുടെ മനസ്സിലെ വിഷം നിർവീര്യമാക്കാൻ ശ്രമിക്കുമ്പോഴൊക്കെ അവർ ഓർമിപ്പിക്കും – "നാം ക്രിമിനലുകളാണ് നമുക്ക് നേരെയാകാൻ കഴിയില്ല." തൊട്ടടുത്ത എലൈറ്റ് ഗാർഡനിലെ സമ്പന്നരുടെ സമൃദ്ധിയിലേക്ക് കഴുകൻ കണ്ണുകളുമായി കാത്തിരിക്കുമ്പോൾ, അത് തെറ്റാണ് എന്ന് പറഞ്ഞു മനസ്സിലാക്കാൻ ഛായാനഗറിൽ നിരവധിപേർ ഉണ്ടായി.

കലാലയത്തിലെ വർണ്ണങ്ങൾ നിറഞ്ഞ കാമ്പസിൽ വെയിൽ നക്കിത്തുടയ്ക്കുന്ന അസംബ്ലി ഉണ്ടാകില്ല എന്ന ആശ്വാസത്തോടെ ആയിരുന്നു മാധവ് കോളേജിൽ എത്തിയത്.

"ഡിസ്ഗൈസ്ഡ് അൺഎംപ്ലോയ്മെന്റും", "പോവർട്ടി ലൈനും" ക്ലാസിലെ പിൻബെഞ്ചിലേക്ക് മടിപിടിച്ച് കടന്നുവരുമ്പോൾ അത് മനസ്സിൽ കൊരുത്തിട്ട് മാധവ് നിശ്ശബ്ദനായിരിക്കും. നിശ്ശബ്ദതയായിരുന്നു കലാലയത്തിൽ മാധവിന്റെ ആയുധം. ഛായനഗറിലെ കറുപ്പിന്റെ പുത്രൻ ഇക്കണോമിക്സ് ക്ലാസിലെ ശ്രദ്ധാകേന്ദ്രമായത് അവന്റെ മേധാശക്തി കൊണ്ടായിരുന്നു. കൊളോണിയലിസത്തിലെ മാസ്റ്റർ – സർവെന്റ്

തിയറിക്ക് ഉത്തരാധുനികതയിലും പ്രസക്തിയുണ്ടെന്ന് സിദ്ധാർത്ഥ് മാതാ കോളേജിലെ ക്ലാസ് മുറികളും, ഇടനാഴിയും, കാന്റീനുമൊക്കെ തെളിയിച്ചു കൊണ്ടിരുന്നു.

എലിമെന്ററി സ്കൂളിലെ ആകാശയാത്ര സുഖമുള്ള ഓർമ്മയായി മാറിയത് സിദ്ധാർത്ഥ് മാതയിലെ രണ്ടാം വർഷം മുതലായിരുന്നു. നീച ജാതിയിലെ ഉന്നതനും, ഉന്നത ജാതിയിലെ നീചരും തമ്മിലായിരുന്നു അവിടെ യുദ്ധം. "മാർജിനൽ പ്രൊപ്പൻസിറ്റിയും", "ഓപ്പർച്ച്യൂണിറ്റി കോസ്റ്റും" വിരസമാക്കുന്ന ക്ലാസ് മുറിയിലെ ഊഷ്മാവ് ഉയർത്തുവാൻ വിമുക്ത ജാതിയുടെ പൂർവ്വകാലം മാധവിന് നേരെ അവർ തുറന്നു വിടും. അപ്പോഴൊക്കെ അധിക്ഷേപങ്ങൾക്ക് മുന്നിലെ പരിച നിശ്ശബ്ദതയാണെന്ന് തന്നെ പഠിപ്പിച്ച മാലിനിയെക്കുറിച്ച് ഓർക്കും. പിൻബെഞ്ചിൽനിന്നും പിൻ വരാന്തയിലെ ഒറ്റപ്പെടലിലേക്ക് ആട്ടിയോടിക്കപ്പെട്ട മാധവിന് സാർവ്വ ജനീനമായ എല്ലാ അവകാശങ്ങളിലും ഭ്രഷ്ട് കല്പിക്കപ്പെട്ടത് ഒരു ഡിസം ബർ പത്തിന് ആയിരുന്നു.

പ്രണയം പൂത്തു വിടരുന്ന ക്യാമ്പസിൽ മാധവ് ഒറ്റയാനായിരുന്നു. കാല്പനികമായ എല്ലാ വികാരങ്ങളിൽ നിന്നും ഭയംമൂലം ഒളിച്ചോടിയ അവന്റെ ഉള്ളിൽ തിളച്ചുമറിയുന്ന വികാരങ്ങളെ, ലക്ഷ്യത്തിനായി അടക്കി നിർത്തിയിട്ടും ഒരു നിമിഷം മനസ്സ് വഴുതിപ്പോയി. അതിന്റെ അന്തിമഫ ലമായിരുന്നു ചാന്ദ്നി. ഡീനോട്ടിഫൈഡിന്റെ പുത്രനെ ആരാധിച്ച പാട്ടീ സ്ദാർ സുന്ദരി.

"മൂകമായ പ്രണയത്തിന് വാചാലതയുടെ മുളംതണ്ടിൻ താളമാ യിരിക്കും" എന്ന് താൻ ഒരിക്കൽ പറഞ്ഞത് അവൾക്ക് മനസ്സിലായിട്ടു ണ്ടാകുമോ എന്ന് മാധവ് ശങ്കിച്ചു. കണ്ണുകളിൽനിന്നും കണ്ണുകളിലേക്കുള്ള ഹൃദയത്തിന്റെ കൈമാറ്റമായിരുന്നു അവരുടെ പ്രണയം. പക്ഷേ, പ്രണ യത്തിനും മേലെനിന്ന ഒരു വികാരം അവർക്കിടയിൽ ഉണ്ടായിരുന്നു – ഭയം. പിന്മാറാം എന്ന് രണ്ടുപേരും മനസ്സിൽ തീരുമാനമെടുത്തിട്ടും മുന്നി ലെത്തുമ്പോൾ ഭയം പ്രണയത്തിന് വഴിമാറിക്കൊടുത്തു. പിടിക്കപ്പെട്ട് കഴിഞ്ഞാൽ പിന്നീട് ജീവിതം ഉണ്ടാകില്ല എന്ന് മാധവിന് അറിയാ മായിരുന്നിട്ടും അയാൾക്ക് ചാന്ദ്നിയെ മറക്കാൻ കഴിഞ്ഞില്ല.

ഏതൊരു ഭയവും അവസാനിക്കുന്നത് ഭയന്നത് സംഭവിക്കുമ്പോ ഴാണ്. ഭ്രഷ്ടനാക്കപ്പെട്ടവന് പ്രണയം നിഷിദ്ധമാണെന്ന് അറിയാമായിരു ന്നിട്ടും, എപ്പോഴോ പതറിപ്പോയ മനസ്സിനെ അടക്കി നിർത്തണം എന്ന ഉറച്ച തീരുമാനമെടുത്ത ദിവസമായിരുന്നു അയാൾ മരണത്തെ മുഖാ മുഖം കണ്ടത്.

കോളേജ് ഗേറ്റിൽ വച്ച് തനിക്ക് നേരെ പാഞ്ഞടുക്കുന്ന ആൾക്കൂട്ടം, ഇക്കാലമത്രയും താൻ നേരിട്ട പതിവ് പീഡനത്തിന്റെ തുടർച്ചയായിരിക്കും എന്ന് കരുതി ഒതുങ്ങിനിന്ന നിമിഷം. ശരീരത്തിൽ വീണുപൊട്ടിയ പെട്രോൾ കാനുകൾ അവനോട് സ്വകാര്യമായി പറഞ്ഞു–

"നീ അവസാനിച്ചിരിക്കുന്നു എന്ന്." ജാതി ഏത് എന്ന് മാത്രം ചിന്തി

ക്കുന്ന ഭ്രാന്തന്മാരുടെ തീക്കൊള്ളിയിലെ ചാരമായി മാറാനുള്ളതല്ല തന്റെ ജീവിതം എന്ന ഉൾവിളി അവന്റെ മനസ്സിൽ പടർന്ന് കയറിയപ്പോൾ അവന്റെ കാലുകളിൽ കൊടുങ്കാറ്റിന്റെ ചിറക് മുളച്ചു, പിന്നെ ഓടി പ്രതി സന്ധികളെ ആഘോഷമാക്കാൻ പഠിപ്പിച്ച എലിമെന്ററി സ്കൂളിലെ ആകാ ശയാത്ര പോലെ, കാലിലെ കൊടുങ്കാറ്റ് അവന് ആവേശമായി.

ജീവൻ കൈവിടാൻ തുടങ്ങുന്നു എന്ന യാഥാർത്ഥ്യം വെറും തോന്നൽ ആയിരുന്നു എന്ന് ബോദ്ധ്യപ്പെടുത്തുന്നതിനുള്ള മരണപ്പാ ച്ചിൽ... തീ പിടിച്ച സ്വന്തംശരീരം അവൻ പുഴയിലേക്ക് എടുത്തെറിഞ്ഞു, പിന്നെ നീന്തി മറുകരയിലെത്തി തളർന്നുവീണു. നിഷിദ്ധ പ്രണയത്തിലെ നായികയ്ക്ക് മുന്നിൽ ഒറ്റ വഴിയേ ഉണ്ടായിരുന്നുള്ളൂ, തന്നെ ഇഷ്ടപ്പെ ട്ടതിന്റെ പേരിൽ തന്റെ കൂട്ടുകാരൻ കൊല്ലപ്പെടരുത്. അതിനായി അവൾ പഠനം പാതിവഴിയിൽ ഉപേക്ഷിച്ചുപോയി. ഭ്രഷ്ടനാക്കപ്പെട്ട നായകനും തടവിലാക്കപ്പെട്ട നായികയും കുറേക്കാലം കൂടി തങ്ങളുടെ ഓർമ്മകളുടെ പ്രണയകാലം ഉള്ളിലൊതുക്കിക്കഴിഞ്ഞു.

സിദ്ധാർത്ഥ് മാതയുടെ ചരിത്രം ഒരിക്കൽ വഴിമാറിക്കൊടുത്തു, ജീവിതം ചവിട്ടിമെതിക്കപ്പെട്ട വിമുക്ത ജാതിക്കാരൻ ബിരുദ പരീക്ഷയിൽ ഒന്നാം റാങ്കുകാരനായപ്പോൾ. ഭരണകൂടവും പാട്ടീസ്ദാർമാരും സ്തംഭിച്ചുനിന്നു. ഛായാനഗറിന് അന്ന് ഉത്സവമായിരുന്നു. കള്ളനാക്കാൻ ഉഴിഞ്ഞ് വയ്ക്കപ്പെട്ടവൻ വഴിതെറ്റിപ്പോയതിന്റെ ആഘോഷം. മത്താപ്പും, പൂത്തിരിയും കത്തിച്ച് ആഘോഷം നീണ്ടപ്പോൾ എലൈറ്റ് ഗാർഡനിൽ വിളക്കുകൾ അണഞ്ഞുകിടന്നു.

മാധവിന്റെ യാത്ര തുടർന്നുകൊണ്ടിരുന്നു. മോഹിപ്പിച്ച് കടന്നു പോയ ചാന്ദ്നിയും, ചുട്ടെരിക്കാൻ പാഞ്ഞടുത്ത പാട്ടീസ്ദാർമാരും, പുസ്തകവും കുടിവെള്ളവും നിഷേധിച്ച സഹപാഠികളും, ഒരിക്കലും തന്നെ മനുഷ്യ നായി കാണാതിരുന്ന അദ്ധ്യാപകരും..... അങ്ങനെ എല്ലാവരെയും പിന്നി ലാക്കിയുള്ള യാത്ര. 'അനുഭവങ്ങൾ തന്നെ എങ്ങനെയാക്കിത്തീർത്തുവോ അതാണ് തന്റെ വിജയം' എന്ന് മാധവ് പറഞ്ഞത് സിവിൽ സർവ്വീസ് കോച്ചിങ് ഇൻസ്റ്റിറ്റ്യൂട്ടിലെ ഒരു അദ്ധ്യാപകന്റെ മുന്നിലായിരുന്നു. അതേ അനുഭവങ്ങളായിരുന്നു അയാളെ സന്ദീപ് ദേശായിയുമായി അടുപ്പിച്ചത്. ജീവിതമെന്നത് ജനനത്തിനും മരണത്തിനും ഇടയിലുള്ള ഒരു ഇടവേള മാത്രമല്ലെന്നും പിന്നിട്ട വഴികളിൽ എവിടെയെങ്കിലും തന്റേതായ ഒരു അടയാളപ്പെടുത്തൽ നടത്തുമ്പോഴാണ് ജീവിതം ചുവന്ന് തുടുക്കുന്ന തെന്നും ദേശായി അവനെ ഓർമ്മിപ്പിച്ചു. മതം എന്നത് വിദ്വേഷത്തിന്റെ ചിഹ്നമായി മാറുന്ന സമൂഹത്തിൽ മനുഷ്യനെ തിരയുന്ന ദൗത്യമായിരുന്നു സന്ദീപ് ദേശായിയുടെ 'ചേതനയ്ക്ക്' ഉണ്ടായിരുന്നത്. അതിനുള്ള മാർ ഗ്ഗമായിരുന്നു നാടകം. നാല്ക്കവലകളിലും, ചേരികളിലും, ഉത്സവപ്പറമ്പു കളിലും, ഫാക്ടറിപ്പടികളിലും ആട്ടിയോടിക്കപ്പെട്ടവന്റെ വിലാപങ്ങൾ രംഗഭാഷ്യം ചമച്ചപ്പോൾ, ദേശായിക്കൊപ്പം മാധവും ചേർന്നു.

യെരുകലാസും, കൊറച്ചയും, കൊറവറാസും.... അങ്ങനെ വിമുക്ത

ജാതിയുടെ ദ്രവിച്ച മഹാവൃക്ഷച്ചുവട്ടിൽ ചെളി പുരണ്ട് കിടന്ന അധഃകൃതരുടെ ആത്മസംഘർഷം ലോകത്തോട് വിളിച്ചു പറയാൻ ഒടുവിൽ നാടകം തന്നെ മാധവിന് വഴി കാട്ടിക്കൊടുത്തു. ന്യൂയോർക്കിലെ 'ഇന്റർനാഷണൽ ഫോറം ഫോർ ലിബർട്ടി' യുടെ പ്രൗഢമായ വേദിയിൽ അയാൾ നില്ക്കുമ്പോൾ ഛായ നഗറിൽ വീണ്ടും മത്താപ്പ് വിരിഞ്ഞു.

ഡീനോട്ടിഫൈഡിന്റെ വിധി മാറ്റാൻ ആർക്കും കഴിഞ്ഞില്ല. എത്ര ഉയരത്തിൽ എത്തിയാലും ആഴത്തിൽ പതിഞ്ഞ പാരമ്പര്യത്തിന്റെ കറുത്ത ശേഷിപ്പുകൾ തങ്ങളെ നോക്കി പല്ലിളിക്കും എന്ന് മാധവിന് ഒരിക്കൽകൂടി ബോദ്ധ്യമായത് ന്യൂയോർക്കിൽനിന്നും തിരികെയെത്തിയ രാത്രിയിലായിരുന്നു. മെയിൻ റോഡ് പിന്നിട്ട് സ്ട്രീറ്റ് ലൈറ്റ് ഇല്ലാത്ത പൊളിഞ്ഞ റോഡിലേക്ക് കടന്നപ്പോൾ പൊലീസ് വാഹനം വന്നുനിന്നു. ഛായാനഗറിന് പരിസരത്ത് അസമയത്ത് കാണുന്ന വിമുക്തജാതികളെ ഒരു മാനദണ്ഡവുമില്ലാതെ കസ്റ്റഡിയിൽ എടുക്കാം, അത് അവരുടെ നിയമം.

ചോദ്യങ്ങൾകൊണ്ട് അവർ അയാളെ വരിഞ്ഞുകെട്ടി. ന്യൂയോർക്കിലെ പ്രബന്ധാവതരണം മുതൽ നാട്ടിൽ തിരിച്ചെത്തിയതുവരെയുള്ള യാഥാർത്ഥ്യങ്ങൾ അവർക്ക് മുന്നിൽ വെളിപ്പെടുത്തിയിട്ടും, “കള്ളന്മാർ എന്നുമുതലാടാ പ്രബന്ധം അവതരിപ്പിക്കാൻ തുടങ്ങിയത്” എന്ന് അലറിക്കൊണ്ട് മാധവിനെ അവർ ജീപ്പിലേക്ക് തള്ളി. ഒന്നാം റാങ്കും, നാടകവും ന്യൂയോർക്കിലെ പ്രബന്ധവുമെല്ലാം പിന്നിലാക്കി ഛായാനഗർ വീണ്ടും മുന്നിലെത്തിയപ്പോൾ ഒരു രാത്രിയും ഒരു പകലും മാധവിന് ലോക്കപ്പിൽ കിടക്കേണ്ടിവന്നു. ഛായാനഗറുകാരെ കാണുമ്പോൾ മാത്രം പൊലീസിന് എന്താണിത്ര ആവേശം എന്ന് ലോക്കപ്പിൽനിന്നും പുറത്തിറങ്ങിയപ്പോൾ ഒരു പൊലീസുകാരനോട് മാധവ് ചോദിച്ചു, അപ്പോൾ ഒരു വിഡ്ഢിച്ചിരിയോടെ അയാൾ പറഞ്ഞു

“അതാടാ നിയമം.”

ഛായാനഗർ എന്നും ഒരു യുദ്ധഭൂമിയാണ്. പൂർവ്വികർ പിന്തുടർന്നു പോന്നിരുന്ന കുലത്തൊഴിൽ അവസാനിച്ചിട്ടും നാട്ടിലെ മോഷണങ്ങളുടെ പാപഭാരം പേറാൻ വിധിക്കപ്പെട്ടവരുടെ പാളയം തേടി പൊലീസ് വാഹനങ്ങൾ വരുമ്പോൾ ഛായനഗർ ചടുലമാകും. മോഷണവും, വ്യാജമദ്യവും, വ്യഭിചാരവും ചുമത്തി പുരുഷന്മാരെ അറസ്റ്റ് ചെയ്തു കൊണ്ട് പോകും. സ്ത്രീകളെയും കുട്ടികളെയും തല്ലിച്ചതയ്ക്കും. മനസ്സിന് വിരുന്നൊരുക്കുന്ന കാഴ്ചകാണാൻ എലൈറ്റ് ഗാർഡനിലെ ബാൽക്കണികളിൽ കൊഴുത്തുരുണ്ട മനുഷ്യർ നിരന്ന് നില്ക്കും.

പൊലീസിനെയും, ഭരണകൂടത്തെയും, എലൈറ്റ് ഗാർഡനെയും ഞെട്ടിച്ചുകൊണ്ട് ഛായാ നഗറിൽ വീണ്ടും മത്താപ്പ് വിരിഞ്ഞു– മാധവിന്റെ സിവിൽ സർവ്വീസ് വിജയം ആഘോഷിച്ചുകൊണ്ട്. മാധവ് കുമാർ സോളങ്കി ഒരു പ്രതീകമായിരുന്നു. ആട്ടിയോടിക്കപ്പെട്ടിട്ടും, പുസ്തകവും പ്രണയവും വെളിച്ചവും നിഷേധിക്കപ്പെട്ടിട്ടും, കൃത്യമായ ഇടവേളകളിൽ

ചേരിയുടെ ആകാശത്ത് ആഘോഷങ്ങളുടെ വർണ്ണക്കുടകൾ വിരിയിക്കാൻ നേട്ടങ്ങളുടെ ജാലകം തുറന്നിട്ട പോരാളി. മാധവിന്റെ വിജയങ്ങൾ ഛായാനഗറിന്റെ നഷ്ടങ്ങളായിരുന്നു. ഓരോ ആഘോഷത്തിന്റെയും ആലസ്യം വിട്ടുമാറും മുൻപേ എലൈറ്റ് ഗാർഡന്റെ തിരിവ് കടന്ന് പൊലീസ് വാഹനങ്ങൾ ഇരമ്പിയെത്തും. ചാർജുകളെല്ലാം പഴയതുതന്നെ. പൊലീസ് ബൂട്ടുകൾക്കിടയിൽ നിലവിളികൾ ഞെരുങ്ങുമ്പോഴും ഛായാനഗറിൽ വീണ്ടും സൂര്യനുദിക്കുന്നത് കാണാനായി പ്രതീക്ഷയോടെ അവർ കാത്തിരിക്കും.

ആഹാരവും വെള്ളവും ആഡംബരമാകുന്ന അരവയർ പട്ടിണിക്കാരന്റെ കുടിലുകളിലും മനുഷ്യരാണ് ജീവിക്കുന്നത് എന്ന ചിന്ത മനസ്സിലുള്ള മാധവിന് പരമ്പരാഗത ബ്യൂറോക്രാറ്റിക് ഐഡിയോളജിയിൽ ഒതുങ്ങിക്കൂടാനായില്ല.

കൊളോണിയലിസത്തിലെ ശവംനാറിപ്പൂമണം ഇനിയും വിട്ടുമാറിയിട്ടില്ലാത്ത നോർത്ത് ബ്ലോക്കും, സർദാർഗ്രാം സ്കൂളിലെ വെയിൽ തിളയ്ക്കുന്ന അസംബ്ലി മുറ്റവും തമ്മിൽ സമാനതകൾ ഏറെ ഉണ്ടായിരുന്നു. 'വിധി നമ്മെ വഴിതെളിച്ചു കൊണ്ടുപോകുമെന്ന മിഥ്യയിൽ ജീവിതം തളച്ചിടരുതെന്ന്' നോർത്ത് ബ്ലോക്കിൽ തന്നെ കാണാൻ പൂക്കളുമായി വന്ന ചേരിയിലെ കുട്ടികളോടായി മാധവ് ഒരിക്കൽ പറയുകയുണ്ടായി. ജന്തർമന്തറിലെ വെളിച്ചം ഉറഞ്ഞുകിടക്കുന്ന പാതയോരത്ത് ഇരിക്കുമ്പോൾ അതേ ചിന്തയായിരുന്നു അയാളുടെ ഉള്ളില്.

ജീവിതം കൈവിട്ട് പോകുമ്പോൾ ഭയം അലർച്ചയായി പുറത്തുവരും, തങ്ങളുടെ പതനം ആരെങ്കിലും കേൾക്കുന്നതിന് വേണ്ടിയുള്ള നിലവിളി. അത് പ്രതിഷേധങ്ങളായി രൂപപ്പെടുമ്പോൾ മാത്രമേ ഭരണകൂടം കണ്ണുതുറക്കൂ എന്ന തിരിച്ചറിവ് ജന്തർമന്തറിനെ ചടുലമാക്കിക്കൊണ്ടിരുന്നു. യാത്രകൾ....., അത് നീണ്ടുപോകും സർദാർഗ്രാമും, സിദ്ധാർത്ഥ് മാതയും, ചേതനയും, നോർത്ത് ബ്ലോക്കും കടന്ന്. വിദൂരമായ ലക്ഷ്യം മുന്നിൽ തെളിഞ്ഞ് കിടക്കുമ്പോൾ ഛായാനഗറിലെ സൂര്യന് അസ്തമിക്കാനാകുമായിരുന്നില്ല. പക്ഷേ, അഴുക്കുചാലിൽ ആണ്ടുപോയവർ ഉയിർത്തെഴുന്നേല്ക്കുന്ന ദിനം സ്വപ്നം കാണുമ്പോഴും മാധവിന്റെ മനസ്സിൽ ഒരു വാചകം കിടന്നു പിടയ്ക്കും,

"വൺസ് എ ക്രിമിനൽ ആൾവേയ്സ് എ ക്രിമിനൽ....."

ഇരുമുഖങ്ങൾ

ആരും ഏറ്റുവാങ്ങാനില്ലാതെ, അനാഥരായ മനുഷ്യർ മോർച്ചറിയിലെ ഫ്രീസറിൽ മരവിച്ചു കിടക്കുമ്പോൾ നിയമപ്രകാരമുള്ള കാലാവധി കഴിഞ്ഞ് സൂപ്രണ്ടാഫീസിൽ നിന്നും ശിവാകനെ തേടി ഒരു വിളി വരും, "ഇന്ന് ഒരു കേസുണ്ട്."

ഫ്രീസറിൽ നിന്നും ശരീരം ട്രോളിയിലേക്ക് മാറ്റാൻ ആരും അയാളെ സഹായിക്കാറില്ല. ഇന്നത്തെ 'കേസിന്റെ' ഭാരം എൺപത്തിരണ്ട് കിലോയാണ്. അതാണ് റിപ്പോർട്ടിൽ എഴുതിയിരിക്കുന്നത്. തന്നെക്കാൾ വലിപ്പമുള്ള ശരീരങ്ങൾ ഒറ്റയ്ക്ക് കൈകാര്യം ചെയ്യുമ്പോൾ അതിന്റെ ഭാരത്തെക്കുറിച്ച് അയാൾ ചിന്തിക്കാറില്ല. മോർച്ചറി അറ്റന്റർ ഉണ്ടെങ്കിലും ആരെയും അയാൾ സഹായത്തിനു വിളിക്കാറില്ല എന്നതാണ് സത്യം. ട്രോളിയിൽ ശരീരം എടുത്തുവച്ച്, പിൻവാതിൽ വഴി പുറത്തേക്ക് വന്ന് നേരെ ശ്മശാനത്തിലേക്ക്. കീഴ്ക്കാംതൂക്കായ ശ്മശാനവഴിയിൽ ചിലപ്പോൾ ട്രോളി മറിയുകയും ശരീരം അപ്പാടെ താഴെ വീഴുകയും ചെയ്യാറുണ്ട്. മോർച്ചറി മുതൽ ശ്മശാനം വരെയുള്ള കാടുപിടിച്ച പാഴ് നിലം അയാൾക്ക് വഴിത്താര ഒരുക്കിയത് ഈ ശവയാത്രകളാണ്.

തന്റെ ജോലിയിൽ എപ്പോഴും താൻ ഒറ്റയ്ക്ക് ആയിരിക്കും എന്ന ചിന്ത അയാളെ ശ്രദ്ധാലുവാക്കും, പിഴവുകൾ പറ്റാതെ മനസ്സിനെയും ശരീരത്തെയും നിയന്ത്രിച്ച് നിർത്തും. തീ പിടിച്ച മരക്കൊമ്പുകളിൽ പുതുനാമ്പുകൾ വിടർന്ന് നില്ക്കുന്ന ശ്മശാനത്തിൽ അങ്ങിങ്ങായി ചാരക്കുഴികൾ കാണാം. ഒരു അഭ്യാസിയുടെ മെയ്‌വഴക്കത്തോടെ അയാൾ ശവം താഴെയിറക്കി കിടത്തിയിട്ട് ഒരു ദീർഘനിശ്വാസം വിട്ടു. ഒരു വിളിപ്പാടകലെ ഇരമ്പി മറിയുന്ന നഗരത്തിന്റെ ഒരു ഗന്ധവും കടന്നുവരാത്തത്ര മൂകത. ശ്മശാനത്തിന്റെ അതിർത്തിക്കപ്പുറം റെയിൽവേ ട്രാക്കാണ്. അത്

മുറിച്ചുകടന്നാൽ മനുഷ്യരും നായ്ക്കളും കാലികളും ഒരുമിച്ചു പാർക്കുന്ന ചേരി.

തന്റെ മുന്നിൽ വെള്ളപുതച്ച് കിടക്കുന്ന ആളിന്റെ മുഖത്തേക്ക് അയാൾ ഇമവെട്ടാതെ നോക്കിയിരുന്നു. ഇയാൾ ആരായിരിക്കും, ഏതു മതക്കാരനായിരിക്കും. അല്ലെങ്കിലും ജീവിച്ചിരിക്കുന്നവർക്ക് മാത്രം ആവശ്യമുള്ള ഒരു സാധനമാണല്ലോ മതം. അനാഥ പ്രേതങ്ങൾക്ക് ഒറ്റ മതമേ ഉള്ളു, ഇക്കാലമത്രയും ആർക്കുവേണ്ടിയാണോ ജീവിച്ചത്, അവർക്ക് പോലും വേണ്ട എന്ന യാഥാർത്ഥ്യത്തിന്റെ മതം. ഒരു ആചാരത്തിന്റെയും കെട്ടുപാടുകളിൽ ഒതുക്കി നിർത്തേണ്ടാത്ത അനാഥർക്ക് ശിവാകൻ ഒരു ആചാര സംഹിത സൃഷ്ടിച്ചിട്ടുണ്ട്. അതിലെ പുരോഹിതനും തന്ത്രിയും എല്ലാം അയാൾ തന്നെ. നിർദ്ദേശങ്ങൾ കൊടുക്കാനും സ്വീകരിക്കാനും അയാൾ മാത്രം. കുഴി വെട്ടുന്നതും കർമ്മങ്ങൾ ചെയ്യുന്നതും അയാൾ.

കോർപ്പറേഷന്റെ ശ്മശാന നിർമ്മാണം അവസാനഘട്ടത്തിലാണ്. അത് തുറക്കുന്നതുവരെ മാത്രമേ തനിക്ക് ഈ ജോലിയുള്ളു. ക്ഷമിക്കണം ജോലിയല്ല കടമ, ഇത് തന്റെ കടമയാണ് മുൻജന്മത്തിൽ എന്നോ വീട്ടാൻ ബാക്കിവച്ച ധാർമ്മികമായ ബാദ്ധ്യത. കർമ്മങ്ങൾ കഴിഞ്ഞപ്പോഴേക്കും വൈകിയിരുന്നു.

ശവം ചുമക്കുന്ന ശിവാകൻ ചിലർക്കെങ്കിലും അപശകുനമാണ്. ചീർത്ത മൃതദേഹത്തിന്റെ ഗന്ധത്തേക്കാൾ അവൻ വെറുത്തിരുന്നത് തന്നെ കാണുമ്പോൾ വഴിമാറി നടക്കുന്ന മനുഷ്യരെയാണ്. തനിക്ക് ചീഞ്ഞ ശവത്തിന്റെ ഗന്ധമാണോ എന്ന് അവന് ഇടയ്ക്കു തോന്നാറുണ്ട്. ചില്ല് പടങ്ങൾക്ക് താഴെ പ്രാർത്ഥിക്കാനിരിക്കുമ്പോൾ അയാൾ സ്വയം മണത്തു നോക്കും.

"എന്റെ മോന് ചന്ദനത്തിന് മണമാ...."

മുത്തമ്മി അവനെ ആശ്വസിപ്പിക്കും, വിശ്വാസം വരാതെ തൊട്ടരികിൽ നില്ക്കുന്ന മുരുകനെ അയാൾ നോക്കും. വശ്യമായി പുഞ്ചിരിച്ചു നില്ക്കുന്ന മയിൽവാഹനന്റെ നോട്ടം അയാളെ ശാന്തനാക്കും. കർമ്മങ്ങൾ കഴിഞ്ഞ് റെയിൽപ്പാളത്തിനപ്പുറത്തെ ആസ്ബറ്റോസ് ഷീറ്റിട്ട ഒറ്റമുറി വീട്ടിലേക്ക് ശിവാകൻ എത്തുമ്പോൾ മറവുചെയ്യപ്പെട്ട രൂപങ്ങളും അയാൾക്കൊപ്പം ഉണ്ടാകും. മുരുകന്റെയും, മുത്തമ്മിയുടെയും ചില്ലു പടങ്ങൾക്ക് താഴെ ചമ്രം പടിഞ്ഞിരുന്ന് പ്രാർത്ഥിക്കുമ്പോൾ മറക്കാൻ ശ്രമിക്കുന്ന രൂപങ്ങൾ കൂടുതൽ തെളിമയോടെ അയാളുടെ മനസ്സിലേക്ക് കടന്നു വരും. പിന്നെയൊരു യുദ്ധമാണ് ശ്മശാനത്തിൽ എരിഞ്ഞടങ്ങിയവരും അനാഥർക്ക് രക്ഷയൊരുക്കിയവനും തമ്മിൽ.

'അജ്ഞാതരായ ആത്മാക്കൾക്ക് മോക്ഷം ലഭിക്കണമെങ്കിൽ അവർ തൃപ്തരാകണം, അല്ലെങ്കിൽ അവർ ഭൂമിയിൽ അലഞ്ഞു നടക്കും, നീ ചെയ്ത കർമ്മങ്ങളൊന്നും വിധിപ്രകാരമുള്ളതല്ല ശിവാകാ....അതിനാൽ അവർ എപ്പോഴും നിന്നോടൊപ്പമുണ്ടാകും.' മനസ്സിലിരുന്ന് ആരോ അവനോടു വിളിച്ചുപറയും. മുത്തമ്മിയാണോ അതോ ആത്മാക്കളാണോ തന്റെ

മനസ്സിന്റെ രാജാവ് എന്ന് നിശ്ചയിക്കാനുള്ള പോരാട്ടത്തിനൊടുവിൽ മുത്തമ്മി തന്നെ ജയിക്കും, കാരണം മുത്തമ്മിയാണ് അവന്റെ ദൈവം, പിന്നെ മുരുകനും. തോറ്റ് പിൻവാങ്ങിയ ആത്മാക്കളോട് അവൻ സംസാരിക്കും, മുത്തമ്മിയെ പരിചയപ്പെടുത്തിക്കൊടുക്കും. എന്നിട്ട് അയാൾ സ്വയം പറയും,

"എനിക്ക് കുഴപ്പമൊന്നുമില്ല കേട്ടോ." ചില്ലു പടങ്ങൾക്ക് താഴെ തൂക്കിയിട്ടിരിക്കുന്ന കുടമണികൾ അപ്പോൾ പൊട്ടിച്ചിരിക്കും.

കോവിൽപ്പാളയം ബസ് സ്റ്റാന്റിന് പിന്നിലെ കുറ്റിക്കാട്ടിൽ വെളിക്കിരിക്കാൻവന്ന മുത്തമ്മിക്ക് തെരുവുനായ്ക്കളുടെ കൂട്ടപ്പൊരിച്ചിലിൽ മുങ്ങിപ്പോയ കുഞ്ഞുശബ്ദം തിരിച്ചറിയാൻ കഴിഞ്ഞിടത്തുനിന്നുമാണ് ശിവാകന്റെ ജീവിതം തുടങ്ങുന്നത്. കടിച്ചുകീറാൻ ഒരുമ്പെട്ടു നില്ക്കുന്ന നായ്ക്കളിൽനിന്നും വീണ്ടെടുക്കപ്പെട്ടവൻ മുത്തമ്മിയുടെ മുത്തായി. അതിൽപ്പിന്നെയാണ് റെയിൽവേ ഷണ്ടിങ് യാർഡിന് പിന്നിലെ പുറമ്പോക്ക് കൂര സ്വർഗ്ഗമായി മാറിയത്. മുത്തമ്മിയുടെ ജീവിതം പിന്നെ മുത്തുവിനെ ചുറ്റിപ്പറ്റിയായിരുന്നു. അവന്റെ വളർച്ചയും സ്നേഹവും കണ്ടിരിക്കെ ഒരുനാൾ അവരെ പുറമ്പോക്കിലെ കൂരയിൽനിന്നും ഇറക്കിവിട്ടു. തരിശാക്കിമാറ്റിയ റെയിൽവേ പുറമ്പോക്ക് ഭൂമിയുടെ മൂലയിൽ, പൊളിച്ച കൂരകൾ കത്തിയമർന്നപ്പോൾ, മുകളിൽ ആകാശം മാത്രം കൂട്ടുണ്ടായിരുന്നവർ പ്രാകിക്കൊണ്ട് പല വഴിക്കായി പിരിഞ്ഞുപോയി. ജീവിതം വലിയ ചോദ്യവുമായി മുന്നിൽ നിന്നപ്പോൾ മുത്തമ്മിയുടെ കൈപിടിച്ച് മുത്തുവും നടന്നു. ആ യാത്രയിലാണ് ശിവാകന് മുത്തമ്മിയെ നഷ്ടമായത്.

ലോറി കയറിയിറങ്ങിയ മുത്തമ്മിയുടെ ശരീരവുമായിട്ടായിരുന്നു ശിവാകൻ ആദ്യമായി മെഡിക്കൽ കോളേജിന്റെ പടി കയറുന്നത്. സ്ട്രെച്ചറിൽ ചലനമറ്റു കിടന്ന അവരുടെ നീണ്ട കാതിലെ കുടമണികളിൽ അവൻ തലോടിക്കൊണ്ടിരുന്നു. ഏറെ സമയത്തിനുശേഷമാണ് അവനെ പുറത്തെ ബെഞ്ചിൽ ഒറ്റയ്ക്കാക്കി, സ്ട്രെച്ചറിൽ മുത്തമ്മിയെ അകത്തേക്ക് കൊണ്ടുപോയത്. കോവിൽപ്പാളയത്തിന് പുറത്ത് ആദ്യമായി എത്തപ്പെട്ട പതിമൂന്നുകാരന്റെ വിങ്ങൽ കാണാൻ ആരും ഉണ്ടായിരുന്നില്ല. അറിയാത്ത ചുറ്റുപാടുകൾ, പരിചയമില്ലാത്ത മുഖങ്ങൾ.. 'എന്റെ മുത്തേ' എന്ന് വിളിച്ച് നടന്നുവരുന്ന മുത്തമ്മിയെ പ്രതീക്ഷിച്ച് കരച്ചിലടക്കി അവൻ കാത്തിരുന്നു. മുത്തമ്മിയെ അകത്തേക്ക് കൊണ്ടുപോയ ആൾ പുറത്തുവന്നപ്പോൾ രാത്രിയായി. പൊട്ടിച്ചിരിക്കുന്ന കുടമണികൾ അവന്റെ ഉള്ളംകൈയിൽവച്ച് കൊണ്ട് അയാൾ പറഞ്ഞു, "നിന്റെ അമ്മ മരിച്ചു." മരണം എന്ന വാക്കിന്റെ വ്യാപ്തി അത്രയ്ക്കൊന്നും മനസ്സിലായില്ലെങ്കിലും ഒരു കാര്യം അവന് ബോദ്ധ്യപ്പെട്ടു, മുത്തമ്മി ഇനി ഇല്ല. തുന്നിക്കെട്ടിയ ശരീരം എന്ത് ചെയ്യണമെന്നറിയാതെ പകച്ചു നിന്ന ശിവാകന്റെ നെറുകയിൽ ഒരു കൈത്തലം പതിഞ്ഞു. അതൊരു തുടക്കമായിരുന്നു, മോർച്ചറിക്ക് പിന്നിലുള്ള ശ്മശാനത്തിലേക്കുള്ള യാത്രയുടെ തുടക്കം.

"ഇനി ഇവൻ ഇവിടൊക്കെത്തന്നെ നില്ക്കട്ടെ, ഒരു സഹായത്തിന്." അവന്റെ നിസ്സഹായത കണ്ടറിഞ്ഞ സൂപ്രണ്ടായിരുന്നു ആദ്യത്തെ രക്ഷകൻ. പിന്നീട് എപ്പോഴോ മോർച്ചറി എന്ന ഭയപ്പാടിന്റെ ലോകത്തേക്ക് അവൻ അടുത്തു കൂടി. ജീവനുള്ളവരെക്കാൾ ജീവനില്ലാത്തവരെ അവൻ സ്നേഹിച്ചു തുടങ്ങി. ഓരോ ശരീരത്തിലും അവൻ തന്റെ മുത്തമ്മിയെ കണ്ടു. പഴകിയ ശരീരങ്ങൾ പോസ്റ്റുമോർട്ടത്തിനായി ഒരുക്കിക്കിടത്തുവാനും, കൈയേല്ക്കാൻ ആളില്ലാത്തവരെ അടക്കം ചെയ്യുവാനും ശിവാകൻ മോർച്ചറിക്ക് മുന്നിൽ തയ്യാറായി നിന്നു. "ആർക്കും വേണ്ടാത്തവരുടെ ആരോ ആവുക എന്നതാണ് തന്റെ സ്വർഗ്ഗമെന്ന്" കുറച്ച് കാല്പനികത കലർത്തി ഒരിക്കൽ സൂപ്രണ്ടിനോട് പറഞ്ഞപ്പോൾ, കേട്ട് നിന്നവർക്ക് അത് ഒരു വലിയ തമാശയായിരുന്നു.

മുരുകനോടുള്ള പ്രാർത്ഥനയും മുത്തമ്മിയോടുള്ള പരിഭവവും കഴിഞ്ഞ് വാതിൽ തുറക്കുന്നത് നഗരത്തിലെ രാത്രിത്തിരക്കിലേക്കാണ്. സിഗ്നൽ പോയിന്റിൽ നിർത്തിയിട്ടിരിക്കുന്ന വാഹനങ്ങളുടെ ചുവന്ന വെളിച്ചം ടാറിട്ട റോഡിൽ ചിതറിക്കിടക്കുന്നത് അവൻ നോക്കിയിരുന്നു.

നാളെ ശിവാകന്റെ അവസാന ശവദാഹമാണ്. അതുകഴിഞ്ഞാൽ പാഴ് നിലത്തിലെ വഴിത്താര താണ്ടിയുള്ള ശവയാത്രകൾ ഉണ്ടാകില്ല. ഓരോ യാത്ര തുടങ്ങുമ്പോഴും ഇതൊന്ന് അവസാനിച്ചിരുന്നെങ്കിൽ എന്ന് മനസ്സുകൊണ്ട് ആഗ്രഹിച്ചിട്ടുണ്ട്, പക്ഷേ, ശവങ്ങളുമായി പട്ടടയിൽ എത്തുമ്പോൾ അനുഭവിക്കുന്ന നിർവൃതി അനാഥരെ കാത്തിരിക്കുവാൻ അയാളെ വീണ്ടും പ്രാപ്തനാക്കും. എല്ലാം നാളെ കൊണ്ട് അവസാനിക്കുകയാണ്.

സ്വയം സൃഷ്ടിച്ചെടുത്ത ശീലങ്ങളിൽനിന്നും ഒരുദിവസംകൊണ്ട് പിന്മാറണമെന്ന ചിന്ത അയാളെ അസ്വസ്ഥനാക്കി. മറ്റാർക്കും അവകാശപ്പെടാനില്ലാത്ത കർമ്മങ്ങളുടെ പുണ്യവും ശവംനാറി എന്ന വിളിപ്പേരിലെ പാപവും പേറി അവസാന ചിതയ്ക്ക് തീ കൊളുത്തി അയാൾ മടങ്ങിപ്പോന്നു. മോർച്ചറിക്ക് മുന്നിലെ പുളിവാകച്ചുവട്ടിൽ നിന്നാൽ ചിതയിൽ നിന്നുള്ള പുകയുടെ നേർത്ത പാട വൃക്ഷത്തലപ്പുകളിൽ തങ്ങി നില്ക്കുന്നത് കാണാം. കുറച്ചു സമയം ആയാൾ വരാന്തയിലിരുന്നു.

"ഒരു അൺ ക്ളെയ്മ്ഡ് കേസുണ്ട് പോസ്റ്റുമോർട്ടം നാളെയേ ഉള്ളൂ, മോർച്ചറിയിലേക്ക് മാറ്റി ശിവാകാ."

അതു പറഞ്ഞ് നഴ്സ് ശാലിനി പോയി. മോർച്ചറി അറ്റന്റർ ലീവ് ആയതിനാൽ ഇന്ന് ആ ജോലി കൂടി ശിവാകനാണ്. കൈയേല്ക്കാൻ ആരുമില്ലാത്ത ഒരാൾ കൂടി. തന്റെ ജപങ്ങൾക്കു മുന്നിൽ വിറങ്ങലിച്ചു കിടക്കേണ്ടിയിരുന്ന ആൾ... ഇനി കോർപ്പറേഷനിലെ വൈദ്യുത ശ്മശാനത്തിൽ എരിഞ്ഞടങ്ങും.

ഇരുട്ടു വീണു തുടങ്ങി. ശിവാകൻ അകത്തേക്ക് നടന്നു. ഐ സി യുവിന്റെ പുറത്തെ വരാന്തയിൽ വെള്ളത്തുണി മൂടിയ സ്ട്രക്ച്ചർ ഉണ്ട്. മോർച്ചറിയിൽ അവസാനിക്കുന്ന ഹ്രസ്വമായ യാത്രയിൽ ആ മുഖം

അയാൾക്കു മുന്നിൽ അനാവൃതമായി. തേജസ്സുള്ള ഒരു പെൺകുട്ടി. മുഖത്തെ ചോരപ്പാടുകൾ മാഞ്ഞുപോയിട്ടില്ല. വാതിൽ തുറന്ന് സ്ട്രെച്ചർ അകത്തേക്ക് ഉന്തിക്കയറ്റി. പുറത്ത് മഴ കനക്കുകയാണ്. ശക്തമായ ഒരു ഇടിവെട്ടിയപ്പോൾ കറണ്ട് പോയി. ഇതുവരെ തോന്നിയിട്ടില്ലാത്ത ഒരു ഭീതി അയാളുടെ ഉള്ളിൽ ജീവൻ വച്ചു. ജീവിച്ചിരിക്കുന്നവരേക്കാൾ മരിച്ചവരെ ഇഷ്ടപ്പെടുന്ന തനിക്ക് ഒരിക്കലും തോന്നിയിട്ടില്ലാത്ത അകാരണമായ ഭയം മനസ്സിനെ മുറുക്കിക്കൊണ്ടിരിക്കുന്നത് അയാൾ അറിഞ്ഞു. സമയം ഏറെ വൈകിയിരിക്കുന്നു, ബോഡി ഫ്രീസറിൽ ആക്കിയ ശേഷം എത്രയും വേഗം പുറത്തുകടക്കുക. അപ്പോഴേക്കും കറണ്ട് വന്നു. അയാൾ തന്റെ പ്രവൃത്തിക്ക് വേഗംകൂട്ടി. ഫ്രീസറിന്റെ ഉരുക്ക് പിടി തിരിച്ച് പുറത്തേക്ക് തുറന്നുവച്ചു. ട്രേയുടെ തലഭാഗം ഫ്രീസറിന്റെ വാതിൽപ്പടിയിൽ എടുത്തു വച്ച്, കാൽ ഭാഗത്തേക്ക് വന്ന് പിടിച്ചതിനുശേഷം സ്റ്റാൻഡ് ഒരു കൈകൊണ്ട് തള്ളിമാറ്റി. ഇനി ഒന്ന് തള്ളിയാൽ ബോഡി ഫ്രീസറിനുള്ളിലാകും. ഭീതി നിറഞ്ഞ മനസ്സിനെ ഞെട്ടിച്ച് വീണ്ടും ഇടിവെട്ടി. അപ്രതീക്ഷിത ആഘാതത്തിൽ ട്രേയിൽ നിന്നും പിടിവിട്ട് ജഡം താഴേക്ക് വീണു. ആരും ചോദ്യം ചെയ്യാനില്ല എന്ന ആശ്വാസമാണോ, ഭയം തന്നെ വല്ലാതെ പിടികൂടിയിരിക്കുന്നു എന്ന ചിന്തയാണോ എന്ന് മനസ്സിലാകാതെ അയാൾ ശരീരം താങ്ങിയെടുത്ത് ട്രേയിൽ കിടത്തിയശേഷം ഊർന്നുപോയ വെള്ളത്തുണി മുഴുവനായും മൂടിയിട്ടു. ലീവ് എടുത്തു പോയ അറ്റന്ററെ ശപിച്ചുകൊണ്ട് അയാൾ നിവർന്നിരുന്നു.

ആർക്കൊക്കെയോ വേണ്ടി ജീവിച്ച് ഒടുവിൽ രാത്രി മഴയിൽക്കുളിച്ചു നില്ക്കുന്ന ഈ മോർച്ചറിക്കുള്ളിൽ ആർക്കും വേണ്ടാതെ കിടക്കുന്ന അനാഥയെ നോക്കിയിരിക്കെ അയാളുടെ ഭയത്തിന് ശക്തി കൂടി വന്നു. അത് ശരീരത്തെ ആകെ ചുറ്റി വരിയാൻ തുടങ്ങി, സ്വപ്നത്തിലേക്കോ വിഭ്രാന്തിയിലേക്കോ അടർന്നു വീഴാൻ പാകത്തിൽ ഞെട്ടറ്റ് നില്ക്കുന്ന അയാളുടെ മനസ്സിന്റെ നിയന്ത്രണം നഷ്ടപ്പെട്ടു. മുന്നിൽ മരിച്ചുകിടക്കുന്ന സുന്ദരി.... അതാ...അവളുടെ നെഞ്ചിൻകൂട് ഉയർന്നു താഴുന്നു. വെള്ളത്തുണിക്കുള്ളിൽനിന്നും ചുവന്ന കാല്പാദങ്ങൾ പുറത്തേക്ക് വരുന്നു, കൈകൾ യാചനയോടെ അയാൾക്ക് നേരെ നീണ്ടു. ഒരു നിലവിളി തൊണ്ടയിൽ കുടുങ്ങിക്കിടക്കുന്നത് അയാളറിഞ്ഞു. മരിച്ചവരെ വിട്ടകലാൻ മടിക്കുന്ന മനസ്സുമായി നില്ക്കുന്ന തന്റെ മുന്നിൽ മിടിക്കുന്നത് മരണമാണോ അതോ ജീവിതമാണോ എന്ന് തിരിച്ചറിയാൻ കഴിയുന്നില്ല. അയാൾ മെല്ലെ ശരീരത്തിന് അടുത്തേക്ക് വന്നു. ആ കണ്ണുകൾ തുടിക്കുന്നത് അയാൾ തിരിച്ചറിഞ്ഞു. ശ്വാസക്രമം വല്ലാതെ വ്യത്യാസപ്പെടുന്നു, ഇടയ്ക്ക് നിലയ്ക്കുന്നു, ഇടയ്ക്ക് കിതയ്ക്കുന്നു. അയാൾ കുറേക്കൂടി അടുത്തു ചെന്നു നെഞ്ചിൻ കൂട്ടിൽ ശക്തിയായി അമർത്തി, അപ്പോൾ തൊണ്ടയിൽ കുടുങ്ങിക്കിടന്ന ചുമ പുറത്തേക്ക് തെറിച്ചു.

അവളുടെ കൈകൾ ഉയർന്നു ചുണ്ടോടടുത്തു, അയാൾ പുറത്തേക്കോടി വെള്ളവുമായി തിരികെയെത്തി, കഴുത്തിന് അടിയിൽ കൈ കടത്തി തല ഉയർത്തി വച്ച് വെള്ളക്കുപ്പി ചുണ്ടോടടുപ്പിച്ചു.

താൻ ചെയ്യുന്ന പ്രവൃത്തിയുടെ വ്യാപ്തി അറിയാതെ അയാൾ ശരീരത്തിൽ അവിടവിടെയായി അമർത്തി ചലനങ്ങളുടെ തരംഗങ്ങൾ തീർത്തു. ഭിത്തിക്ക് തിരശ്ചീനമായി ട്രേ നീക്കിയിട്ട് അവളെ ഭിത്തിയിലേക്ക് ചാരിയിരുത്തി. അപ്പോഴേക്കും അയാൾ സമചിത്തത വീണ്ടെടുത്ത് കഴിഞ്ഞിരുന്നു.

“സമയമെന്തായി?” അവളുടെ ശബ്ദം അവ്യക്തമായിരുന്നു

“പന്ത്രണ്ട് പത്ത്, ഞാൻ ഡ്യൂട്ടി ഡോക്ടറെ വിളിക്കാം”

അതു പറഞ്ഞ് അയാൾ പുറത്തേക്ക് നടക്കാൻ തുടങ്ങി

“വേണ്ട... ”ഇപ്പോൾ ശബ്ദം കുറേക്കൂടി വ്യക്തമായി. വെള്ളത്തിനായി അവൾ വീണ്ടും കൈകാണിച്ചു. മറവുചെയ്യപ്പെട്ട അനാഥരുടെ അവസാന കണ്ണിയെ താൻ ജീവിതത്തിലേക്ക് തിരിച്ചുകൊണ്ടു വന്നിരിക്കുന്നു, വെള്ളം ചുണ്ടിലേക്ക് പകർന്നു കൊടുക്കുമ്പോൾ ശിവാകൻ ചിന്തിച്ചത് അതായിരുന്നു. ”ഇപ്പോൾ എങ്ങനെയുണ്ട്” ഉള്ളം കാലിൽ അമർത്തിക്കൊണ്ട് അയാൾ ചോദിച്ചപ്പോൾ അവൾ ഒന്നു മൂളുക മാത്രം ചെയ്തു. ഡോക്ടറെ വിളിക്കാമെന്ന് വീണ്ടും പറഞ്ഞപ്പോഴും വേണ്ട എന്ന് അവൾ കൈ എടുത്തു കാണിച്ചു. ഇനി എന്ത് ചോദിക്കണം എന്ന് ചിന്തിച്ചു നില്ക്കെ അവളുടെ ചോദ്യം വന്നു.

“മഴ പെയ്യുന്നുണ്ട് അല്ലേ?”

“ങ്ഹാ..” ക്രമേണ ശ്വാസഗതി സാധാരണ നിലയിൽ ആവുകയും വാക്കുകൾക്ക് കൂടുതൽ വ്യക്തത കൈവരികയും, സ്വയം വെള്ളം കുടിക്കുകയും ചെയ്തു.

“എന്തായിരുന്നു സംഭവിച്ചത്”, ശിവാകന്റെ ചോദ്യത്തിനുത്തരം അവളുടെ ചോദ്യമായിരുന്നു,

“ഞാൻ മരിച്ചു പോയിരുന്നു അല്ലേ?”

അയാൾ മറുപടി പറഞ്ഞില്ല. പക്ഷേ, എന്തായിരുന്നു അവൾക്ക് സംഭവിച്ചത് എന്നറിയാൻ അയാൾക്ക് താല്പര്യമുണ്ടായിരുന്നു. ജീവിതവും മരണവും കേവലം അവസ്ഥകളായി മാറുക എന്നത് കൗതുകകരമായ പ്രതിഭാസമാണ് എന്ന കാല്പനികമായ മറ്റൊരു ചിന്തയാണ് അപ്പോൾ അയാളുടെ മനസ്സിൽ ഉടലെടുത്തത്.

“നിങ്ങൾ വിവാഹിതനാണോ?”നിനച്ചിരിക്കാതെ ആയിരുന്നു അവളുടെ ചോദ്യം.

“അല്ല” അത് പറഞ്ഞപ്പോൾ അവളുടെ മുഖത്ത് എന്ത് ഭാവ വ്യത്യാസമാണ് ഉണ്ടായത് എന്ന് അയാൾ കണ്ടില്ല. മഴ നനഞ്ഞ ആ രാത്രിയിൽ അവിചാരിതമായി കടന്നുവന്ന ജീവന്റെ സമസ്യ മോർച്ചറിക്കുള്ളിൽ നിശ്വാസങ്ങളായി നിറഞ്ഞുനിന്നു.

“നിങ്ങൾക്ക് എന്തായിരുന്നു സംഭവിച്ചത്?”

ശിവാകൻ ചോദ്യം ആവർത്തിച്ചപ്പോൾ അത് നിരസിക്കാൻ അവൾക്കായില്ല. മോർച്ചറിയിൽനിന്നും പട്ടടയിലേക്ക് ഈ ഒരു രാത്രിയുടെ മാത്രം അകലമുള്ളപ്പോൾ മരണത്തിന്റെ ഭിത്തി തുരന്ന് ജീവിതത്തിലേക്ക് പിടിച്ചു കയറിയ തനിക്ക്, ജീവിതത്തെക്കാൾ ഇഷ്ടം മരണമായിരുന്നു എന്നു പറഞ്ഞപ്പോൾ ശിവാകൻ നിശ്ശബ്ദനായിനിന്നു. ഇടയ്ക്ക് തോർന്ന് നിന്ന മഴ വീണ്ടും ശക്തമായി.

"ഒരാളിന്റെ ഏറ്റവും വലിയ ദുരന്തം എന്താണെന്ന് നിങ്ങൾക്കറിയാമോ?"

നിശ്ശബ്ദനായി നില്ക്കുന്ന ശിവാകനിൽ നിന്നും മറുപടി ലഭിക്കാതായപ്പോൾ അവൾ തുടർന്നു "നിസ്സഹായത... അതിനു കീഴടങ്ങിയാൽ പിന്നെ എല്ലാം അവസാനിച്ചു."

ഒരു പെണ്ണ് ജീവിക്കാൻ തീരുമാനിച്ചാൽ അവൾ എല്ലാറ്റിനും കീഴടങ്ങണമെന്ന് ഇഷാ ദാമോദരനെ പഠിപ്പിച്ചത്, ഇതുപോലെ ഒരു മഴക്കാലത്ത് അവൾ കയറിച്ചെന്ന ബാംഗ്ലൂരിലെ 'ടെക്കു സൊലൂഷൻസ്' എന്ന ഐടി കമ്പനി ആയിരുന്നു. ഇത്ര അകലേക്ക് ജോലിക്ക് പോകേണ്ട എന്ന് അച്ഛൻ പറഞ്ഞപ്പോൾ അവൾ തന്നെ ഒരു പരിഹാരം കണ്ടെത്തി. പരസ്പരം താങ്ങായി നില്ക്കുന്നവർക്ക് അഭിപ്രായം ചോദിക്കാൻ മറ്റാരും ഇല്ലാത്തത് ഒരു വലിയ സ്വാതന്ത്ര്യമാണ് എന്ന തിരിച്ചറിവിലാണ് അവൾ അങ്ങനെ ഒരു തീരുമാനം എടുത്തത്. അച്ഛനും മകളും ഒരുമിച്ച് യാത്രയായി. രാജേന്ദ്രനഗറിനടുത്ത് വാടകവീട് ശരിയാക്കിക്കൊടുത്തത് ടെക്കുവിലെ തന്നെ അവളുടെ കോളേജ് മേറ്റ് ഇന്ദുവായിരുന്നു. മഴ നനഞ്ഞ വഴികളിൽ കൂടി ടെക്കുവിലേക്കുള്ള ആദ്യയാത്ര അകാരണമായി അവളെ അലോസരപ്പെടുത്തി.

കൂടെവരാമെന്ന് അച്ഛൻ പറഞ്ഞതായിരുന്നു, പ്രായത്തിന്റെ അവശതയേക്കാൾ, നാട്ടിൽനിന്ന് പറിച്ചുനടപ്പെട്ടതിന്റെ സങ്കടം ആ മനസ്സിൽ ഉണ്ടെന്ന് അറിയാമായിരുന്നതുകൊണ്ട് അവൾ അച്ഛനെ വിലക്കി.

"ഇന്ദു ഉണ്ടല്ലോ ഞങ്ങളൊരുമിച്ച് പൊയ്ക്കോളാം."

നനുത്ത വെണ്ണക്കല്ല് പാകിയ ഇടനാഴിയുടെ അങ്ങേത്തലയ്ക്കലാണ് ജി എമ്മിന്റെ ക്യാബിൻ. ഇരുവശത്തും കാട്ടുചെമ്പകത്തിന്റെ ബോൺസായി നിരത്തി വച്ചിട്ടുണ്ട്. അകത്തേക്ക് കടന്നപ്പോൾത്തന്നെ നിറഞ്ഞ ചിരിയോടെ ജി എം അവളെ സ്വാഗതം ചെയ്തു.

"വെൽക്കം ഇഷാ, യു കാൻ ജോയിൻ ടുഡേ ഇറ്റ്സെൽഫ്."

തുടക്കക്കാരിയുടെ പതർച്ച ഇല്ലാതെ ജി എമ്മിന്റെ ചോദ്യങ്ങൾക്ക് അവൾ മറുപടി നല്കി. തന്റെ ജീവിത സാഹചര്യങ്ങളെക്കുറിച്ച് താല്പര്യപൂർവ്വം ചോദിച്ചറിഞ്ഞപ്പോൾ അയാളോട് അവൾക്ക് ബഹുമാനം തോന്നി. പക്ഷേ, അതിന്റെ ആയുസ്സ് വളരെ കുറവായിരുന്നു, അയാളുടെ കണ്ണുകൾ തന്റെ ശരീരത്തിൽക്കൂടി ആർത്തിപിടിച്ച് ഇഴഞ്ഞുനടക്കുന്നത് അറിഞ്ഞപ്പോൾ അവൾ അസ്വസ്ഥയായി. അയാളുടെ നോട്ടത്തിന്റെ അതിർ വരമ്പുകൾ ലംഘിക്കുമ്പോഴൊക്കെ അവൾ

തന്റെ കണ്ണുകളെ പുറത്തെ മനോഹരമായ ലാൻഡ് സ്കേപ്പിലേക്ക് മേയാൻ വിടും.

“അപ്പോൾ എഴുപത്തിരണ്ട് വയസ്സുള്ള അച്ഛന്റെ ഇരുപത്തിരണ്ടുകാരി യായ മകളാണ് ഇഷ അല്ലേ?”

അവൾ അതിനു മറുപടി പറഞ്ഞില്ല. കോൺട്രാക്റ്റ് നോട്ട് സൈൻ ചെയ്ത് എത്രയും വേഗം പുറത്തുകടക്കാൻ അവൾ ആഗ്രഹിച്ചു. അത് അവളുടെ മുഖത്തുനിന്നും വായിച്ചെടുത്തത് കൊണ്ടാകണം അയാൾ അവൾക്ക് നേരെ കൈനീട്ടി..

“ഒക്കെ മിസ് ഇഷ... ടെസ്റ്റിങ്ങിൽ ടീം ലീഡർ രാജീവുണ്ടാകും, യു ക്യാൻ ജോയിൻ ദെം.” തന്റെ കൈ അയാളുടെ കൈക്കുള്ളിൽ അമരുന്ന തിന്റെ വേദന ശ്രദ്ധിക്കാതെ അയാൾ ഫോണിൽ വിരലമർത്തി “റോസ് ലിൻ പ്ലീസ് കം.”

നിമിഷങ്ങൾക്കകം ഷോർട്ട് സ്കർട്ടിൽ കൊഴുത്ത ശരീരവുമായി റോസ്ലിൻ എത്തി. ഇളം കറുപ്പുള്ള അവളുടെ തടിച്ച ചുണ്ടുകളിൽ വേണ്ട തിലും അധികം ലിപ്സ്റ്റിക് തേച്ചിട്ടുണ്ട്.

“റോസ്ലിൻ, ദിസ് ഈസ് ഇഷ, ടെസ്റ്റിങ്ങിൽ പുതിയതായി ജോയിൻ ചെയ്തു, പ്ലീസ് ബ്രിങ് ഹർ.” ജി എമ്മിന് നന്ദി പറഞ്ഞ് പുറ ത്തിറങ്ങിയപ്പോൾ വേദനയോടെ അവൾ കൈകുടഞ്ഞു.

“ഷേക്ക്ഹാൻഡ് കിട്ടിയല്ലേ?” അർദ്ധോക്തിയിൽ നിർത്തിക്കൊണ്ട് റോസ്ലിൻ ചിരിച്ചു. ജി എമ്മിന്റെ ക്യാബിന് സമീപം തന്നെയായിരുന്നു ടെസ്റ്റിങ് അരീന. ഇന്ദുവിന്റെ സാമീപ്യവും രാജീവിന്റെ മാന്യതയും ടെസ്റ്റിങ് അരീനയിലെ ദിനങ്ങളെ സന്തോഷമുള്ളതാക്കിത്തീർത്തു. കഫ്റ്റീരിയയിലേക്ക് പോകുമ്പോൾ അപ്രതീക്ഷിതമായിട്ടായിരുന്നു ജി എം അവളുടെ മുന്നിൽ വന്ന് നിന്നത്.

“ഇഷാ ഐ ഹാവ് ടു ടോക്ക് സംതിങ്.”

അവൾ ചോദ്യരൂപത്തിൽ അയാളെ നോക്കി. പിന്നീടവൾ കേട്ട തെല്ലാം അയാളുടെ അറപ്പുളവാക്കുന്ന ആഗ്രഹങ്ങളായിരുന്നു. സമ്പത്തും സ്വാധീനവുമുണ്ടെങ്കിൽ എന്തും നേടിയെടുക്കാമെന്ന ധാർഷ്ട്യം അയാൾ അവൾക്ക് മുന്നിൽ തുറന്നിട്ടു. ‘സർവ്വീസ് വിത്തൗട്ട് റിമാർക്സ്’ എന്ന പ്രൊഫൈൽ ആവശ്യമായ തനിക്ക് ഇവിടെ പിടിച്ചുനിന്നേ പറ്റൂ. വിലകുറഞ്ഞ ഭീഷണിയുമായി മുന്നിൽ നില്ക്കുന്ന വലിയ പദവി വഹിക്കുന്ന മനുഷ്യനോട് വെറുപ്പിന് പകരം സഹതാപമാണ് തോന്നിയത്.

“സർ..... ഇത് മനോരോഗത്തിന്റെ ഒരു എക്സ്റ്റൻഡഡ് വേർഷനാണ്.”

സ്ത്രീ എന്നത് തന്റെ ഒരു ബലഹീനത അല്ല എന്നു കൂടി പറഞ്ഞിട്ട് അവൾ നടന്നു പോയി. വെണ്ണക്കല്ല് പാകിയ ഇടനാഴിയിലെ അവസാന ക്യാബിനിൽ താൻ കണ്ട ഇരപിടിയന്റെ മുഖം കൂടുതൽ വന്യമാവുക യാണ്. യാത്ര തുടങ്ങിയിട്ടേയുള്ളൂ പക്ഷേ, മുന്നിൽ ഇരുട്ടു വീണു തുട ങ്ങിയ പോലെ. ഇരുട്ടിന് കട്ടി കൂടി വരുമ്പോൾ അതിനെ അതിജീവി ക്കാൻ നമ്മുടെ കണ്ണുകൾ താനേ കറുത്ത് നേടുമെന്ന് അച്ഛൻ ഒരിക്കൽ

പറഞ്ഞത് അവൾ ഓർത്തു. ഇപ്പോൾ തനിക്ക് ഈ ജോലി ആവശ്യമാണ്, പിടിച്ചുനില്ക്കുക, അപകടത്തിന് മുന്നിലെത്തുമ്പോൾ തിരിച്ചുപോവുക അവൾ ഉറപ്പിച്ചു.

'ടെസ്റ്റിങ്ങിൽനിന്നും ഡിപ്ലോയ് മെന്റിലേക്കുള്ള' ദൂരം പിന്നിട്ടപ്പോൾ, ടെസ്റ്റിങ് അരീനയിൽ ഒരു ഒറ്റയാൾ പ്രണയം മൊട്ടിട്ടു തുടങ്ങിയിരുന്നു. സൗഹൃദത്തിനപ്പുറത്തേക്ക് ഒരിക്കലും കടന്നില്ലാത്ത രാജീവ് കോഫി ടേബിളിന് അഭിമുഖമായി ഇരിക്കുമ്പോൾ അപ്രതീക്ഷിതമായിട്ടായിരുന്നു ചോദിച്ചത്,

"ഇഷയ്ക്ക് ബുദ്ധിമുട്ടില്ലെങ്കിൽ ഒരു കാര്യം ചോദിക്കട്ടെ?"

"ങ്ഹൂം...?"

"ഞാൻ തന്നെ വിവാഹം കഴിക്കട്ടെ?"

ഒരു നിമിഷം അവൾ സ്തംഭിച്ചിരുന്നു പോയി

"ആലോചിച്ചിട്ട് പറഞ്ഞാൽ മതി."

അത് പറഞ്ഞ് രാജീവ് പോയി. ഇതാണ് വ്യക്തിത്വം, ഇതുതന്നെയല്ലേ ഇരുട്ടിനെ അതിജീവിക്കാനുള്ള കണ്ണുകൾ. അവൾ ഉറപ്പിച്ചു രാജീവാണ് തന്റെ രക്ഷകൻ. അടുത്തദിവസം ജി എമ്മിന്റെ ബ്രീഫിങ് കഴിഞ്ഞ് രാജീവ് തന്നെയാണ് അത് വെളിപ്പെടുത്തിയത്.

"ഐ ഹാവ് എ ന്യൂസ് ഫോർ യു."

എല്ലാവരും ആകാംക്ഷയോടെ കാത്തിരുന്നപ്പോൾ അയാൾ ഇഷയെ അരികിലേക്ക് വിളിച്ചു ചേർത്തു നിർത്തി, എന്നിട്ട് പറഞ്ഞു,

"വി ആർ ഗെറ്റിങ് മാരീഡ്"

ഒരാളുടെ മുഖത്ത് മാത്രം ഞെട്ടൽ കാണാമായിരുന്നു. മറ്റുള്ളവർ സന്തോഷത്തോടെ കൈയടിച്ചു.

അച്ഛനും സഹോദരനും മാത്രമുള്ള രാജീവിന്റെ വീട്ടിലേക്ക് മകളെ യാത്രയാക്കുമ്പോൾ ഇഷയുടെ അച്ഛൻ വിതുമ്പിക്കരഞ്ഞു. പറക്കാൻ പഠിച്ച കുഞ്ഞു പക്ഷി ചിറകിനടിയിലെ ആശ്രയം വിട്ട് അകന്നുപോകുന്നു. അതിൽനിന്നും കരകയറാൻ അയാൾക്കായില്ല, വിവാഹത്തിന്റെ പന്ത്രണ്ടാം നാൾ ഇഷയുടെ അച്ഛൻ മരിച്ചു. ഒരു ജീവിതം തുടങ്ങിയപ്പോൾ ഒരു ജീവൻ അവസാനിച്ചതിന്റെ ആഘാതത്തിൽ പകച്ചുനിന്ന ഇഷയെ രാജീവ് ഹൃദയത്തോടു ചേർത്തുനിർത്തി. അച്ഛൻ തനിക്ക് ഒരു ആശ്വാസമായിരുന്നു. ആശ്വാസത്തിന്റെ തുടർച്ച നഷ്ടപ്പെടാതെ കാക്കാൻ രാജീവിന് കഴിയുമെന്ന് അവൾ വിശ്വസിച്ചു. കാലം മായ്ച്ചു കളയുന്ന ദുഃഖങ്ങളുടെ കൂട്ടത്തിൽ ഇഷയുടെ അച്ഛനും ഉണ്ടായിരുന്നു.

തുടർച്ച നഷ്ടപ്പെട്ട നൊമ്പരങ്ങളാണ് അത് നഷ്ടപ്പെടാതെ ജീവിക്കാൻ മനുഷ്യനെ പ്രേരിപ്പിക്കുന്നത് എന്ന സാമാന്യ യുക്തിയിൽ അവൾ മുറുകെ പിടിച്ചു. ടെസ്റ്റിങ് അരിയിലെ ലാസ്റ്റ് ക്യൂബിക്കിളിൽ ജി എമ്മിന്റെ കണ്ണുകൾ വലയം ചെയ്യുമ്പോൾ ആലോചിച്ചതാണ് രാജീവിനെ അറിയിക്കാൻ. അത് കൂടുതൽ അപകടമായിരിക്കും എന്നു പറഞ്ഞത് ഇന്ദുവായിരുന്നു. പക്ഷേ, ഇരപിടിക്കാൻ തക്കം പാർത്തിരിക്കുന്ന വേട്ടനായ ഏതു

നിമിഷവും തന്റെ ഭാര്യയുടെ മേൽ ചാടി വീഴും എന്ന ഭീതി രാജീവിനെ അസ്വസ്ഥനാക്കിയ ദിനങ്ങളിൽ ഒന്നിൽ, ആ ടിപ്പിക്കൽ പെൺവേട്ടക്കാരനെ ഡീബഗ്ഗ് ചെയ്യാൻ അയാൾ തീരുമാനിച്ചു.

ലഞ്ച് ബ്രേക്ക് കഴിഞ്ഞ സമയത്താണ് രാജീവ്, ജി എമ്മിന്റെ ക്യാബിനിൽ കയറിച്ചെന്നത്. എപ്പോഴും തങ്ങിനില്ക്കുന്ന പുഞ്ചിരി അപ്പോൾ രാജീവിന്റെ മുഖത്ത് ഇല്ലായിരുന്നു.

"താങ്കൾ ഒരു മനോരോഗിയോ ഡ്രഗ് അഡിക്റ്റോ ആയിരിക്കാം, ഒരുതവണകൂടി ഇത് ആവർത്തിച്ചാൽ..." അയാളുടെ ചൂണ്ടുവിരൽ ജി എമ്മിന്റെ മുഖത്തിന് നേരെ വിറകൊണ്ടു നിന്നു.

അടുത്തദിവസം ഓഫീസിൽ പോകാൻ ഇഷയ്ക്ക് തോന്നിയില്ല. ലീവ് എടുക്കാൻ രാജീവിനോടും പറഞ്ഞതാണ്, പക്ഷേ, കംപ്ളീറ്റ് ചെയ്യാനുള്ള ജോലിയുടെ കണക്കു പറഞ്ഞ് അയാൾ പോയി. പതിവില്ലാത്ത പകൽ ഉറക്കത്തിനിടയിലാണ് ഇന്ദുവിനെ കോൾ വന്നത്. മനസ്സിൽ ഘനീഭവിച്ചു കിടന്ന ചിന്തകളാണോ, അപ്രതീക്ഷിതമായിക്കേട്ട വാക്കുകളാണോ ഈ നിമിഷത്തെ യാഥാർത്ഥ്യമെന്ന് തിരിച്ചറിയാൻ ശ്രമിക്കുന്നതിനിടെ അവൾ നിലംപതിച്ചു. മറുതലയ്ക്കൽ ഇന്ദുവിന്റെ ഒച്ച ഉയർന്നു കേൾക്കുന്നുണ്ടായിരുന്നു.

ഐ സി യുവിനു പുറത്തു കാത്തിരിക്കുന്നവരുടെ കണ്ണുകൾ കലങ്ങിക്കിടന്നു. അടക്കിപ്പിടിച്ച തേങ്ങലുകളും പതിഞ്ഞ ഗദ്ഗദങ്ങളും പിരിമുറുക്കം തീർത്ത വെയിറ്റിങ് റൂമിൽ ഇന്ദുവിന്റെ ചുമലിൽ മുഖം അമർത്തി ഇഷ ഇരുന്നു. അവൾ കരഞ്ഞില്ല, പെയ്യാൻ വിതുമ്പി നില്ക്കുന്ന മനസ്സിൽ പക്ഷേ, അഗ്നിയായിരുന്നു.

ടെറസിൽനിന്നും കാൽ വഴുതി വീണ് തന്റെ പ്രാണൻ പൊലിഞ്ഞ കഥ വിശ്വസിക്കുവാൻ അവൾക്കായില്ല. പോസ്റ്റുമോർട്ടം കഴിഞ്ഞു, ചുടുകാട്ടിൽ രാജീവ് എരിഞ്ഞടങ്ങി. വിവാഹം കഴിഞ്ഞ അറുപതാം നാളിലെ രണ്ടാം മരണം... പുറത്ത് നിരത്തിയിട്ട കസേരകൾ ശൂന്യമായിക്കൊണ്ടിരുന്നു. ഒന്നു കരയാൻ കഴിഞ്ഞിരുന്നെങ്കിൽ എന്ന് അവൾ ആഗ്രഹിച്ചു. തന്റെ തലയുടെ അടിയിൽ ഇന്ദുവിന്റെ മടിത്തട്ടുണ്ട്. കുറച്ചുകഴിയുമ്പോൾ അതും ഒഴിയും,

"കുട്ടി വേണമെങ്കിൽ പൊയ്ക്കോളൂ", അടുത്ത ദിവസം രാജീവിന്റെ അച്ഛൻ അത് പറഞ്ഞപ്പോൾ ഇന്ദു ഇഷയെ നോക്കി, പോകരുതെന്ന് ആ കണ്ണുകൾ യാചിക്കുന്നുണ്ടായിരുന്നു.

"നിനക്ക് കുറച്ചുനാൾ നാട്ടിൽ പോയി നിന്നു കൂടെ?" ഇന്ദുവിന്റെ ചോദ്യത്തിന് അവൾ മറുപടി പറഞ്ഞില്ല. നാട്ടിൽ തനിക്ക് ആരാണുള്ളത്, എങ്ങും തനിക്ക് ആരുമില്ല. എത്ര ചികിത്സിച്ചാലും ഭേദമാകാത്ത തന്റെ രോഗമാണ് ഈ കുടുംബത്തിന്റെ ദുരന്തം എന്ന് ശപിച്ചു കഴിഞ്ഞ അമ്മ ആദ്യം പോയി. ജീവിതം ഒറ്റപ്പെടലിന്റെ തുടർച്ചയാണെന്ന് ഓർമ്മിപ്പിച്ചുകൊണ്ട് പിന്നെ അച്ഛനും പോയി, ഹൃദയത്തിന്റെ ഒരു ഭാഗം തകർത്തുകൊണ്ട് ഇപ്പോൾ രാജീവും. രാജീവിന്റെ അച്ഛന്റെ വാക്കുകൾക്ക്

സൗമ്യത നഷ്ടപ്പെട്ടു എന്ന് മനസ്സിലായപ്പോൾ തന്റെ കൂട്ടുകാരിയുടെ കൈവെള്ളകൾക്കുള്ളിൽ ധൈര്യത്തിന്റെ ഒരു അമർത്തൽ സമ്മാനിച്ച് ഇന്ദുവും പടികടന്നു പോയി.

ഒറ്റപ്പെടൽ എന്നത് ഇത്രമാത്രം ഭീകരമാണെന്ന് അവൾ ആദ്യമായി അറിഞ്ഞു. ഇരുട്ടുമൂടിയ മുറിയിലെ നിശ്ശബ്ദത അവളെ ഭയപ്പെടുത്തി. നെഞ്ചിനുള്ളിൽ കെടാതെ കിടക്കുന്ന വിങ്ങലിനിടയിലേക്ക് രാജീവിന്റെ ചിരിക്കുന്ന മുഖം തെളിഞ്ഞ് വന്നപ്പോഴാണ് മുറിയിലേക്ക് ആരോ കടന്ന് വന്നത്. പിടഞ്ഞെണീറ്റ് അവൾ ലൈറ്റിട്ടു. മുന്നിൽ രാജീവിന്റെ അച്ഛൻ, മുഖത്ത് ഒരു കോണിൽ ഒളിപ്പിച്ചുവച്ച വികൃതമായ ചിരിയോടെ നില്ക്കുന്നു. ഒരു നിലവിളി പുറത്തു വരുന്നതിനു മുൻപ് അയാൾ അവളെ തള്ളി കിടക്കയിലിട്ടു. ജീവിതവും മരണവും ഇഴപിരിഞ്ഞുകിടക്കുന്ന വിധി അവൾക്കു മുന്നിൽ വാ പിളർന്നു നിന്നു. കൂട്ടുകാരി കൈവെള്ളയിൽ അമർത്തിവച്ച് കൊടുത്ത ധൈര്യം ഉള്ളം കൈയിൽ കിടന്നു പിടച്ചു. ആ പിടച്ചിൽ അവസാനിക്കുന്നതിനു മുൻപ് അയാളെ തള്ളിമാറ്റി അവൾ പുറത്തേക്കോടി. പക്ഷേ, അവിടെയും തീർന്നില്ല, മുന്നിൽ കാമച്ചൂരുമായി മറ്റൊരാൾ ഉണ്ടായിരുന്നു, രാജീവിന്റെ അനുജൻ. അവന്റെ കൈകളിൽ അമരുമ്പോൾ ജീവിതം എങ്ങനെ അവസാനിപ്പിക്കും എന്നതിനെക്കുറിച്ച് ആയിരുന്നു അവൾ ചിന്തിച്ചത്.

പിടഞ്ഞെണീറ്റ് വന്ന അച്ഛനും വെറി മൂത്ത് നില്ക്കുന്ന സഹോദരനും മുന്നിൽ കിടന്ന് പിടയ്ക്കുന്ന മകൾക്കും, സഹോദരിക്കും മേൽ ദാഹം തീർക്കാൻ പടവെട്ടി. വിജയിക്കുന്നവന് സ്വന്തമാകുന്ന പന്തയപ്പണ്ടം വെറിയൻമാരുടെ ഇടയിൽ പ്രാണന് വേണ്ടി പിടഞ്ഞു.

താൻ അനുഭവിച്ചതിൽ കൂടുതലൊന്നും ഇനി തന്റെ ജീവിതത്തിൽ ഉണ്ടാകില്ല എന്ന ചിന്ത ഏതോ ഒരു നിമിഷം അവളുടെ മനസ്സിൽ മിന്നി മറഞ്ഞു. ആ നിമിഷം അവൾ ഉണർന്നു. വീണുകിട്ടിയ പഴുതിൽക്കൂടി ക്ഷണമാത്രകൊണ്ട് അവൾ ഓടി, അത് അവസാനിച്ചത് സെൻട്രൽ സ്റ്റേഷനിലാണ്. പൊന്തകൾ വകഞ്ഞുമാറ്റി ട്രാക്കിലേക്കിറങ്ങി. ഇരുമ്പു പാളങ്ങളിൽ ചിതറിക്കിടക്കുന്ന ചുവന്ന വെട്ടം മെല്ലെ ജീവൻ വച്ച് തുടങ്ങിയിരുന്നു. തളർന്നു തുടങ്ങിയ കാലുകൾക്ക് വേഗം കൈവന്നു, പാളത്തിൽ നിന്നും പ്ലാറ്റ്ഫോമിലേക്ക് അവൾ കുതിച്ചു, പിന്നെ അവസാന ബോഗിയുടെ വാതിൽ കടന്ന് അകത്തേക്ക്. യാത്രക്കാർ തിങ്ങി നിറഞ്ഞ ജനറൽ കമ്പാർട്ട്മെന്റിലെ വാഷ്ബേസിന് ചുവട്ടിൽ അവൾ തളർന്നിരുന്നു. ശരീരത്തിൽ എവിടെയൊക്കെയോ ഉള്ള മുറിപ്പാടുകളിൽനിന്നും നീറ്റൽ കിനിഞ്ഞിറങ്ങുന്നുണ്ട്. കീറിയ മേലുടുപ്പിനെ അവൾ ഷാൾ കൊണ്ട് മൂടി ഇട്ടു. ഇനി ഒന്നും താൻ ചിന്തിക്കില്ല, തിരിഞ്ഞുനോക്കില്ല, ശരീരം ഒഴികെ ഇനി ഒന്നും നഷ്ടപ്പെടാനുമില്ല.

തളർന്ന് വീണിട്ടും, ഒന്നുറങ്ങാൻ കഴിയാതെ ഒരു രാത്രിയും ഒരു പകലും പിന്നിട്ടു. ബോഗിയിലെ യാത്രക്കാർ കുറഞ്ഞ് വന്നുകൊണ്ടിരുന്നു. ഇരുട്ടിനെയും വെളിച്ചത്തെയും അവൾ ഭയപ്പെട്ടു. അജ്ഞാതമായ ലക്ഷ്യം

മുന്നിൽ ഇരുട്ടു മൂടികിടക്കുകയാണ്. കാറ്റിന് ശക്തി കൂടിയപ്പോൾ മുഖത്തെ മുറിവിൽ തണുപ്പ് അനുഭവപ്പെട്ടു. അവൾ വാതിലിലേക്ക് നടന്നു.

"നീ എവിടെ വരെ പോകാനാണെടീ?"

പരിചയമുള്ള ശബ്ദം അവൾ തിരിഞ്ഞു നോക്കി. അച്ഛനെ കീഴ്പ്പെടുത്തി കൈവിട്ട ഇരയെ തേടിയെത്തിയ സഹോദരൻ അതേ ഭാവത്തോടെ മുന്നിൽ നില്ക്കുന്നു.

പൊട്ടിത്തകർന്നിടത്തുനിന്നും വീണ്ടും അടുക്കിക്കൂട്ടിയ മനസ്സ് അപ്പോൾ അവിടെ ചിതറിവീണു. ട്രെയിനിന്റെ വേഗം വർദ്ധിക്കുകയാണ്. മുന്നിലെ മൃഗത്തിന്റെ ഗന്ധം മൂക്കിലേക്ക് ചൂഴ്ന്ന് കയറിയപ്പോൾ അവൾ പിന്നോക്കം നടന്നു. ശരീരം ഇരുമ്പു വാതിലിൽ തട്ടി നിന്നു, ഇനി ഒളിക്കാൻ ഇടമില്ല. താഴെ ഓടിമറയുന്ന പൊന്തക്കാടുകൾ...

"ഇല്ല ഇനി നിനക്ക് രക്ഷയില്ല."

അവൻ അടുത്തേക്ക് വന്നു, 'നീ നോക്കി നിന്നോളൂ ഇനിയാണ് എന്റെ രക്ഷ....' അവൾ മനസ്സിൽ പറഞ്ഞു. കുതിച്ച് പാഞ്ഞു പോകുന്ന നീണ്ട നിഴൽപ്പാളികളിൽ നിന്നും ഒരു കുഞ്ഞു പക്ഷി താഴേക്ക് പതിച്ചു....., ഇരുട്ടിൽ ഉറഞ്ഞു കിടക്കുന്ന ഭൂമിയുടെ മടിത്തട്ടിൽ എവിടെയോ ഒരു നേർത്ത നിലവിളി ചിതറിവീണു......

മഴ തോർന്നു, പക്ഷേ, അവളുടെ കണ്ണുകൾ പെയ്തുകൊണ്ടിരുന്നു. പുറത്തെ സോഡിയം വേപ്പർ ലാംപിന് ചുറ്റും പറന്നുനടക്കുന്ന ഈയ്യാം പാറ്റകളെ തിന്നുന്ന രാത്രിപ്പക്ഷികളുടെ കലമ്പൽ കേൾക്കാം. ജനനമോ മരണമോ ഏതാണ് യാഥാർത്ഥ്യം എന്ന് തിരിച്ചറിയുന്നതിനുമുമ്പ് എല്ലാം അവസാനിക്കുന്ന ജീവിത ചംക്രമണത്തിന്റെ നേർക്കാഴ്ച മോർച്ചറിയുടെ മുന്നിൽ നിന്നാൽ കാണാം.

"എന്തിനാണ് നിങ്ങൾ എനിക്ക് വീണ്ടും ജീവൻ തന്നത് ഇനി എവിടെയാണ് എന്റെ രക്ഷ?"

ഇരുട്ടിനെ മൂടിക്കിടന്ന മൗനത്തിന്റെ നേർത്ത ആവരണം അഴിച്ചുമാറ്റിക്കൊണ്ട് അവൾ ചോദിച്ചു. ജന്മത്തിലേക്ക് കൈപിടിച്ച പിതാവും, ആപത്തിൽ കൈപിടിച്ച രക്ഷകനും ശിവാകന്റെ ഉള്ളിൽ നിശ്ശബ്ദരായിക്കിടന്നു. പ്രായോഗികതയ്ക്ക് അപ്പുറം ഒരു കാല്പനിക ചിന്തയും അയാളുടെ മനസ്സിൽ അപ്പോൾ ഉണ്ടായില്ല. ജനാലയിൽ ചാരി നില്ക്കുന്ന അവളുടെ മുൻപിൽ ശിവാകൻ നിന്നു, എന്നിട്ട് ആ നനഞ്ഞ കണ്ണുകൾ തന്റെ പുറം കൈകൊണ്ടു തുടച്ചിട്ട് അയാൾ പുറത്തേക്ക് നടന്നു. ഒന്നാം നമ്പർ പ്ലാറ്റ്ഫോമിൽ നിന്നും നീങ്ങിത്തുടങ്ങിയ അവസാന ബോഗിയിലേക്ക് പാഞ്ഞുകയറിപ്പോൾ തോന്നിയ ശൂന്യത, അജ്ഞാതമായ ലക്ഷ്യം തേടിയുള്ള യാത്ര തുടങ്ങിയപ്പോൾ തോന്നിയ അതേ നിർവ്വികാരത മനസ്സിനെ മൂടിയപ്പോൾ അവളും ഇറങ്ങി അയാൾക്കൊപ്പം നടന്നു. പുറത്ത് നിറഞ്ഞുകിടക്കുന്ന സോഡിയം വേപ്പറിന്റെ മഞ്ഞവെളിച്ചം കടന്ന് അവർ ഇരുട്ടിൽ മറഞ്ഞു.

ഇലകൊഴിയും കാലം

"ചേട്ടൻ പ്രേമിച്ചിട്ടുണ്ടോ?"

ടാലിയിലെ യൂസർ മെയിന്റെനൻസിനായി ഡാറ്റ അനലൈസ് ചെയ്തുകൊണ്ടിരിക്കെ അപ്രതീക്ഷിതമായിട്ടായിരുന്നു നിഖിലിന്റെ ചോദ്യം. ഹിന്ദുസ്ഥാൻ ട്രേഡിങ് കോർപ്പറേഷന്റെ എ എഫ് എസ് തയ്യാറാക്കുന്നതിനായി കഴിഞ്ഞ രണ്ടു ദിവസമായുള്ള ഇരിപ്പാണിത്. ഉറക്കവും ഭക്ഷണവും എല്ലാം ക്രമംതെറ്റിത്തന്നെ. സമയത്തെക്കുറിച്ച് എന്നെ ഓർമ്മിപ്പിക്കുന്നത് നിഖിലാണ്. നിഖിൽ രാംദാസ് എന്റെ റൂം മേറ്റ്. എന്റെ മകനേക്കാൾ അല്പം കൂടുതൽ മാത്രം പ്രായമുള്ള അവൻ യാദൃച്ഛികമായിട്ടാണ് എന്റെ റൂംമേറ്റ് ആയത്. ശരിക്കും പറഞ്ഞാൽ ഞാനാണ് അവന്റെ റൂം മേറ്റ്.

"ചേട്ടാ...." വീണ്ടും അവന്റെ വിളി, എന്നിട്ടും ടാലിയിൽനിന്നും പിന്മാറാൻ ഞാൻ തയ്യാറായില്ല. ഏറെ പ്രതീക്ഷയുള്ള ഒരു അസൈൻമെന്റാണ് ഇത്. പെർഫെക്ഷൻ ആന്റ് ആക്വറസി, അതാണ് തോമസ് സാറിന്റെ പ്രിൻസിപ്പിൾ. വർക്കുകൾ ഒരുപാട് ചെയ്തുതീർക്കാനുണ്ട്, ഇയർ എൻഡിങ് അടുത്തുകൊണ്ടിരിക്കുകയാണ്, "സോ ഡോണ്ട് ഡീവിയേറ്റ് യുവേഴ്സൽഫ്", മനസ്സിൽ ആ വാക്കുകൾ ഉരുവിട്ടു.

"ചേട്ടാ കോഫി."

നിഖിൽ അങ്ങനെയാണ് നമ്മൾ എന്താണ് ആഗ്രഹിക്കുന്നത് അത് അവൻ അറിഞ്ഞിരിക്കും. ഒരു കോഫി കിട്ടിയിരുന്നെങ്കിൽ എന്ന് ഞാനിപ്പോൾ ശരിക്കും ആഗ്രഹിച്ചിരുന്നു. പക്ഷേ, ഇത് എന്തിനു വേണ്ടിയാണ് എന്ന് എനിക്കറിയാം. ഒരു ഇരുപത്തിരണ്ട് വയസ്സുകാരന്റെ കൗമാരനൊമ്പരങ്ങൾക്ക് പരിഹാരം കാണാനുള്ള ശ്രമം തുടങ്ങിയിട്ട് കുറച്ചുനാളുകളായി. അവന്റെ പ്രായം....., അത് വല്ലാത്തൊരു പ്രശ്നമാണ്. തൊട്ടാ

വാടിയായും, ചെമ്പനീർപ്പൂവായും, നിലാവ് പെയ്തിറങ്ങുന്ന രാത്രിയിലെ പാലപ്പൂമണമായും ത്രസിച്ച് നില്ക്കുന്ന കൗമാരം. മോണിറ്ററിലെ ടാലി ഷീറ്റ് കര സ്പർശത്തിനായി കണ്ണ് ചിമ്മിക്കൊണ്ടിരുന്നു. പക്ഷേ, എന്റെ കണ്ണുകൾ നിഖിലിന്റെ നിഷ്കളങ്ക മുഖത്ത് ഉടക്കി നില്ക്കുകയാണ്. പുറത്ത് വേനൽമഴയുടെ വരവറിയിച്ച് തണുത്ത കാറ്റ് വീശുന്നുണ്ട്. ജനലഴിയിൽ മുഖം ചേർത്തുവച്ച് അവൻ എന്തോ ആലോചിച്ചുകൊണ്ട് നില്ക്കുകയാണ്. സെന്റ് ആൽബർട്സിലെ കാലം തെറ്റി പൂക്കുന്ന കണിക്കൊന്നയുടെ ചുവട്ടിൽ മുട്ടിയുരുമ്മി ഇരിക്കാറുള്ള ഗ്രീഷ്മ ജയപ്രകാശ് ആണ് ഇപ്പോൾ അവന്റെ പ്രശ്നം. ജീവിതത്തിന് കുറുകെവരച്ച രണ്ട് സമാന്തര രേഖകളാണ് തങ്ങളുടെ ബന്ധമെന്ന് ഗൗരവം വിടാതെ അവൻ പറഞ്ഞപ്പോൾ ഞാൻ ശരിക്കും ഞെട്ടിപ്പോയി. ഇത്തിരിപ്പോന്ന ചെക്കന്റെ വായിൽ നിന്നും വന്ന വാക്കുകൾ..... അവൻ വെറുതെ പറഞ്ഞതല്ല എന്ന് എനിക്ക് തോന്നി.

"ചേട്ടാ ഗ്രീഷ്മയ്ക്ക് ഞാൻ എന്തു മറുപടിയാണ് കൊടുക്കേണ്ടത്?"

ഇത്തവണ അവനിൽ നിന്നും ഒഴിഞ്ഞു മാറാൻ എനിക്ക് തോന്നിയില്ല.

"നീ അവളെ സ്നേഹിക്കുന്നുണ്ടോ ആത്മാർത്ഥമായി?"

"യെസ്..."

"അവൾ നിന്നെയോ...?" അതിനു മറുപടി പറയാൻ തുടങ്ങവേ അവന്റെ ഫോൺ റിങ് ചെയ്യാൻ തുടങ്ങി. ഒരുപക്ഷേ, ഗ്രീഷ്മയ്ക്ക് അവനോടുള്ള സ്നേഹം ആത്മാർത്ഥമാണെന്ന് അവന് ഉറപ്പുണ്ടാകില്ല. പുറത്ത് ചൂടുള്ള രാത്രിയിലേക്ക് തെരുവു വിളക്കുകൾ മിഴിതുറന്നു. സമ്പന്നനാണ് നിഖിൽ, അതിന്റേതായ ചില ചാപല്യങ്ങൾ കാണിക്കാറുമുണ്ട്. ചിരിപുരണ്ട വാക്കുകളിലെ വശ്യതയാണോ ഇറുകിയ വസ്ത്രങ്ങൾക്കുള്ളിലെ ധാരാളിത്തമാണോ അവളിലേക്ക് അടുപ്പിച്ചത് എന്ന് അവന് വ്യക്തതയില്ല. ഇടവേളകളില്ലാതെ നീണ്ടുപോകുന്ന ഫോൺ വിളികൾക്കും വാട്സ്ആപ്പ് ചാറ്റിങ്ങിനും അപ്പുറം അവരുടെ ബന്ധം സഞ്ചരിക്കുന്നത് കുറച്ച് ആശങ്കയോടെയാണ് ഞാൻ കണ്ടത്. അതിർവരമ്പുകൾ നിശ്ചയിച്ചിട്ടില്ലാത്ത പുതുതലമുറ ബന്ധങ്ങൾക്ക് പിന്തിരിഞ്ഞു നില്ക്കുന്ന ഒരു മുരടൻ ആയിട്ടാണ് ചിലപ്പോഴെങ്കിലും നിഖിൽ എന്നെ കാണുന്നത്.

"ചേട്ടന് ഈ കാലഘട്ടത്തെക്കുറിച്ച് എന്തറിയാം?"

"ഈ കാലഘട്ടത്തെ കുറിച്ച് മാത്രമല്ല കഴിഞ്ഞുപോയ കാലത്തെ കുറിച്ചും എനിക്ക് നല്ലതു പോലെ അറിയാം, നിന്റെ ഈ പോക്ക് ശരിയാണെന്ന് നിനക്ക് തോന്നുന്നുണ്ടോ?"

"എന്താണ് ശരിയല്ലാത്തത് "എന്ന മറുചോദ്യമാണ് അന്ന് അവൻ ഉന്നയിച്ചത്.

നിഖിലിന്റെ ഫോണുകൾക്ക് വിശ്രമം വളരെ കുറവാണ്. രണ്ട് ഫോണുകളിലായി നാല് കണക്ഷനാണ് ഉള്ളത്. വീട്ടിൽ അറിയാവുന്നത് ഒരു ഫോണും രണ്ട് നമ്പരും മാത്രം. ശരിക്കും നിഖിൽ എനിക്കൊരു അത്ഭുതമായിരുന്നു. സംസാരവും പ്രവൃത്തിയും തമ്മിൽ വലിയ

ബന്ധമൊന്നുമില്ലെങ്കിലും നിഗൂഢതകൾ ഇല്ലാത്ത എല്ലാം തുറന്നു വയ്ക്കുന്ന പുതിയ തലമുറയുടെ അലസമായ ഒരു സുഖാസക്തി അവനിൽ കാണാൻ സാധിക്കും.

“നമ്മളെന്തിനാണ് ചേട്ടാ ഇത്ര സെന്റിമെന്റലാകുന്നത്?”

“അപ്പോൾ ബന്ധങ്ങളും മനുഷ്യത്വവും ഒന്നും വേണ്ടേ?”

“അതെന്താ ചേട്ടാ....?” അവനോട് പിന്നീടൊന്നും ചോദിക്കാൻ തോന്നിയില്ല. നിശ്ശബ്ദതയിലേക്ക് തുളച്ചിറങ്ങുന്ന ഒരു സ്ഫോടനമാണ് ജീവിതം എന്ന് വിശ്വസിക്കുന്നവരിൽനിന്നും ഇതിൽ കൂടുതലൊന്നും പ്രതീക്ഷിക്കരുത് എന്നെനിക്ക് തോന്നി. ആണും പെണ്ണും പരസ്പരം ഇഷ്ടപ്പെടുന്നത് വ്യക്തമായ ചില ലക്ഷ്യങ്ങളോടെ തന്നെയാണെന്നും, അതിനു പിന്നിൽ ‘എറോട്ടോളജി’യുടെ ഗന്ധമുണ്ടെങ്കിൽ അതിനുത്തരവാദി സമൂഹമാണെന്നും, ലോകം ഒരുപാട് മാറിപ്പോയെന്നും മാറാത്തത് എന്നെപ്പോലുള്ള പുരാവസ്തുക്കൾ മാത്രമാണെന്നും പറഞ്ഞുകൊണ്ടാണ് അന്ന് അവൻ സംസാരം അവസാനിപ്പിച്ചത്. പുരാവസ്തുക്കൾ എന്ന അവന്റെ പ്രയോഗം എനിക്ക് ശരിക്കും ഇഷ്ടപ്പെട്ടിരുന്നു. നിസ്വാർത്ഥം എന്ന് പുറമേ തോന്നുന്ന പ്രണയത്തിന് ഒരു മറുവശമുണ്ടെന്നും അതിന്റെ നിറം കറുപ്പാണെന്നും അർത്ഥം വരുന്ന എന്തോ ഒരു വാചകം അവൻ അന്ന് പറഞ്ഞത് ഞാൻ ഓർത്തെടുത്തു. എല്ലാ നിറങ്ങളും ഒന്നായിത്തീരുമ്പോഴാണല്ലോ കറുപ്പ് ഉണ്ടാകുന്നത്. അതിന്റെ കോലായിൽ ഇരുന്ന് ബ്ലാക്ക് ആൻഡ് വൈറ്റ് സ്വപ്നങ്ങൾ കാണുന്ന ഞാൻ പുരാവസ്തു തന്നെ.

എന്റെ മുന്നിൽ ഒരു ചോദ്യം ഇട്ട് തന്നതിന്റെ തിടുക്കം ആയിരിക്കണം നിഖിൽ ഇന്ന് പതിവിലും നേരത്തെ ഫോൺ കട്ട് ചെയ്തതിനുശേഷം കസേര വലിച്ചിട്ട് എനിക്ക് അഭിമുഖമായി വന്നിരുന്നു. അവന്റെ മുഖത്ത് തെളിച്ചം തീരെ ഇല്ലായിരുന്നു.

“അവൾ ആയിരുന്നു അല്ലേ...... എന്തു പറയുന്നു?”

“അവൾക്ക് പ്രൊപ്പോസൽസ് വരുന്നുണ്ടെന്ന്..... സോ ഹാവ് ടു ടേക്ക് എ ഡിസിഷൻ.”

“നീ എന്ത് തീരുമാനിച്ചു?”

ഗ്രീഷ്മയോട് പറയേണ്ട മറുപടിക്കായി അല്പം മുമ്പുവരെ എന്റെ പിന്നാലെ നടന്നവന്റെ മുഖത്ത് ഇപ്പോൾ എന്തോ തീരുമാനിച്ചുറച്ചവന്റെ ഭാവം.

“കുറേക്കാലം ഒരുമിച്ച് ജീവിക്കും, മടുക്കുമ്പോൾ പിരിയും.” അത് പറയുമ്പോൾ അവന്റെ മുഖത്ത് പ്രത്യേകിച്ച് ഒരു ഭാവമാറ്റവും ഞാൻ കണ്ടില്ല. കോഹാബിറ്റേഷന്റെ ആലസ്യം വിട്ടുണരുമ്പോൾ ജീവിതം പിന്നെയും ബാക്കി കിടക്കുന്നുണ്ടാകും എന്ന തിരിച്ചറിവ് ഇല്ലാത്തതിന്റെ കാരണം അവൻ തന്നെ മുൻപൊരിക്കൽ പറഞ്ഞിരുന്നു.

“എനിക്കു മാത്രമേ എന്റെ ജീവിതത്തെ മാറ്റിമറിക്കാൻ കഴിയു എനിക്കുവേണ്ടി മറ്റൊരാൾക്കും അത് ചെയ്യാൻ കഴിയില്ല...” കരോൾ

ബർണറ്റിന്റെ വാക്കുകൾ കാണാതെ പഠിച്ച് ഇത്തരം സന്ദർഭങ്ങളിൽ പ്രയോഗിക്കുമ്പോൾ അതിന്റെ അർത്ഥം കൂടി മനസ്സിലാക്കണം എന്ന് ഞാൻ അന്ന് പറഞ്ഞിരുന്നു.

"നിഖിൽ...., നീ മഴ നനഞ്ഞിട്ടുണ്ടോ, ചവിട്ടിക്കുഴച്ച ചെളിയിൽക്കൂടി നടന്നിട്ടുണ്ടോ, കഞ്ഞിയും കപ്പപ്പുഴുക്കും കഴിച്ചിട്ടുണ്ടോ, വൃശ്ചികത്തിലെ തണുത്ത കാറ്റിൽ പാടവരമ്പിൽക്കൂടി നടന്നിട്ടുണ്ടോ...?" അത് ചോദിക്കുമ്പോൾ അവന്റെ മുഖം അസ്വസ്ഥമാകുന്നത് ഞാൻ ശ്രദ്ധിച്ചു. പക്ഷേ, അവന് പറയാനുണ്ടായിരുന്നത് 'എക്സ്ചേഞ്ച് പാർട്ടിയും', 'ഗേൾ ബെറ്റ് ബൈക്ക് റേസി'ന്റെ അറപ്പുളവാക്കുന്ന കഥകളും, പിന്നെ 'ബാക്ക് ലെസ്സും'. 'ട്യൂണിക് ഡ്രസ്സിന്റെ' നേർത്ത നൂലിഴകൾക്കുള്ളിലെ സ്വകാര്യ നിമിഷങ്ങളും ഒക്കെയായിരുന്നു. ഈ പറഞ്ഞതിൽ പലതും എന്താണെന്ന് എനിക്ക് അറിയില്ലായിരുന്നു, അറിയേണ്ട ആവശ്യവുമില്ല,

"ചേട്ടന്റെ ഈ ചവിട്ടിക്കുഴച്ച മണ്ണും തുളസിക്കതിരും.... ഒന്ന് നിർത്താമോ." അവന്റെ ശബ്ദമുയർന്നു.

എള്ളെണ്ണ മണക്കുന്ന മുടിയിഴകളിലെ സ്നിഗ്ദ്ധതയിൽനിന്നും ട്യൂണിക് ഡ്രസ്സിനുള്ളിലെ സമൃദ്ധിയിലേക്കുള്ള ദൂരത്തിനിടയിൽ ഞങ്ങൾക്ക് ചെറുതായി മുഷിയേണ്ടി വന്നു.

ഒടുവിൽ ഞാൻ തന്നെ തോറ്റു പിൻവാങ്ങി. ഫൈനൽ അക്കൗണ്ടിൽ നിന്നും പുറത്തെ ഇരുട്ടിലേക്ക് നടക്കുമ്പോൾ നഗരത്തിലെ തിരക്ക് കുറഞ്ഞിരുന്നു.

രാത്രി യാത്രക്കാരെ പ്രതീക്ഷിച്ച് നിയോൺ വിളക്കിനു താഴെ വരി പിടിച്ചു കിടക്കുന്ന ഓട്ടോറിക്ഷകൾ കടന്ന് ഞാൻ മുന്നോട്ടു നീങ്ങി. വെളിച്ചം നേർത്തു കിടക്കുന്ന കടവരാന്തകളിൽ മറഞ്ഞുനില്ക്കുന്ന മുല്ലപ്പൂവഴകുകൾ ശ്രദ്ധിക്കുന്നുണ്ടെന്ന് മനസ്സിലായപ്പോൾ ഞാൻ നടത്തം വേഗത്തിലാക്കി. കടൽക്കര ഏതാണ്ട് വിജനമാണ്. തിരയൊടുങ്ങാത്ത കടലിന്റെ ഗദ്ഗദം ഏറ്റുവാങ്ങുന്ന തീരത്തിന്റെ മാറിലേക്ക് ഞാൻ ചാഞ്ഞു വീണു.

"എന്തൊരു സൗന്ദര്യമാണ് ഈ രാത്രിക്ക്. ഒരു ബ്ലാക്ക് ആൻഡ് വൈറ്റ് സിനിമപോലെ അല്ലേ ചേട്ടാ" തൊട്ടുപിന്നിൽ നിഖിൽ.

"സോറി ചേട്ടാ...." അവന്റെ മുഖത്ത് നിലാവിന്റെ ഒരു തുണ്ട് വീണു കിടപ്പുണ്ട്. എന്റെ മനസ്സിലെ മഞ്ഞുരുകിക്കഴിഞ്ഞിരുന്നു. ഒരു വാക്ക് കൊണ്ടോ ഒരു നിമിഷം കൊണ്ടോ പുതിയ തലമുറയിൽ മാറ്റം ഉണ്ടാക്കാൻ കഴിയില്ല എന്നെനിക്കറിയാം. പക്ഷേ, അവരുടെ മനസ്സിൽ വെളിച്ചമാണെന്നും അതിൽ ഇരുൾ വീഴ്ത്താനാണ് എന്നെപ്പോലുള്ളവർ ശ്രമിക്കുന്നതെന്നും പറഞ്ഞായിരുന്നു ഞങ്ങളുടെ വഴക്ക് തുടങ്ങിയതുതന്നെ.

"ചേട്ടൻ എന്താ ആലോചിക്കുന്നത്...?" പകുതി ഒഴിഞ്ഞ കുപ്പിയിലെ ഓറഞ്ച് ജ്യൂസ് ഒരു കവിൾ കുടിച്ചതിനുശേഷം എനിക്ക് നേരെ നീട്ടിക്കൊണ്ട് അവൻ ചോദിച്ചു.

“ഓർക്കാൻ സുഖമുള്ള കാര്യങ്ങൾ വീണ്ടും വീണ്ടും ഓർക്കുന്നത് സന്തോഷമുള്ള കാര്യമാണല്ലോ അല്ലേ?”

അവന്റെ വാക്കുകൾക്ക് കുറെക്കൂടി സാന്ദ്രത കൈവന്നപോലെ തോന്നി. ജനറേഷൻ ഗ്യാപ്പിനിടയിലെ ശീലങ്ങളുടെ തർക്കം ഉപ്പു കാറ്റിൽ ആവിയായി പോയിരുന്നെങ്കിലും, എള്ളെണ്ണയുടെയും, മഞ്ഞൾക്കുറിയുടെയും സ്നിഗ്ദ്ധത എന്റെ മനസ്സിൽ നിറഞ്ഞുനിന്നു. മാറാല കെട്ടി അടഞ്ഞുപോയ ഭൂതകാലത്തിലെ ബ്ലാക്ക് ആൻഡ് വൈറ്റ് ചിത്രങ്ങളിലേക്ക് നിഖിലിന്റെ മനസ്സ് ക്രമേണ വഴുതി വീണുകൊണ്ടിരുന്നു. അവ പഴയ സർക്കാർ സ്കൂളിലെ വരാന്തയിലേക്ക് നീണ്ടുപോകുന്ന ഓർമ്മചിത്രങ്ങൾ ആയിരുന്നു......

“ഒന്നാം ക്ലാസിലെ രാധമ്മ ടീച്ചറിന്റെ ചേർത്തണയ്ക്കലോടെയാണ് ഞാൻ സ്കൂളിന്റെ പടി കയറി ചെല്ലുന്നത്. വലിയ ഹാളിനെ പലക കൊണ്ട് മറച്ചുണ്ടാക്കിയ ക്ലാസ് മുറിയിൽ പകൽ മുഴുവനും സൂര്യൻ കൂട്ടിനുണ്ടാകും. പൊട്ടിയ ഓടുകൾക്കിടയിൽക്കൂടി ഒഴുകി ഇറങ്ങുന്ന വെളിച്ചത്തിന്റെ നേർരേഖയിൽ പൊടി നിറയുന്നത് നോക്കിയിരിക്കലായിരുന്നു ഒന്നാം ക്ലാസിലെ ഞങ്ങളുടെ വിനോദം. ക്ലാസിൽ ശ്രദ്ധിക്കാത്തതിൽ ടീച്ചർക്ക് നീരസം ഉണ്ടായിരുന്നിരിക്കണം, എങ്കിലും ടീച്ചർ ഞങ്ങളെ തല്ലിയിട്ടില്ല. ഗോതമ്പിന്റെ ഉപ്പുമാവും അമേരിക്കൻ ചോളവും ഡാൽഡയിൽ വഴറ്റുന്നതിന്റെ മണം അടിക്കുമ്പോൾ നേർരേഖയിലെ പൊടി ഉപേക്ഷിച്ച് ഞങ്ങൾ വലിയ ഹാളിന്റെ വരാന്തയിൽ വട്ടയിലയുമായി നിരന്നിരിക്കും. ചിലർക്ക് അലൂമിനിയത്തിന്റെ തൂക്ക് പാത്രമായിരിക്കും ഉണ്ടാവുക.”

ഒരു പെൺകുട്ടി ആദ്യമായി എന്റെ മനസ്സിൽ കടന്നുകൂടിയത് എന്നാണെന്ന് നിനക്കറിയാമോ....?, അഞ്ചാം ക്ലാസിൽ പഠിക്കുമ്പോൾ. എന്നെ ക്ലാസ് ലീഡർ ആയി നിശ്ചയിച്ചുകൊണ്ട് ഇസ്മയിൽ കുട്ടി സാർ പ്രഖ്യാപനം നടത്തിയ ദിവസമാണ് ക്ലാസിലെ സുന്ദരിയായ ഹേമ നാരങ്ങാ മിഠായി നീട്ടിക്കൊണ്ട് എന്നെ കൊതിപ്പിച്ചത്. ഉള്ളം കൈയിൽ ഒളിപ്പിച്ച മഞ്ഞയും ഓറഞ്ചും നിറമുള്ള മധുരത്തിനായി ഞാൻ അടുത്ത് ചെന്നപ്പോൾ കവിൾ വീർപ്പിച്ച് കൊഞ്ഞനം കാട്ടി ഓടിപ്പോയ ആ അരപ്പാവാടക്കാരിയെ പെൺകുട്ടികളുടെ മൂത്രപ്പുരയ്ക്ക് പിന്നിലിട്ട് ഞാൻ പിടികൂടി. പിന്നിൽ ചുരുട്ടിപ്പിടിച്ച കൈവെള്ള ശക്തിയായി വിടർത്തി വിയർപ്പിൽ കുതിർന്ന നാരങ്ങ മധുരം തട്ടിയെടുത്തു ഓടിപ്പോകുന്നത് മറ്റു കുട്ടികൾ സ്കൂൾ മുഴുവനും പറഞ്ഞുപരത്തി. അതോടെ അവളെയും എന്നെയും ചേർത്ത് കഥകൾ രൂപപ്പെട്ടു അവൾ എന്റെ പെണ്ണുമായി. ആ സംഭവത്തിനുശേഷം ഞങ്ങൾ രണ്ടാളും കുറേ ദിവസം സ്കൂളിൽ പോയില്ല. സ്കൂൾ മുഴുവൻ പറഞ്ഞു പരത്തപ്പെട്ട കഥയിലെ വില്ലനെ തേടി ഇസ്മയിൽ കുട്ടി സാർ തന്നെ വന്നു, ആണും പെണ്ണും തമ്മിലുള്ള ബന്ധം നിഷ്കളങ്കതയുടേത് മാത്രമാണ് എന്ന അദ്ദേഹത്തിന്റെ ഉപദേശം ഉൾക്കൊള്ളുവാൻ അന്നത്തെ പത്തുവയസ്സുകാരന് ആകുമായിരുന്നില്ല.

ഹേമയോടുള്ള ഇഷ്ടം മനസ്സിൽ ഉറഞ്ഞു കൂടിയത് ഒരു മഴക്കാലത്ത് ആയിരുന്നു.

മഴ പെയ്തിറങ്ങുന്ന മൺപാതകളിൽ കുടകളേക്കാൾ കൂടുതൽ ഇലകളാണ് ഉണ്ടാവുക. മഴയുടെ നൂലിഴകൾക്ക് ഇടയിൽക്കൂടി, ഒരു യാത്രയിൽ അവസാനിക്കുന്ന വാഴയിലയും ചേമ്പിലയും നടന്നു നീങ്ങും.

ഒൻപത് മണിയുടെ നൂൽമഴ ചിലപ്പോൾ പെരുമഴയായി മാറുമ്പോൾ ഇലകൾ വലിച്ചെറിഞ്ഞ് മഴയെ പുണർന്ന് ഒരു നടത്തമുണ്ട്. വൈകുന്നേരത്തെ അലസമഴയിൽക്കൂടി വെള്ളം തെറിപ്പിച്ച് നടന്നുപോയ ഹേമയുടെ കറുത്ത തുണിക്കുടയ്ക്ക് ചുവട്ടിലേക്ക് ഓടിക്കയറുമ്പോൾ അവൾ ദേഷ്യപ്പെടുമോ എന്ന പേടി ഉണ്ടായിരുന്നു. പക്ഷേ, അവളുടെ പേടിയും, നാണം കലർന്ന പുഞ്ചിരിയും എന്റെ മനസ്സിൽ ഒരു കുളിർ മഴയായി പെയ്തിറങ്ങി. സ്കൂളിന് മുന്നിലെ എല്ലിച്ച മാവിൻ ചുവട്ടിലും, ഏഴാം ക്ലാസിനോട് ചേർന്നുള്ള പേരറിയാത്ത ഏതോ പാഴ്മരത്തിന്റെ നിലം പറ്റിക്കിടന്ന കൊമ്പിലും കഥകൾ പറഞ്ഞിരുന്നപ്പോൾ അനുഭവിച്ച സന്തോഷമൊന്നും പിന്നീടൊരിക്കലും കിട്ടിയിട്ടില്ല.

അഞ്ചാം ക്ലാസിലെ മേല്ക്കൂരയിൽ ചേര കയറിയ ദിവസം ഞങ്ങൾക്ക് ആഘോഷമായിരുന്നു. നോക്കിനില്ക്കേ എങ്ങോ മറഞ്ഞു പോയ ചേര രണ്ടുദിവസത്തെ അവധിയാണ് അപ്രതീക്ഷിതമായി കൊണ്ടു വന്നത്. പിന്നീടുള്ള കുറെ ദിവസങ്ങളിൽ കണക്കും, സോഷ്യലും, സയൻസുമൊന്നും ഞങ്ങൾ കേട്ടില്ല. കഴുക്കോലുകൾക്ക് ഇടയിൽക്കൂടി നൂണ്ടിറങ്ങി ചേര വരുന്നതും കാത്ത് മുകളിലേക്ക് നോക്കി ഞങ്ങൾ ഇരുന്നു.

യഥാർത്ഥ പേര് എന്താണെന്ന് ഞങ്ങൾക്കാർക്കും അറിയാത്ത ഒരു അദ്ധ്യാപകൻ ഉണ്ടായിരുന്നു – ഡ്രില്ല് സാർ. ഡ്രില്ല് എന്നതാണ് അദ്ദേഹത്തിന്റെ പേര് എന്നായിരുന്നു അക്കാലത്ത് ഞങ്ങളുടെ ധാരണ.

സ്പോർട്സിൽ അന്ന് എനിക്ക് ഒറ്റ എതിരാളിയേ ഉണ്ടായിരുന്നുള്ളു – സലീം. എവിടെയും ഒന്നാമൻ ആകണം എന്ന എന്റെ അഹങ്കാരത്തിനേറ്റ അടി ആയിരുന്നു അവൻ. ഏത് ഇനത്തിലും അവന്റെ പിന്നിലെ രണ്ടാം സ്ഥാനം എനിക്ക് വേണ്ട എന്ന് തീരുമാനിച്ചത് ഏഴാം ക്ലാസിൽ ആയിരുന്നു. മത്സരത്തിൽ അവൻ പങ്കെടുക്കാതിരിക്കാൻവേണ്ടി ദേവിയെ വിളിച്ച് പ്രാർത്ഥിക്കാൻ എന്നോട് സ്വകാര്യമായി പറഞ്ഞത് ഹേമ ആയിരുന്നു. യക്ഷിത്തറയിലെ എണ്ണയും കാക്കക്കാഷ്ഠവും കുഴഞ്ഞ് കിടക്കുന്ന കൽവിളക്കിന് മുന്നിൽ ചുവന്ന പൂക്കൾ വച്ച് ഞാൻ പ്രാർത്ഥിച്ചത് സലീമിന്റെ കാൽ ഒടിയണേ എന്നായിരുന്നു. മത്സരത്തലേന്ന് എനിക്ക് ഉറങ്ങാൻ കഴിഞ്ഞില്ല. സ്കൂളിന് പിന്നിലെ കുമ്മായപ്പൊടി തൂവിയ ട്രാക്കിന് ഇരുപുറവും ആവേശം കൊള്ളിക്കുന്ന കൂട്ടുകാർക്ക് നടുവിൽ ഫൈനൽ വിസിലിനായി കാത്തുനില്ക്കുന്ന ഏഴാംക്ലാസുകാരന് ഉറങ്ങാൻ കഴിയുമായിരുന്നില്ല.

പിറ്റേന്ന് ഞാൻ നേരത്തെ സ്കൂളിലെത്തി. പുസ്തകത്തിനു മുകളിൽ വട്ടത്തിലുള്ള ചോറ്റുപാത്രം വച്ച് അതിന് മീതെ തലങ്ങും വിലങ്ങും

കറുത്ത വീതിയുള്ള റബ്ബർ ചുറ്റി അത് തോളിലേറ്റിയാണ് സലീം വരാറുള്ളത്. ക്ലാസിലിരുന്ന് നോക്കുമ്പോൾ ആദ്യം കാണുന്നത് പടി കടന്നു വരുന്ന ചോറ്റുപാത്രമാണ്. സമയം ഇഴഞ്ഞു നീങ്ങി, ബെല്ലടിച്ചു, ക്ലാസ് തുടങ്ങി... ചോറ്റുപാത്രം പടികടന്നു വന്നില്ല. ഹേമയെ ഞാൻ ആശ്വാസത്തോടെ നോക്കി, അവൾ കൂടുതൽ സുന്ദരിയായതുപോലെ.

ഉച്ചയ്ക്കുശേഷമാണ് സ്പോർട്സ്. പങ്കെടുക്കുന്നവരുടെ പേര് വിളിക്കുന്നതോ, കുട്ടികളുടെ കൈയടിയോ ഒന്നും ഞാൻ ശ്രദ്ധിച്ചില്ല. മത്സരത്തിന് മുൻപേ വിജയിച്ച് കഴിഞ്ഞ എന്റെ ശ്രദ്ധ മുഴുവനും ഫിനിഷിങ് പോയിന്റിൽ കൊടിയുമായി നില്ക്കുന്ന ശിപായി 'വാവക്കുഞ്ഞി'ൽ ആയിരുന്നു. വിസിൽ മുഴങ്ങുന്നതിന് മുൻപ് ഒരിക്കൽ കൂടി വിളിച്ചു.... അതാ അവസാന ട്രാക്കിൽ സലീം... ഒരുനിമിഷം മുൻപുവരെ വിജയിച്ച് നിന്ന എന്റെ കാലുകളേക്കാൾ തളർച്ച മനസ്സിനായിരുന്നു. കുമ്മായപ്പൊടി തട്ടിയെറിഞ്ഞു ഞാൻ പിന്നോക്കം നടന്നു.

വാടിയ ചുവന്ന പൂവ് പോലെ ഹേമ എന്റെ മുന്നിൽ വന്നുനിന്നു. മൂവാണ്ടൻ മാവുകൾ അതിരിട്ട് നിന്ന മൈതാനത്തെ കുമ്മായ ട്രാക്കിനോട് എന്നെന്നേക്കുമായി ഞാൻ വിടപറഞ്ഞു.

എന്റെ കൺകോണുകളിൽ ഉരുണ്ടുകൂടിയ നീർക്കണം ഹേമ കണ്ടുപിടിച്ചിരുന്നു.

"അയ്യേ ആൺകുട്ടികൾ കരയാൻ പാടില്ല...."

ഇരുന്നൂറ് മീറ്ററിന്റെ ഹാങ്ങോവർ മാറാൻ കുറച്ചു നാളുകൾ എടുത്തു. ഡ്രില്ല് സാറിന്റെ ശകാരത്തിൽനിന്നും കൂട്ടുകാരുടെ കളിയാക്കലുകളിൽ നിന്നും രക്ഷപ്പെടാൻ ഞാൻ കണ്ടെത്തിയ മാർഗ്ഗമായിരുന്നു നാടകം. സ്കൂൾ വാർഷികത്തിന് നാടകം അവതരിപ്പിക്കുമെന്ന് കുറച്ച് അഹങ്കാരത്തോടെയാണ് പറഞ്ഞതെങ്കിലും കാര്യങ്ങൾ എളുപ്പമായിരുന്നില്ല.

നാടകമെഴുതി സംവിധാനം ചെയ്യാമെന്ന് ഏറ്റ ചന്ദ്രണ്ണൻ ചിക്കൻ പോക്സ് വന്ന് കിടപ്പിലാണെന്ന് അറിഞ്ഞത് വാർഷികത്തിനു മൂന്ന് ദിവസം മുൻപ് മാത്രം.

ഡ്രില്ല് സാറിന്റെ മുന്നിൽ വീതിയില്ലാത്ത നെഞ്ചുവിരിച്ച് നിന്ന് നടത്തിയ പോർവിളി ഉള്ളിൽക്കിടന്ന് തിളച്ചു. കപ്പിനും ചുണ്ടിനുമിടയിലെ മറ്റൊരു നഷ്ടം. ഇത്തരം സാഹചര്യങ്ങളിൽ രക്ഷപ്പെടാനുള്ള പഴയ മാർഗ്ഗം തന്നെ ഞാൻ തെരഞ്ഞെടുത്തു. രണ്ടു ദിവസം സ്കൂളിൽ പോകണ്ട എന്ന് തീരുമാനിച്ചു. പരാജയം മുന്നിൽ നില്ക്കുമ്പോഴും വിജയിക്കണം എന്ന ചിന്ത മനസ്സിൽ കത്തിപ്പടരണം എന്ന് ഉപദേശിച്ച ഇസ്മയിൽ കുട്ടി സാർ പക്ഷേ, അതിന് അനുവദിച്ചില്ല. ആ കത്തിപ്പടരലിന്റെ പരിസമാപ്തിയായിരുന്നു കലി – ഞാൻ എഴുതിയ ആദ്യ നാടകം. ഒരു പന്ത്രണ്ട് വയസ്സുകാരന്റെ ക്ഷണിക ചാപല്യത്തിനപ്പുറം ഒന്നും സൃഷ്ടിക്കാതെ കടന്നുപോയ കലി എനിക്ക് മറ്റൊരു പേരുകൂടി ചാർത്തിത്തന്നു–മുറി നാടകക്കാരൻ.

ഒറ്റമൈനപ്പേടിയിൽ ടീച്ചറിന്റെ തല്ല് വാങ്ങാതിരിക്കാൻ കൈതോല

ത്തുമ്പിൽ കല്ലുകെട്ടി ഇട്ടതും, സ്കൂളിനുപിന്നിലുള്ള വിശാലമായ തെങ്ങിൻ പറമ്പിലെ കിളിത്തട്ടിൽ നിന്ന് ഉയർന്ന ആരവങ്ങളും, പച്ചമാങ്ങയും കാന്താരിയും ഉടച്ചിട്ട അച്ചാറിൽ പച്ചവെള്ളം ഒഴിച്ചുതന്ന രാജണ്ണന്റെ 'സ്കൂൾ ഡ്രിങ്ക്സും' നാവിൽ തേനിറ്റിച്ച പുളി മുട്ടായിയും....... അങ്ങനെ നോക്കിനില്ക്കേ കണ്ണിൽനിന്നും കൊഴിഞ്ഞു പോയ വർണ്ണങ്ങൾ........ എത്ര കൊതിച്ചാലും തിരികെ വരാത്ത നഷ്ടവസന്തങ്ങൾ... നിഖിലിനെ മുഖത്ത് ഇപ്പോൾ കൗതുകത്തിന്റെ മിന്നലാട്ടം കാണാം.

അനുഭവിക്കാതെ നഷ്ടപ്പെടുത്തിയ അനുഭൂതിയായിരുന്നു എന്റെ ഹൈസ്കൂൾ കാലം. ചെരുപ്പിടാതെ നടന്ന് കട്ടിയായ കാല്പാദങ്ങൾ ഹവാക്കറിന്റെ ആലസ്യത്തിലേക്ക് വഴുതി വീണത് അക്കാലത്തായിരുന്നു. അതിവിശാലമായ മൈതാനത്തിന് അതിരിട്ട് നില്ക്കുന്ന കാറ്റാടിമരങ്ങളിലെ നൂലിലകളിൽ കാറ്റ് മൂളുന്ന ശബ്ദമാണ് ഞങ്ങളെ ഹൈസ്കൂളിൽ വരവേറ്റത്. പാടം കടന്ന് ദേവിയുടെ അമ്പലത്തിനു മുന്നിലെ മൈതാനം പിന്നിട്ടു വേണം സ്കൂളിലെത്താൻ. യാത്രയിൽ, പാടത്തിനു മുകളിൽ തങ്ങിനില്ക്കുന്ന മഞ്ഞിന്റെ അവസാന പാടയെ അലിയിച്ച് കടന്നുപോകുന്ന കാറ്റിന് ചിലപ്പോൾ നെല്ലിന്റെ മണമുണ്ടാകും. ആഘോഷമായിരുന്നു ആ യാത്രകൾ. വേനലും മഴയും മഞ്ഞും ഒരുപോലെ ആസ്വദിച്ച നിറമുള്ള യാത്രകൾ......

ഒരു സാമ്രാജ്യത്തിലെ രണ്ട് നാട്ടുരാജ്യങ്ങളായിരുന്നു ആൺകുട്ടികൾക്കും പെൺകുട്ടികൾക്കും ഉള്ള ക്ലാസുകൾ. പെൺകുട്ടികൾക്കു മാത്രമായി വേർതിരിച്ചിരിക്കുന്ന 'ഹൈലി സെൻസിറ്റീവ്' ഏരിയയിലേക്ക് കടന്നുകയറാൻ മനസ്സ് കൊതിച്ചിരുന്നുവെങ്കിലും ഞങ്ങൾക്കാർക്കും അതിനുള്ള ധൈര്യം ഇല്ലായിരുന്നു. ത്രസിപ്പിക്കുന്ന നാലു ചുവരുകൾക്കുള്ളിൽ ഒതുങ്ങുന്നതായിരുന്നില്ല പത്താംക്ലാസിലെ ആഘോഷം. നിയന്ത്രണത്തിന്റെ മതിൽക്കെട്ടുകൾ തകർന്നുവീഴുന്ന ഇടവേളകളിലും, പെൺകുട്ടികളുടെ സാന്നിദ്ധ്യം ഇല്ല എന്ന സ്വാതന്ത്ര്യത്തിലും അതിരുവിടുന്ന ആഘോഷങ്ങൾ.

പ്രണയത്തിന്റെ വശ്യത മനസ്സിലേക്ക് കടന്നു വന്നത് പത്താംക്ലാസിന്റെ മദ്ധ്യാഹ്നത്തിൽ ആയിരുന്നു. ഞാനൊഴികെ ക്ലാസിലെ മറ്റെല്ലാവർക്കും സ്ഥിരമായ ഇടവേളകളിൽ കത്തുകൾ വരുന്നത് എനിക്ക് വലിയ അത്ഭുതമായിരുന്നു. സ്കൂളിലെ പ്യൂൺ ഗോപിയാശാൻ കത്തുകളുമായി വരുന്നത് വൈകിട്ട് മൂന്ന് മണിക്കാണ്.

ഇളം നീല നിറത്തിലുള്ള ഇൻലൻഡ് ലെറ്റർ, സാർ തന്നെ പേര് വിളിച്ച് വിതരണം ചെയ്യുമ്പോൾ അവസാനം വരെ പ്രതീക്ഷയോടെ ഞാൻ കാത്തിരിക്കും. പക്ഷേ, എനിക്ക് മാത്രം കത്ത് വന്നില്ല. പക്ഷേ, ഒരു ദിവസം എനിക്കും വന്നു ഒരു കത്ത്, ഒന്നാന്തരമൊരു പ്രേമലേഖനം. എന്റെ പ്രിയപ്പെട്ട....... എനിക്ക് ഒരുപാട് ഇഷ്ടമാണ്............. കോരിത്തരിച്ചുപോയി ഞാൻ. അഭിമാനത്തോടെ ഞാൻ കത്ത് ക്ലാസിൽ ഉയർത്തിക്കാട്ടിയെങ്കിലും ആരിലും പ്രത്യേകിച്ച് ഒരു ഭാവമാറ്റം ഞാൻ കണ്ടില്ല.

പത്താം ക്ലാസിലെ ആൺകുട്ടികൾക്ക് സ്ഥിരമായി കത്തുകൾ വരുന്നതിന്റെ രഹസ്യം രാമചന്ദ്രൻപിള്ള സാറാണ് കണ്ടുപിടിച്ചത്. പെൺകുട്ടികളുടെ പേരിൽ അവരവർ തന്നെ അയച്ചവ ആയിരുന്നു അതെല്ലാം, ഞാൻ ചെയ്തതു പോലെ................

കറുപ്പും വെളുപ്പും മാത്രം തങ്ങിനിന്ന മനസ്സിലേക്ക് വർണ്ണവെളിച്ചം വിതറി കടന്നുപോയ ഋതുക്കളെ ഞാൻ സ്നേഹിച്ചു തുടങ്ങിയതും, നിറമുള്ളതെല്ലാം മനോഹരമാണെന്ന ചിന്ത മനസ്സിൽ ചേക്കേറിയതും കലാലയത്തിലെ സ്വതന്ത്രമായ ആകാശച്ചുവട്ടിൽ വച്ചായിരുന്നു. പറഞ്ഞു കേട്ട് മാത്രം പരിചയമുള്ള സ്വാതന്ത്ര്യം ജീവിതത്തിൽ സ്വയം പ്രഖ്യാപിക്കുമ്പോൾ ആഗ്രഹങ്ങൾക്ക് അതിരുകളില്ലായിരുന്നു.

ഒറ്റയാൻ പ്രേമത്തിലെ നായികയെ കാണാൻ സൈക്കിൾ ചവിട്ടി അലഞ്ഞ സായന്തനത്തിലെ നാട്ടിടവഴികൾ ആയിരുന്നു കൗമാരത്തിലെ ഭ്രമങ്ങളിൽ ഒന്ന്. വെള്ളിയാഴ്ചകളിലെ ചിത്രഗീതത്തിനും, ആകാശവാണിയിലെ തുടർ നാടകങ്ങൾക്കും വേണ്ടിയുള്ള കാത്തിരിപ്പിന് പ്രിയപ്പെട്ടവരുടെ വരവിനോളം വ്യാപ്തി ഉണ്ടായിരുന്നുവെന്ന് തിരിച്ചറിയുമ്പോഴാണ് ബ്ലാക്ക് ആൻഡ് വൈറ്റ് എന്ന് വിശേഷിപ്പിച്ച വർണ്ണങ്ങളുടെ ലോകം ഉള്ളിൽ തിരയിളക്കുന്നത്. മൈതാനത്തെ കളി ആരവങ്ങളിൽനിന്നും അകന്ന്, ഇരുൾ പരന്ന വയലിറമ്പിലെ കളിത്തട്ടിൽ ആകാശം നോക്കി കിടന്ന ഒരു പതിനഞ്ച് വയസ്സുകാരൻ ഇപ്പോഴും മനസ്സിൽ പച്ച പിടിച്ചു നില്പുണ്ട്.

വൃശ്ചികക്കാറ്റും, ധനുവിലെ തിരുവാതിരയും, മകരക്കൊയ്ത്തും, കുംഭത്തിലെ ഉത്സവവും, ഇടവപ്പാതിയിൽ മട വീണ വരമ്പുകളിൽ കുറ്റിയും ഓലയും നാട്ടി ഒഴുക്കു വെള്ളത്തെ തടഞ്ഞ് നിർത്തുന്ന ക്ലാസിലെ പിൻ ബഞ്ചുകാരൻ, ചേറിന്റെ മണമുള്ള മനോഹരനും, ഉഴുതു മറിച്ച പാടത്ത് ഇരതേടുന്ന കൊക്കുകളും, വയൽപ്പച്ചകളിൽ ഊർന്നിറങ്ങുന്ന മഞ്ഞുകണങ്ങളും, വൃശ്ചികത്തണുപ്പിൽ വിടർന്നുനില്ക്കുന്ന കലം കൊട്ടിയും, കാക്കാത്തിയും.... ബാല്യകൗമാരങ്ങൾ എനിക്ക് നല്കിയ സമ്മാനങ്ങൾ ആയിരുന്നു. യാതൊരു ബാദ്ധ്യതയും ഇല്ലാത്ത പുതു യൗവനത്തിന്റെ വർണ്ണപ്പകിട്ടാർന്ന ആഘോഷങ്ങൾക്കപ്പുറം ഇലകൊഴിഞ്ഞ ബ്ലാക്ക് ആൻഡ് വൈറ്റ് കാഴ്ചകളുടെ ധാരാളിത്തം..... അതു മാത്രം മതി എനിക്ക്.

പണ്ടെങ്ങോ പതിഞ്ഞ കാൽപ്പാടുകൾ തേടി ഒരിക്കൽകൂടി ഞാൻ അവിടെ ചെന്നു. കാറ്റിൽ മർമ്മരങ്ങൾ തീർക്കുന്ന കാറ്റാടിമരങ്ങൾ കടന്ന്, മദ്ധ്യവേനലിന്റെ ആലസ്യത്തിൽ അമർന്ന മൈതാനം പിന്നിട്ട്. അകലേക്ക് നീണ്ടുപോകുന്ന വരാന്തകൾ എനിക്കായി ആരവമൊഴിഞ്ഞ് കാത്തു കിടന്നു. വെള്ള വീശിയ ഭിത്തികൾക്കുള്ളിൽ പതിഞ്ഞുപോയ എന്റെ കൈപ്പാടുകൾ എനിക്ക് കാണാമായിരുന്നു. ചെവിയോർത്തപ്പോൾ ആർത്തുവിളിച്ച് കടന്നുപോയ ഒച്ചപ്പാടിന്റെ അലകൾ എനിക്ക് കേൾക്കാമായിരുന്നു. പ്രണയം മൊട്ടിട്ട ഇടനാഴികളും, സ്വപ്നങ്ങൾ തളിർത്ത, ഒഴിഞ്ഞ

വരാന്തകളും നിശ്ശബ്ദം എന്നോട് സംസാരിച്ചു. മലയാളം ക്ലാസിലെ രവി സാറിന് തല്ലാൻ കമ്പുകൾ ഒടിച്ചെടുത്തിരുന്ന നാട്ടുമാവ് പടർന്നു പന്തലിച്ചു കിടന്നു.....

കടൽ ശാന്തമാണ്, നിഖിലും. കേൾവിയിലേക്ക് കാതുകൂർപ്പിച്ചിരിക്കുന്ന അവന്റെ മുഖത്ത് അത്ഭുതവും ആദരവും ഇടകലർന്നു കിടന്നു. തണുത്ത കാറ്റിന്റെ അലകൾ വീണ്ടും ഞങ്ങളെ കടന്നുപോയി. അകലങ്ങളിൽ ചിതറിക്കിടക്കുന്ന കറുത്ത മേഘങ്ങൾ ഒത്തു കൂടുന്നുണ്ട്, മഴ പെയ്തേക്കും. നിഖിൽ മണലിലേക്ക് ചാഞ്ഞു, പിന്നിലേക്ക് പിണച്ച് വച്ച കൈകളിൽ തലവച്ച് ആകാശം നോക്കി അവൻ കിടന്നു.

"ബ്ലാക്ക് ആൻഡ് വൈറ്റിന് ഇത്രമാത്രം സൗന്ദര്യം ഉണ്ടായിരുന്നുവോ" നിഖിൽ സ്വയം പറഞ്ഞു.... പിന്നെയും അവൻ പലതും പറഞ്ഞു.

മഴ പെയ്തിറങ്ങുന്ന തണുത്ത ഇടവഴികളിൽക്കൂടി ചേമ്പിലക്കുടയുമായി നടക്കാൻ കഴിഞ്ഞിരുന്നെങ്കിൽ..... പച്ചമാങ്ങ ഉപ്പും കാന്താരിയും കൂട്ടി തിന്നാൻ കഴിഞ്ഞിരുന്നെങ്കിൽ...... കൂട്ടുകാർ വലിച്ചുകൊണ്ടു പോകുന്ന കമുകിൻ പാളയിൽ സവാരി നടത്താൻ കഴിഞ്ഞിരുന്നെങ്കിൽ..... അങ്ങനെ പലതും അവന്റെ വാക്കുകളിൽ ആത്മാർത്ഥതയുടെ ചൂരുണ്ടായിരുന്നു. മഴ ചാറാൻ തുടങ്ങി, ഉപ്പു മണമുള്ള കാറ്റിന്റെ സീൽക്കാരം ക്രമേണ വലുതായി, മഴ കനത്തു, ഞാൻ നിഖിലിനെ വിളിച്ചുവെങ്കിലും അവൻ വരാൻ കൂട്ടാക്കിയില്ല.

പലതവണ നിർബ്ബന്ധിച്ചെങ്കിലും അവൻ വന്നില്ല. ''ചേട്ടൻ പൊയ്ക്കോ ഞാൻ വന്നേക്കാം" എന്ന് പറഞ്ഞുകൊണ്ട് അവൻ മഴയിൽ മുങ്ങി നിന്നു.

റോഡിനപ്പുറത്തെ വെളിച്ചമില്ലാത്ത കടവരാന്തയിൽ നില്ക്കുമ്പോൾ അവനെ കൂടെ കൂട്ടാത്തതിൽ എനിക്ക് കുറ്റബോധം തോന്നി. മഴയുടെ മങ്ങിയ കാഴ്ചയ്ക്കപ്പുറത്ത് കടലിനഭിമുഖമായി അവൻ നില്ക്കുന്നതും, ചേമ്പിലക്കുടക്കീഴിൽ നനയാതെ നനയുന്നതും തെല്ല് പരിഭ്രമത്തോടെ ഞാൻ നോക്കി നിന്നു.

ജലരാശി

"**അ**ഖിലാണ്ഡകോടി ബ്രഹ്മാണ്ഡ നായകനായ പരംപൊരുളിന്റെ പൂങ്കാവനത്തെ പാപപങ്കിലമാക്കാൻ കൂട്ടുനിന്നവർ തകർന്നടിയുന്നത് വരെ ഈ സമരം തുടരും, ഭക്തി ഉള്ളവർക്കു മാത്രമേ മോക്ഷപദം പ്രാപ്യമാകു. ഭക്തി എന്നത് മനസ്സിന്റെ ശുദ്ധിയാണ്. ശാന്തിയും സമാധാനവും ആണ് ഭക്തിയുടെ ലക്ഷണങ്ങൾ അതുകൊണ്ട് ഈ നീ നിഷേധിവർഗ്ഗം നശിക്കുന്നത് വരെ നമുക്ക് വിശ്രമമില്ല. ഇവർക്കെതിരെ ആയുധം എടുക്കേണ്ടത് ഓരോ ഭക്തന്റെയും കടമയാണ്. അല്ലയോ കമ്യൂണിസ്റ്റുകാരാ..... നിനക്ക് മനുഷ്യത്തമുണ്ടോ, ഈശ്വരനുണ്ടോ, നൈഷ്ഠിക ബ്രഹ്മചര്യത്തിന്റെ മഹത്ത്വം അറിയുമോ....?"

പ്രാസംഗികന്റെ വിരൽ തനിക്ക് നേരെയാണ് തിരിയുന്നതെന്ന് കണാരേട്ടന് തോന്നി. വായിൽ തങ്ങിനിന്ന ബീഡിപ്പുക മുകളിലേക്ക് ഊതിവിട്ട് ചെറുതായൊന്നു ചുമച്ചു, അപ്പോൾ തലയിലെ തുന്നിക്കെട്ടിൽക്കൂടി വേദനയുടെ ഒരു തരംഗം പാഞ്ഞുപോയി. അയാൾ എഴുന്നേറ്റ് കടവരാന്തയിലെ വെളിച്ചത്തിനപ്പുറത്തുള്ള ഇരുട്ടിലേക്ക് ഒതുങ്ങി ഇരുന്നു. നൈഷ്ഠിക ബ്രഹ്മചാരിയായ ദേവന്റെ രൂപം കണാരേട്ടനെ നോക്കി ചിരിച്ചു. അയാളും ഒരു ബ്രഹ്മചാരിയാണ്, വിവാഹത്തിന് പലരും നിർബ്ബന്ധിച്ചതായിരുന്നു. എന്തുകൊണ്ടോ ഒന്നും നടന്നില്ല. ഇരുട്ടിലേക്ക് പിൻവലിഞ്ഞ കണാരനെ നോക്കി പ്രാസംഗികൻ വീണ്ടും ചോദിച്ചു;

"നിനക്ക് മനസ്സാക്ഷി ഉണ്ടോ?"

അത് കണാരേട്ടനെ ചെറുതായൊന്നു ഉലച്ചു എന്ന് തോന്നി. മനുഷ്യത്തത്തിന്റെ ആധുനിക നിർവ്വചനം അയാളെ ആശയക്കുഴപ്പത്തിലാക്കി. പ്ലാസ്റ്ററിട്ട വലംകൈ വായുവിൽ ചുഴറ്റി അലറിപ്പറിയണമെന്നുണ്ടായിരുന്നു അതിനുള്ള മറുപടി. പക്ഷേ, പേശികളിൽ നിറഞ്ഞുനില്ക്കുന്ന

വാർദ്ധക്യത്തിന്റെ വേദന അയാളെ അടക്കി നിർത്തി. തലയ്ക്കുമുകളിൽ ഇളകിയാർക്കുന്ന വന്യമായ സമുദ്രത്തിന്റെ ഭീതിദമായ ചിത്രം ഇപ്പോഴും മനസ്സിൽ ഞെട്ടലായി തങ്ങിനില്പുണ്ട്. ഭക്തരുടെ പാദധൂളികളും പാപ ഭാരങ്ങളും ഏറ്റുവാങ്ങുന്ന പമ്പയുടെ ഗർജ്ജനം ഇപ്പോഴും മുഴങ്ങുന്നുണ്ട്. മദം പൊട്ടിയ കാട്ടുകൊമ്പന്റെ രൗദ്രത..

സഹ്യന്റെ തെക്കേ ചെരുവിൽ അന്ന് അമാവാസി ആയിരുന്നു. മേഘ ക്കൂട്ടങ്ങൾ ഉരുണ്ടുകൂടി മദയാന കണക്കെ ഒഴുകിനടന്നു. ശാന്തത.... ഭീക രമായ ശാന്തതയായിരുന്നു എങ്ങും. കണാരേട്ടൻ തൊടിക്കപ്പുറത്തേക്ക് നോക്കി. ചാറ്റൽമഴ നനഞ്ഞ് പമ്പ പുളച്ചു പായുന്നു. ചലനങ്ങൾക്കും ശബ്ദങ്ങൾക്കും രൗദ്രത. അയാൾ പത്രം നിവർത്തി, ഇടുക്കിയുടെ വിവിധ ഭാഗങ്ങളിൽ ഉരുൾ പൊട്ടിയിട്ടുണ്ട്. ഡാമുകളിലെ ജലനിരപ്പിന്റെ ഗ്രാഫി ക്കൽ ഇല്ലസ്ട്രേഷൻ നോക്കിയിരിക്കെ മഴയെ വട്ടംചുറ്റി തണുത്ത കാറ്റ് വീശി.

കഴിഞ്ഞ മൂന്നു ദിവസമായി ഇതുതന്നെയാണ് അവസ്ഥ. പെയ്ത്ത് വെള്ളം ഒഴുകിപ്പോകാതെ ആരുടെയോ വരവിനായി കാത്തുകിടന്നു. ഓർ ക്കാപ്പുറത്ത് ഉണ്ടായ മിന്നലിൽ കറണ്ട് പോയി. ഭിത്തിയിൽ തൂക്കിയി ട്ടിരിക്കുന്ന, പി കൃഷ്ണപിള്ളയുടെയും എ കെ ജിയുടെയും സ്വർണ്ണ അലുക്കുകൾ പിടിപ്പിച്ച ചില്ല് പടങ്ങൾ ഇരുട്ടിൽ തിളങ്ങിക്കിടന്നു. കണാ രേട്ടൻ അടുക്കളയിലേക്ക് കടന്നു. പൊട്ടിയ ഓടുകൾക്കിടയിൽക്കൂടി മഴ കാണാം. അകത്തേക്ക് ചിതറി വീഴുന്ന മഴവെള്ളം വകവെക്കാതെ അയാ ളൊരു കട്ടൻകാപ്പി ഇട്ടു. ഉമ്മറത്തേക്ക് തൂവാനം അടിച്ച് കയറുന്നുണ്ട്. ചൂടുകാപ്പി ഊതിക്കുടിച്ചുകൊണ്ട് അയാൾ നനഞ്ഞ ബെഞ്ചിന്റെ ഓരം പറ്റി ഇരുന്നു. കിഴക്കൻ കാറ്റിലെ മഴവെള്ളത്തിന്റെ ചൂര് കണാരേട്ടൻ തിരി ച്ചറിഞ്ഞു. കാറ്റിൽ മഴ ആടിക്കളിക്കുകയാണ്. തെങ്ങിനും വാഴയ്ക്കും ചേമ്പിനും മുകളിൽ താളം നഷ്ടപ്പെട്ട് മഴ പെയ്തിറങ്ങി.

മഴ തുള്ളി മുറിഞ്ഞപ്പോൾ അയാൾ മുറ്റത്തിറങ്ങി റോഡ് വരെ നടന്നു. മൂന്നു പടികൾക്ക് താഴെ റോഡ് ഒരു വലിയ ചാലായി മാറിക്കഴിഞ്ഞിരുന്നു. അപ്പുറത്തെ മൈതീന്റെ ചായക്കടയിൽ കുറച്ച് ആളുകൾ കൂടി ഇരിപ്പുണ്ട്. റോഡിലെ പുഴവെള്ളത്തിൽ കണാരേട്ടൻ ഇറങ്ങി നിന്നു, നല്ല ഒഴുക്ക്.

“ങ്ങ് കേറിപ്പോര് കണാരേട്ടാ...എടങ്ങേറാക്കണ്ട.” കടയ്ക്കുള്ളിൽ നിന്നും ആരോ വിളിച്ചു പറഞ്ഞു. മുട്ടിന് മുകളിലേക്ക് വെള്ളം ഉയരാൻ തുടങ്ങിയപ്പോൾ അയാൾ കട വരാന്തയിലേക്ക് കയറി. പമ്പ പുളച്ചു മദിക്കുന്നത് കാറ്റുപിടിച്ച മരങ്ങൾക്കിടയിൽക്കൂടി കാണാം. നോക്കി നില്ക്കെ തെക്കേത്തൊടിയിലെ മൺതിട്ട തകർത്ത് മരങ്ങൾ വിഴുങ്ങി പമ്പ പാഞ്ഞു വന്നു. റോഡിലെ പുഴയെ വിഴുങ്ങിക്കൊണ്ട് അവൾ അല റിപ്പാഞ്ഞുകയറി.

അറുപത് വർഷത്തിനിടയിൽ കണാരേട്ടൻ കണ്ട ഭയാനകമായ കാഴ്ച. കറുത്തു കലങ്ങിയ പ്രളയജലം തിരയടിച്ചു കയറുന്ന കാഴ്ച കടയ്ക്കുള്ളിൽ ഉള്ളവർ ഭീതിയോടെ കണ്ടുനിന്നു. ചെറുഗോളമായി ചുരു

ങ്ങിയ പമ്പയുടെ തീരങ്ങളിലെ ജനത്തുരുത്തുകളിൽ മലവെള്ളം ഉയർന്നു കൊണ്ടിരുന്നു. റോഡിൽനിന്നും നാലടി പൊക്കമുള്ള ചായക്കടയുടെ ഏതാണ്ട് പകുതി മുങ്ങിക്കഴിഞ്ഞു. വെള്ളത്തിന്റെ കുത്തൊഴുക്കിൽ അലമാരയും ഡെസ്കും ബെഞ്ചുകളും ഇളകി നീങ്ങി. ബോളിയും ബോണ്ടയും വെള്ളത്തോടൊപ്പം ഒഴുകി അകന്നു. നെഞ്ചിനു മുകളിലേക്ക് വെള്ളം ഉയർന്നപ്പോൾ അവർ വരാന്തയലെ അരഭിത്തിയിൽ കയറി, ഇരുമ്പ് തൂണിൽ കൈകോർത്തു നിന്നു. ഏതുനിമിഷവും പിടിവിട്ടു പോയേക്കാവുന്ന കുത്തൊഴുക്കിന്റെ വക്കിൽ കണാരേട്ടനും കൂട്ടരും ശ്വാസമടക്കി കിടന്നു.

"ഒരു കാരണവശാലും പിടി വിടരുത്." മൈതീൻ ഉറക്കെ വിളിച്ചു പറഞ്ഞു.

കാറ്റും മഴയും വീണ്ടും ശക്തമായി. ചുറ്റിനുമുള്ള വീടുകളെല്ലാം മുങ്ങിക്കൊണ്ടിരിക്കുകയാണ് മഴയുടെ ആരവത്തിനിടയിലും നിലവിളികൾ കേൾക്കാം.

"രക്ഷപ്പെടാൻ പറ്റുമെന്ന് തോന്നുന്നില്ല കണാരേട്ടാ." ദേവസ്യയുടെ വാക്കുകളിൽ പേടിയും നിരാശയും ഉണ്ടായിരുന്നു. ഇതിനിടയിൽ ഒരു പശുവും ഒരു ആട്ടിൻകുട്ടിയും കുറേ അലൂമിനിയം പാത്രങ്ങളും അവർക്ക് മുന്നിൽക്കൂടി ഒഴുകി പാഞ്ഞുപോയി. ഏതു നിമിഷവും പിടിവിട്ടു പോകും എന്ന മട്ടിലാണ് വാസുവിന്റെ നില്പ്.

"വാസൂ പിടി വിടല്ലേ" കണാരേട്ടൻ വിളിച്ചു പറയുന്നതിനിടയിൽ പെട്ടെന്നായിരുന്നു കടയുടെ തെക്കേമുറി തകർന്നുവീണത്. അതിനുമുകളിലുള്ള മേല്ക്കൂര ഓട് സഹിതം നിലംപൊത്തി.

"തീർന്നോ എന്റെ പടച്ചോനേ." മൈതീൻ ഉച്ചത്തിൽ നിലവിളിച്ചു. ഏതുനിമിഷവും കടയുടെ ബാക്കി കൂടി നിലം പൊത്തും എന്ന് കണാരേട്ടന് തോന്നി.

"ഇനി രക്ഷയില്ല ചാടിക്കോ. ആരും പിടി വിടരുത്" കണാരേട്ടൻ വിളിച്ചു പറഞ്ഞു. കലങ്ങി മറിയുന്ന മലവെള്ളത്തിലേക്ക് അവർ ഒരുമിച്ച് കൂപ്പുകുത്തി. നിലയുറപ്പിക്കാൻ പറ്റാതെ ആഴങ്ങളിലേക്ക് വലിച്ചുകൊണ്ടു പോകുന്ന ജല താണ്ഡവം. റോഡും പറമ്പും പുഴയും ഏതെന്ന് അറിയാത്ത തരത്തിൽ മലവെള്ളം ഇരമ്പിയാർത്തു. കലിതുള്ളി പെയ്തു തകർക്കുന്ന പെരുമഴയിൽ അവർ ഒന്നും ചെയ്യാനാകാതെ പൊങ്ങുതടി പോലെ ഒഴുകിപ്പോയി. ജീവിതത്തിൽ ഇന്നേവരെ ഒഴുക്കിനെതിരെ നീന്തി ശീലിച്ച കണാരേട്ടൻ പ്രളയത്തിനുമുന്നിൽ അടിപതറി. മലവെള്ളം അവരെയുംകൊണ്ട് ചുറ്റിക്കറങ്ങി. കറക്കത്തിനിടയിൽ റോഡിലേക്ക് ചാഞ്ഞുകിടന്ന മരക്കൊമ്പിൽ ഒരു പിടുത്തം കിട്ടി. അതിൽ പിടിച്ച് തൊട്ടടുത്ത വർഗ്ഗീസിന്റെ രണ്ടു നില വീടിന്റെ മുകൾ നിലയിലേക്ക് കയറിപ്പറ്റി. കടൽപോലെ ഒഴുകിപ്പരക്കുന്ന പമ്പയെ ഇവിടെ നിന്നാൽ കാണാം. പ്രളയത്തിന്റെ കറുത്ത തിരമാലകൾ ഹിന്ദുവിനോടും, മുസ്ലിമിനോടും

ക്രിസ്ത്യാനിയോടും ഒരു വിവേചനവും കാണിക്കാതെ അടിച്ചു കയറിക്കൊണ്ടിരുന്നു.

തൊട്ടടുത്തവീട്ടിലെ തോമസിന്റെ കുഞ്ഞുങ്ങളുടെ നിലവിളി കേൾക്കാം. പകുതിയോളം വെള്ളം ഉയർന്നപ്പോൾ തന്നെ പലരും വീടുപേക്ഷിച്ച് അടുത്ത് രണ്ടുനില വീടുകളിലേക്ക് മാറിയിരുന്നു. മറ്റുള്ളവരിൽ നിന്നും കുറച്ച് ഉയരത്തിലാണ് തോമസിന്റെ വീട്. തൊഴുത്തിൽ വെള്ളം കയറിയപ്പോൾ, രണ്ട് ഗർഭിണിപ്പശുക്കളേയും വീട്ടിനകത്താക്കി കാത്തിരുന്നു. വീണ്ടും വെള്ളം കയറാൻ തുടങ്ങിയപ്പോൾ ഭാര്യയേയും മക്കളേയും തട്ടിൻപുറത്ത് കയറ്റിയിരുത്തി വെള്ളമിറങ്ങുന്നതിനായി വീണ്ടും കാത്തിരുന്നു. പക്ഷേ, നിമിഷങ്ങൾ പോകവെ, മലവെള്ളവും, കുട്ടികളുടെ നിലവിളിയും കൂടിവന്നു.

“എന്താ കണാരേട്ടാ ചെയ്യാ....തോമസിന്റെ വീട്ടീന്നാ വിളി കേൾക്കുന്നെ?” വാസു വിറച്ചുകൊണ്ട് ചോദിച്ചു. മുകൾനിലയിൽനിന്നും കണാരേട്ടൻ താഴെ പാരപ്പറ്റിലേക്ക് ഊർന്നിറങ്ങിയപ്പോൾ മറ്റുള്ളവർ തടയാൻ ശ്രമിച്ചു.

“അവരെയുംകൂടി എങ്ങനെയെങ്കിലും ഇവിടെ എത്തിക്കണം. നീന്തൽ അറിയാവുന്നവർ ആരെങ്കിലും ഉണ്ടെങ്കിൽ വാ.”

അയാൾ കൈവരിയിൽ പിടിച്ച് വെള്ളത്തിലേക്ക് ചാടി കലങ്ങിയ ഒഴുകുന്ന വെള്ളത്തിനു മീതെ കുമിളകൾ വിരിയിച്ച് കണാരേട്ടൻ ഇരുട്ടിലേക്ക് താഴ്ന്നു പോകുന്നത് മറ്റുള്ളവർ ഒരു ഞെട്ടലോടെ നോക്കി നിന്നു.

വൃക്ഷക്കൊമ്പുകളിൽ തൂങ്ങി കണാരേട്ടൻ നീന്തിയകന്നപ്പോൾ പിന്നിൽ നിന്നും ഉറക്കെ വിളിച്ചു പറഞ്ഞു;

“കണാരേട്ടാ.... സൂക്ഷിച്ചു പോ”.

രണ്ട് പശുക്കളുടേയും കഴുത്തിൽ കയർ കുരുക്കി മുകളിലേക്ക് തൂക്കിനിർത്തിയിരിക്കുന്ന കാഴ്ചയാണ് കണാരേട്ടൻ കണ്ടത്.

“അതിനെയൊക്കെ അഴിച്ച് വിട് തോമസേ...” കണാരേട്ടൻ പറഞ്ഞു. കെട്ടഴിഞ്ഞ പശുക്കൾ മുറിക്കുള്ളിലെ പ്രളയത്തിൽ ആണ്ടു പോയപ്പോൾ തോമസും കുടുംബവും അലറിവിളിച്ചു. പോകാൻ മടിച്ചു നിന്ന പശുവിനെ പ്രളയം, വാതിൽ തകർത്തുകൊണ്ട് എങ്ങോട്ടോ ഒഴുക്കിക്കൊണ്ടുപോയി. തോമസിന്റെ ഭാര്യയെയും കുട്ടികളെയും ബെഞ്ചിൽ കയർ കെട്ടിയിരുത്തി കണാരേട്ടൻ രക്ഷപ്പെടുത്തി കൊണ്ടുവന്നു. പിന്നാലെ തോമസ് പട്ടിയേയും തോളിലേറ്റി നീന്തിക്കയറി വന്നു. സഹായത്തിനായി നിലവിളിക്കുന്ന ഒറ്റപ്പെട്ട വീടുകൾ പിന്നെയും ഉണ്ടായിരുന്നു.

ആദ്യത്തെ ചാട്ടത്തിന് മാത്രമേ ഭയത്തിന്റെ പിൻവിളി ഉണ്ടാകാറുള്ളൂ, അത് വിജയിക്കുമ്പോൾ ധൈര്യം മറ്റുള്ളവരിലേക്ക് പകർന്ന് കയറും. ക്രമേണ അവരും സാഹസികരായി മാറും. മൈതീനും, വാസുവും, ദേവസിയുമൊക്കെ ഇരുട്ടിലെ പ്രളയത്തിൽ സാഹസികതയുടെ കുമിളകൾ തീർത്ത് നീന്തിയകന്നു. എട്ട് വീടുകളിൽ നിന്നായി ഇരുപത്തിരണ്ട് ജീവനുകൾ രക്ഷപ്പെടുത്തി വർഗ്ഗീസേട്ടന്റെ ടെറസ് വീട്ടിൽ എത്തിച്ചപ്പോ

ഴേക്കും അവർ തളർന്നു വീണു. ഇരുട്ടിലെ പ്രളയത്തിന്റെ ആഴങ്ങളിലേക്ക് ആണ്ടു പോകുന്ന ഒറ്റനില വീടുകളിലെ തിരിവെട്ടങ്ങൾ പൊലിഞ്ഞ് കഴിഞ്ഞിരുന്നു. കുഞ്ഞുങ്ങളുടെ നിലവിളികൾ പ്രാണന് വേണ്ടിയുള്ള പിടച്ചിലുകളായി മാറി. പമ്പ ഇപ്പോൾ ഒരു കടലാണ്. വീടുകളുടെ മേല്ക്കൂരകൾ ചെറുദ്വീപുകളാക്കി ആർത്തിരമ്പുന്ന മഹാസമുദ്രം. ഇടിയും മിന്നലും തുളഞ്ഞിറങ്ങിക്കൊണ്ടിരുന്നു. അതിനിടയിൽക്കൂടി അവർ കണ്ടു, കാട്ടുമരങ്ങളെ പിഴുതെടുത്തുകൊണ്ട് താണ്ഡവമാടുന്ന മഹാനദിയെ.

ഇരുട്ടിനു കനം വച്ചു. ജീവിതത്തിനും മരണത്തിനുമിടയിലെ ഇരുൾ മൂടിയ തുരുത്തുകളിൽ മനുഷ്യരും മൃഗങ്ങളും രക്ഷകരെ കാത്തിരുന്നു. ഭയത്തിനൊപ്പം വിശപ്പുംകൂടി വന്നപ്പോൾ കുട്ടികൾ കരയാൻ തുടങ്ങി. ചുറ്റിനും കടലായി ഇരമ്പിയാർക്കുന്ന പ്രളയജലത്തിന് നടുവിൽ ഒരു തുള്ളിവെള്ളം കുടിക്കാനില്ലാതെ തൊണ്ട വരണ്ട രാത്രി. കുഞ്ഞുങ്ങളുടെ കരച്ചിൽ സഹിക്കാൻ പറ്റാതെ കണാരേട്ടൻ ടെറസിന് മുകളിലേക്ക് നടന്നു, പിന്നാലെ മൈതീനും. ഭയാനകമായ പ്രളയത്തുരുത്തുകളിൽ നിന്നും നിലവിളികൾ കേൾക്കാം. നക്ഷത്രങ്ങൾ ഒഴിഞ്ഞ ആകാശത്ത് മഴമേഘങ്ങൾ കൂട് തീർത്തിരിക്കുന്നു. ഇരുട്ടുമൂടിയ മലവെള്ളത്തിൽ ജീവന്റെ പിടച്ചിലുകൾ കേൾക്കാം,

“പശുവാണെന്ന് തോന്നുന്നു.” മൈതീൻ താഴേക്ക് നോക്കി പറഞ്ഞു. തണുത്ത കാറ്റ് വീശി. നനഞ്ഞ് ഒട്ടിക്കിടന്ന വസ്ത്രത്തിൽ കാറ്റ് പിടിച്ചപ്പോൾ കണാരേട്ടൻ വിറച്ചു. കറുത്ത ആകാശത്ത് മിന്നലിന്റെ മഞ്ഞവെളിച്ചം പുളഞ്ഞുനടന്നു.. ഇടിയുടെ കുടുക്കത്തിനൊപ്പം താഴെനിന്നും വിശപ്പിന്റെ ചിണുങ്ങലുകളും കേൾക്കാം. മൈതീൻ തറയിലേക്ക് ചാഞ്ഞു. കഴിഞ്ഞ കുറേ മണിക്കൂറുകളിലായി തന്റെ ജീവിതത്തിൽ ഉണ്ടായ മാറ്റം കണാരേട്ടന് വിശ്വസിക്കാൻ കഴിഞ്ഞില്ല. പെട്ടെന്ന് അയാൾ തന്റെ വീടിനെക്കുറിച്ച് ഓർത്തു. ഭിത്തിയിൽ തൂക്കിയിട്ട ചില്ല് ഫ്രെയിമിനുള്ളിലെ സഖാക്കൾ ഇപ്പോൾ പമ്പയിലാണ്ട് കിടക്കുകയാകും.

താഴെനിന്നും ഉയരുന്ന കുട്ടികളുടെ കരച്ചിൽ ചെവിയിലേക്ക് തുളച്ചിറങ്ങിയപ്പോഴാണ് ടെറസിലേക്ക് ചാഞ്ഞു നില്ക്കുന്ന കരിക്കുകൾ മൈതീന്റെ കണ്ണിൽ ഉടക്കിയത്.

“ആ കരിക്ക് വീഴ്ത്താൻ വല്ല മാർഗ്ഗോണ്ടോ കണാരേട്ടാ?”മൈതീൻ എഴുന്നേറ്റിരുന്നുകൊണ്ട് ചോദിച്ചു.

“വാ...നോക്കാം” കണാരേട്ടൻ എഴുന്നേറ്റ്, കൈകൾ ബലമായി തെങ്ങിൽ ചുറ്റി ഉറപ്പിച്ച് പാരപ്പറ്റിൽ ഉയർന്നുനിന്ന് ശക്തിയായി പിന്നിലേക്ക് ആഞ്ഞ് മുകളിലേക്കുയർന്നു. ഒരുനിമിഷം...കൈകളിൽ ആവാഹിച്ച ഊർജ്ജത്തിന് എവിടെയോ ഒരു ചോർച്ച, രണ്ടുനിലയോളം ഉയർന്ന, ഇരുട്ട് മൂടിയ പ്രളയത്തിലേക്ക് കണാരേട്ടൻ ആണ്ട് പോയി. അപ്രതീക്ഷിത വീഴ്ചയിൽ മൂക്കിലേക്കും, വായിലേക്കും ചെളിവെള്ളം ഇരച്ചുകയറി. ബോധത്തിന്റെ അടരുകൾക്ക് മീതെ കരിമ്പടം വീഴാൻ തുടങ്ങി. എല്ലാം

ഇവിടെ അവസാനിക്കുകയാണോ. തലച്ചോറിന് ശരീരത്തിന്റെ നിയ ന്ത്രണം നഷ്ടപ്പെടാൻ തുടങ്ങിയ അതേ നിമിഷത്തിൽ തന്റെ മുഷ്ടിക ളിലേക്ക് ശക്തി ആവാഹിച്ച് അയാൾ മുകളിലേക്കുയർന്നു. വെള്ളത്തിന് മുകളിൽ അനേകം വെളിച്ചപ്പൊട്ടുകളുടെ ചലനങ്ങൾ, നിലവിളികൾ.

"എന്താ കണാരേട്ടാ നിങ്ങൾ കാണിച്ചത് കുറച്ചുപേരേക്കൂടി വിളി ക്കാമ്മേലായിരുന്നോ."

മുകളിൽനിന്നും താഴ്ന്ന് വന്ന കൈകളിൽ തൂങ്ങി കണാരേട്ടൻ തിരിച്ച് കയറി. വലത് കൈമുട്ടിൽനിന്നും ചോര വാർന്നൊലിക്കുന്നത് കാര്യമാക്കാതെ അയാൾ ഭിത്തിയിൽ ചാരിയിരുന്നു.

സമയത്തിന് വേഗം തീരെ ഇല്ലാത്ത രാത്രി. ഭിത്തിയിൽ തൂക്കിയി ട്ടിരിക്കുന്ന ഫിൻ വാൽനട്ട് മൂന്ന് തവണ അടിച്ച് നിന്നു. എവിടെ നിന്നൊ ക്കെയോ വീണ്ടും നിലവിളികൾ ഉയർന്നു. പുത്തൻ കാട്ടിൽ വർഗ്ഗീസിന്റെ രണ്ടാംനിലയിലെ മാർബിൾ തറയിൽ ഉറങ്ങാൻ കിടന്നവർ ചാടി എഴു ന്നേറ്റു. വെള്ളം വീണ്ടും ഉയരുകയാണ്. ജീവിതത്തിൽ ഇനി ഒന്നും പ്രതീ ക്ഷിക്കാനില്ല, പരസ്പരം ആശ്വസിപ്പിക്കുമ്പോഴും, രക്ഷപ്പെടാനുള്ള മാർഗ്ഗ ങ്ങൾ തേടുമ്പോഴും, നിരാശരായി പരിതപിക്കുമ്പോഴും വർഗ്ഗീസേട്ടന്റെ അപ്പച്ചൻ തൊണ്ണൂറ് വയസ്സുള്ള വറീത് മാപ്ള, പുതിയ നിയമത്തിലെ ഏതോ വാക്യങ്ങൾ ചൊല്ലിക്കൊണ്ടിരുന്നു. അതിന്റെ സാരാംശം ഇങ്ങനെ യായിരുന്നു.

"മനുഷ്യർ എത്ര നിസ്സാരനാണ്... ഭൂമിയുടെ ഏതെങ്കിലുമൊരു കോണിൽ ഒരു മഴ അധികം പെയ്താൽ ഒഴുകി പോയേക്കാവുന്ന പൊങ്ങു തടികൾ..... കാറ്റിന്റെ ഗതി ഒന്ന് മാറിയാൽ പറന്ന് പോയേക്കാവുന്ന പഞ്ഞിത്തുണ്ടുകൾ.... സൂര്യന്റെ ചൂട് അല്പമൊന്ന് കൂടിയാൽ ഉരുകിപ്പോയേക്കാവുന്ന മെഴുകുതരികൾ.... നമ്മളാരും ഒന്നുമല്ലെടാ ഉവ്വേ...." വർഗീസ് മാപ്ള പറഞ്ഞവസാനിപ്പിച്ചു.

നേരം പുലർന്നപ്പോൾ, പ്രകാശമില്ലാത്ത പകൽ അവർക്ക് മുന്നിൽ പുതിയ കാഴ്ചകളാണ് നിരത്തിയത്. നിശ്ചലമായ സമുദ്രം, കുത്തൊഴു ക്കിൽ തകർന്നുപോയ വീടുകൾ, കടപുഴകിയ വൃക്ഷങ്ങൾ, ഒഴുക്കിൽ ഇളകി നീങ്ങുന്ന ചത്ത മൃഗങ്ങൾ, ഇര വിഴുങ്ങി ചിറിനക്കി കിടക്കുന്ന ഭീകര ജീവിയെപ്പോലെ മലവെള്ളം പേടിപ്പെടുത്തിക്കൊണ്ടിരുന്നു.

പുറംലോകവുമായുള്ള ബന്ധം നിലച്ചിട്ട് പതിനെട്ട് മണിക്കൂറുകൾ കഴിഞ്ഞിരിക്കുന്നു. ഇടയ്ക്ക് പട്ടാളക്കാരുടേതെന്ന് തോന്നിക്കുന്ന ഒരു യന്ത്രവള്ളം പാഞ്ഞ് പോയപ്പോൾ തിരയിളക്കത്തിൽ വീട് കുലുങ്ങുന്നത് പോലെ തോന്നി. മഴമേഘങ്ങളെ വകഞ്ഞുമാറ്റി ഹെലികോപ്റ്ററുകൾ ചുറ്റിത്തിരിഞ്ഞെങ്കിലും പ്രതീക്ഷകൾ മാത്രം നല്കി അവയും തിരിച്ചു പോയി.

ഒരു രാത്രിയും ഒരു പകലും പിന്നിട്ടുകഴിഞ്ഞു. കണ്ണടയ്ക്കുന്ന നിമി ഷങ്ങൾ മാറ്റിനിർത്തിയാൽ ചുറ്റും കാണുന്നതെല്ലാം പ്രളയമാണ്. രണ്ടാ മത്തെ പകലിലെങ്കിലും ആശ്വാസത്തിന്റെ കരങ്ങൾ എത്തുമെന്ന് പ്രതീ

ക്ഷിച്ച് ഒട്ടിയ വയറുമായി അവർ കാത്തിരുന്നു. ഉച്ചയോടടുപ്പിച്ചാണ് ചെറു വഞ്ചികളിൽ കുടിവെള്ളവും ബിസ്കറ്റുകളുമായി പൊലീസുകാർ എത്തിയത്. ഒരു നിലയ്ക്ക് മുകളിൽ ഉയർന്നു നില്ക്കുന്ന വെള്ളത്തിനു മീതെ ആടിയുലയുന്ന ചെറുവള്ളത്തിൽ ആളെ കയറ്റി രക്ഷപ്പെടുത്തുന്ന സാഹസിക ദൗത്യത്തിന് കണാരേട്ടനായിരുന്നു മുന്നിൽ. സർവ്വതും തകർത്ത് സംഹാരതാണ്ഡവമാടിയ പമ്പ ഇപ്പോൾ ഭയാനകമായ ശാന്തതയിലാണ്. രണ്ടുദിവസത്തെ ക്ഷീണം തീർക്കുന്നത് കൊണ്ടാകണം ഒഴുക്കിന് അത്ര ശക്തിയില്ലായിരുന്നു.

വെള്ളപ്പൊക്കത്തിൽ തകർന്നടിഞ്ഞ നാടിന്റെ മുഖമായിരുന്നു ഇടനാട്. പമ്പാനദി മഹാദേവന്റെ തിരുസന്നിധിയിലേക്ക് കുതിച്ചെത്തിയത് ഇവിടം വഴിയായിരുന്നു. പ്രളയത്തിനു മുന്നിൽ ആദ്യം അടിയറവു പറഞ്ഞ ദേശം. തുടർന്നു വെൺമണിയും കടത്തിമറ്റവും എണ്ണയ്ക്കാടും... അങ്ങനെ, ദേശങ്ങൾ ഒന്നൊന്നായി കീഴടങ്ങിക്കൊണ്ടിരുന്നു. മനുഷ്യർ തോറ്റ് തുന്നംപാടിയ യുദ്ധം ഏതാണ്ട് അവസാനിച്ചിരുന്നു. യുദ്ധത്തിനു ശേഷം അതിജീവനമാണ്. ജീവിതം മുഴുവൻ തലയ്ക്കു മുകളിൽക്കൂടി ഒഴുക്കിക്കൊണ്ടുപോയ പ്രളയത്തുരുത്തിൽനിന്നുള്ള പോരാട്ടം. തോറ്റു ചിതറിയോടിയ യോദ്ധാക്കൾ പടക്കളത്തിലേക്ക് തിരിച്ചുവന്നു കൊണ്ടിരുന്നു. ഔട്ട്ബോർഡ് എഞ്ചിനുകളും ഫൈബർ വള്ളങ്ങളും ജീവനുകൾ തേടി തിരയിളക്കി കടന്നുപോയി. ഭൂമിയെന്ന ചെറുഗോളത്തിലെ ഇടുങ്ങിയ തുരുത്തിനുള്ളിലെ കിണറുകൾക്കും മതിൽക്കെട്ടുകൾക്കും മുകളിൽക്കൂടി ഔട്ട് ബോർഡുകൾ ഒഴുകിനടന്നു.

മരവിപ്പിക്കുന്ന കാഴ്ചകളായിരുന്നു പിന്നീടങ്ങോട്ട്. പിളർന്ന് മാറിയ നക്ഷത്ര സൗധങ്ങൾക്കുള്ളിൽകൂടി പതഞ്ഞൊഴുകുന്ന മലവെള്ളം, മുങ്ങിക്കിടക്കുന്ന ആഡംബര വാഹനങ്ങൾ, ഒരായുസ്സ് കൊണ്ടുണ്ടാക്കിയ സമ്പാദ്യം മുഴുവനും ഒരു നിമിഷംകൊണ്ട് ഒഴുകിപ്പോകുന്നത് നിസ്സഹായതയോടെ നോക്കി നില്ക്കുന്നവരുടെ സങ്കടങ്ങൾ, ദുരന്തവുമായി പൊരുത്തപ്പെടാത്തവരുടെ നൊമ്പരങ്ങൾ.....

അദ്ധ്വാനിച്ചുണ്ടാക്കിയതെല്ലാം കണ്ണടച്ചുതുറക്കുന്നതിനിടയിൽ ഒഴുകിപ്പോയതിന്റെ ഞെട്ടലുമായി പൊരുത്തപ്പെട്ടത് പ്രിയപ്പെട്ടവരുടെ ജീവൻ പൊലിഞ്ഞപ്പോഴായിരുന്നു, വിശപ്പ് കെട്ട് തളർന്ന് വീണപ്പോൾ ലഭിച്ച ആഹാരത്തിന്റെ ആശ്വാസത്തിൽ ഒഴുകിപ്പോയ സമ്പാദ്യത്തെ മറക്കാൻ ശ്രമിച്ചു. മരണത്തിന്റെ പിടിയിൽനിന്നും ഉറ്റവരെ തിരികെ ലഭിച്ചപ്പോൾ മരണം കൊണ്ടുപോയവരെ മറക്കാൻ ശ്രമിച്ചു.

പതിറ്റാണ്ടുകളായി നടന്ന് പിന്നിട്ട വഴികളെല്ലാം കണാരേട്ടന് മുന്നിൽ സംഭ്രാന്തി പരത്തിക്കിടന്നു. മതിൽക്കെട്ടിൽ ഇടിച്ചും വൃക്ഷങ്ങളിൽ തട്ടിയും വഞ്ചി നീങ്ങി. വഴുതിപ്പോകാതെ കൈകുമ്പിളിൽ കാത്തുവച്ച കുഞ്ഞു ജീവനുകളും, നിസ്സഹായമായ വാർദ്ധക്യവും, മഴയേറ്റ് ചിതറിയ കണ്ണീരിന്റെ വിങ്ങലും.. അങ്ങനെയെല്ലാം കണാരേട്ടൻ കൈപിടിച്ചു കയറ്റി.

ദുരന്തം വിഴുങ്ങിയ കാഴ്ചകളുടെ ഭാരം മനസ്സിന് താങ്ങാൻ പറ്റുന്നതായിരുന്നില്ല. ജനലരികിൽ ഒഴുക്കെടുത്ത് വന്നടിഞ്ഞ മൃതദേഹം ഇളകിയാടിക്കൊണ്ടിരുന്നപ്പോൾ ഒന്നും ചെയ്യാനായില്ല, മൃതപ്രായരായി ജനൽക്കമ്പിയിൽ പിടിച്ച് ജീവനുവേണ്ടി കേഴുന്നവരുടെ കൈ പിടിക്കുമ്പോൾ മൃതദേഹം ഉപേക്ഷിക്കേണ്ടിവന്നു. ചേറിൽ പുതഞ്ഞു കിടന്ന പുള്ളിയുടുപ്പിനുള്ളിലെ കുഞ്ഞു ശരീരം പൊലീസുകാരുടെ കൈകളിലേക്ക് കൊടുക്കുമ്പോൾ കണാരേട്ടൻ തന്റെ കണ്ണുകൾ മുകളിലേക്ക് തുറന്ന് പിടിച്ചു, കൈ മടക്കുകളിൽ വിറങ്ങലിച്ച് കിടക്കുന്ന പൂവിതൾത്തുണ്ടിനെ നോക്കാൻ ശക്തിയില്ലാതെ.... കാഴ്ചകൾ നൊമ്പരങ്ങളുടെ തുടർച്ചയായിരുന്നു, തുടക്കത്തിൽനിന്നും ഒടുക്കത്തിലെത്തുമ്പോൾ മനസ്സിനെ കല്ലാക്കി മാറ്റുന്ന ദൃശ്യങ്ങളുടെ പരമ്പര. കഴുത്തോളം വെള്ളത്തിൽ മുങ്ങി നിന്ന് തന്റെ കുഞ്ഞിനെ തലയ്ക്കുമുകളിൽ ഉയർത്തിപ്പിടിച്ച് നിലവിളിക്കുന്ന അമ്മയും, കെട്ടിപ്പുണർന്നുകിടക്കുന്ന അമ്മയുടെയും കുഞ്ഞിന്റെയും ചീർത്ത ശരീരങ്ങളും ഒടുവിൽ കേവലം കാഴ്ചകളായി മാറിയത് ദുരന്തങ്ങളുടെ പരമ്പരയിൽ മനസ്സ് തളർന്നുപോയത് കൊണ്ടാണെന്ന് കണാരേട്ടൻ തിരിച്ചറിഞ്ഞു.

വെള്ളം ഇറങ്ങാൻ കൂട്ടാക്കാത്ത മൂന്നാംദിനവും മൂടിക്കെട്ടിയതായിരുന്നു. രക്ഷകരെ തേടിയുള്ള നിലവിളികൾ ഇപ്പോൾ നേർത്ത തേങ്ങലുകളായി മാറിക്കഴിഞ്ഞു. മുങ്ങിയ ചില വീടുകൾക്ക് മുകളിൽ പൂച്ചയും പട്ടിയും കോഴിയുമുണ്ട്. പലയിടത്തും മനുഷ്യരെ കാണാനില്ല. ഒഴുകിനടക്കുന്ന കാലികളുടെ ജഡങ്ങൾക്ക് മുകളിൽ ഇരതേടുന്ന പറവക്കൂട്ടങ്ങൾ ചിലമ്പിച്ച ഒച്ചയിൽ കരഞ്ഞു വിളിച്ചു.

മരണത്തെ മുഖാമുഖം കണ്ട് കഴുത്തറ്റം വെള്ളത്തിൽ രക്ഷകരെ കാത്തിരിക്കുമ്പോൾ വിദ്യയുടെ ഉദരത്തിലെ ജീവന്റെ തുടിപ്പിന് ഒമ്പതു മാസം പൂർത്തിയായിരുന്നു. ജീവിതം അവസാനിച്ചു എന്ന് ഉറപ്പിച്ച നിമിഷങ്ങളിലാണ് കണാരേട്ടന്റെ ഫൈബർ വള്ളം അലകൾ ഇളക്കി എത്തിയത്. നിലയില്ലാക്കയത്തിൽ നിന്നും വിദ്യയെ കോരിയെടുത്തപ്പോഴേക്കും നിയന്ത്രണം വിട്ട പൊട്ടിക്കരഞ്ഞ് കൊണ്ട് അവൾ കണാരേട്ടന്റെ നനഞ്ഞ നെഞ്ചിലേക്ക് വീണു.

വെള്ളപ്പൊക്കം ദുരിതം വിതച്ച ഇടനാട്ടെ തിരുപുറം റോഡരിക് ഒരു കടവായി മാറിക്കഴിഞ്ഞു. ദൂരെ വീടുകളിൽ കുടുങ്ങിക്കിടന്നവരെ കടത്ത് വള്ളങ്ങളിൽ അവിടെ എത്തിച്ചുകൊണ്ടിരുന്നു. മഴ തകർത്തു പെയ്യുകയാണ്. കടവിലടുത്ത വള്ളത്തിൽ നിന്നും പുത്തൻവീട്ടിൽ ത്രേസ്യയും ഭർത്താവ് ജോസഫും ഇറങ്ങി ജോസഫേട്ടന് ക്യാൻസറാണ്. ത്രേസ്യയുടെ നിലവിളി തിരുപുറം കടവിനെ വിറകൊള്ളിച്ചു. മൂന്നുദിവസമായി കരിങ്ങാട്ടുകാവിലെ വീട്ടിൽ കുടുങ്ങിക്കിടക്കുകയായിരുന്നു അവർ.

വിവാഹം കഴിഞ്ഞ് പതിനാല് വർഷത്തിനുശേഷം ഗർഭിണിയായ ഏകമകൾ റിൻസിയും ഭർത്താവും താമസിക്കുന്ന വീട് പൂർണ്ണമായും മുങ്ങിപ്പോയത് രക്ഷാപ്രവർത്തകർ അല്പം മുൻപാണ് ത്രേസ്യയെ അറി

യിച്ചത്. കരഞ്ഞു തളർന്ന അപസ്മാരരോഗിയെപ്പോലെ അവർ പുലമ്പി ക്കൊണ്ടിരുന്നു.

“എന്റെ ജാൻസിയും കുഞ്ഞും ജീവിച്ചിരിപ്പുണ്ടോ കണാരേട്ടാ, എന്റെ കുഞ്ഞിനെ എനിക്കൊന്ന് കാണാൻ പറ്റുമോ..”

ത്രേസ്യാമ്മയെ ആശ്വസിപ്പിക്കാൻ ആർക്കും കഴിഞ്ഞില്ല. തിരുപുറം റോഡിൽനിന്നും കാണാവുന്ന ദൂരം മുഴുവനും വെള്ളമാണ്. രണ്ടുനില വീടുകൾപോലും ഏതാണ്ട് മുങ്ങി കിടക്കുകയാണ്. എം സി റോഡിലേക്ക് തിരിയുന്ന ഭാഗത്തെ ചെറിയ കുന്ന് മാത്രം ജലപ്പരപ്പിൽനിന്നും തലയു യർത്തി നിന്നു. കുറച്ച് കന്നുകാലികളെ അവിടെ കെട്ടിയിട്ടിട്ടുണ്ട്. മൂന്നു ദിവസമായി പട്ടിണികിടന്ന മനുഷ്യരും മൃഗങ്ങളും കുന്നിൻമുകളിലെ രക്ഷാത്തുരുത്തിൽ വിറങ്ങലിച്ചു നിന്നു. ആരോ കൊണ്ടുവന്ന ആഹാരം വിളമ്പുന്നതിനിടയിൽ വീണ്ടും മഴ വന്നു. ആഹാരം നനയാതെ ഓട്ടവീണ ടാർപോളിൻ കൊണ്ട് കൂടാരം കെട്ടി, ആളുകൾ അതിനകത്തിരുന്ന് ഭക്ഷണം കഴിച്ചു.

നനഞ്ഞ തുണി മാറ്റി ഉടുക്കാൻ മാർഗ്ഗമില്ലാതെ പലരും വിറയ്ക്കു ന്നുണ്ടായിരുന്നു. കുളത്തൂരിൽ കുടുങ്ങിക്കിടക്കുന്നവരെ കൊണ്ടുവന്ന റബ്ബർ വള്ളത്തിൽ നിന്നും ആറുവയസ്സുകാരൻ ജിതിനും എട്ടുവയസ്സുകാരി ജാൻസിയും ഇറങ്ങുമ്പോൾ തണുത്ത് വിറയ്ക്കുന്നുണ്ടായിരുന്നു. ആരോ കൊടുത്ത ചൂട് ചായ ഊതിക്കുടിക്കുമ്പോൾ ജാൻസിയുടെ കണ്ണുകൾ നിറയുന്നത് കണ്ടു.

ത്രേസ്യയുടെ നിലവിളിയും ജാൻസിയുടെ കണ്ണീരും ബാക്കിയാക്കി സ്വപ്നങ്ങളെല്ലാം പ്രളയം കവർന്നു കൊണ്ടുപോയി. പള്ളിക്കൂടങ്ങളും, പള്ളികളും, ക്ഷേത്രത്തിന്റെ ഊട്ടുപുരകളും... അങ്ങനെ വെള്ളം കയ റാത്ത എല്ലാ എടുപ്പുകളും ദുരിതാശ്വാസ കേന്ദ്രങ്ങളായി മാറിക്കഴി ഞ്ഞിരുന്നു. ഇടവിട്ട് ചുറ്റിത്തിരിഞ്ഞു പോകുന്ന ഹെലികോപ്റ്ററുകൾ, സൈറൻ മുഴക്കിപ്പായുന്ന സേനാവാഹനങ്ങൾ, രക്ഷാപ്രവർത്തകരുടെ പോരാട്ടങ്ങൾ, രക്ഷകരെ തേടിയുള്ള നിലവിളികൾ. പലരും ജീവിതത്തിൽ ആദ്യമായി കാണുന്ന യുദ്ധരംഗം.

പ്രളയത്തിന്റെ നാലാംനാൾ ഷംലയ്ക്ക് ആർത്തവത്തിന്റെ രണ്ടാം ദിനം ആയിരുന്നു. ഉള്ളിൽ ഭീതിയോടെയാണ് ദേവന്റെ തിരുസന്നിധിയിലെ ഊട്ടുപുരയിൽ അവളും കുടുംബവും എത്തിയത്. ഉള്ളതെല്ലാം വെള്ളം കൊണ്ടു പോയി. മാറിയുടുക്കാൻ തുണി പോലുമില്ലാതെയാണ് ഊട്ടു പുരയിലെ ക്യാമ്പിലെത്തിയത്. വലിയ ജനക്കൂട്ടമായിരുന്നു അവിടെ. തളർന്നുപോയ ഭർത്താവിനെ ചുമലിലേറ്റി ഒരു രാത്രിമുഴുവൻ ജനൽക്ക മ്പിയിൽ തൂങ്ങിനില്ക്കെ, ഏതോ ഒരു നിമിഷത്തെ ഉറക്കത്തിനിടെ ചുമ ലിൽ നിന്നും ഇരുട്ടിലെ വെള്ളത്തിലേക്ക് ആണ്ടുപോയ പ്രിയപ്പെട്ടവനെ രക്ഷിക്കാൻ കഴിയാത്തതിൽ മാറത്തടിച്ചു വിലപിക്കുന്ന രാധച്ചേച്ചി, ഉറക്കത്തിനിടയിൽ മലവെള്ളം ആർത്തലച്ചു വന്നപ്പോൾ തങ്ങളെ രക്ഷപ്പെടുത്തി ഒടുവിൽ ഭർത്താവ് വെള്ളത്തിനൊപ്പം ഒഴുകിപ്പോയ ഞെട്ട

ലിൽ സംസാരശേഷി നഷ്ടപ്പെട്ട ഷീജ, ഭർത്താവും മക്കളും നഷ്ടപ്പെട്ട് ഭ്രാന്തിയെപ്പോലെ അലറിവിളിക്കുന്ന അംബിക, വെള്ളം പെരുകി വന്ന പ്പോഴും വീടുപേക്ഷിച്ച് പോകാൻ മടിച്ച് മണിക്കൂറുകൾക്കകം മരണത്തെ മുഖാമുഖം കാണേണ്ടി വന്ന റസാഖും കുടുംബവും...... കാഴ്ചകൾ തുടർ ന്നുകൊണ്ടിരുന്നു.

നാസറും കൃഷ്ണൻകുട്ടിയും ചേർന്ന് ഊണ് തയ്യാറാക്കുകയാണ്. ഷംലയുടെ ആർത്തവ രക്തം പുരണ്ട തുണി പൊതിഞ്ഞുകെട്ടി ഊട്ടു പുരയ്ക്ക് പിന്നിലിട്ട് കത്തിച്ചത് ഉമച്ചേച്ചി, ശാരിയുടെ പന്ത്രണ്ട് ദിവസം പ്രായമായ കുഞ്ഞിനെ തൊട്ടിൽ കെട്ടി പാടി ഉറക്കിയത് സെലീന. ടെസ്സി യുടെ മക്കൾക്ക് ചോറ് ഉരുട്ടി നല്കിയത് കൃഷ്ണൻകുട്ടിയുടെ ഭാര്യ കാർ ത്ത്യായനി...

പ്രളയത്തിനോട് പ്രതികാരം ചെയ്യാനിറങ്ങിയ കണാരേട്ടന് മനസ്സി ലായി, പ്രളയം അല്ലിത് പ്രണയമാണെന്ന്. മനുഷ്യർക്ക് മാത്രം തോന്നുന്ന കടലോളം പോന്ന ഹൃദയത്തിന്റെ കനിവ്.. പ്രളയ നീരാട്ട് കഴിഞ്ഞ് ഉറ ങ്ങുന്ന ഭഗവാന്റെ തിരുമുറ്റത്ത് സമർപ്പിച്ച ഹൃദയം കൊണ്ടുള്ള കാണിക്ക......

ആളൊഴിഞ്ഞ മൈതാനത്തെ കൽക്കെട്ടിൽ കണാരേട്ടൻ ഇരുന്നു. ഇരുട്ടുമായി താദാത്മ്യം പ്രാപിച്ച ആ മുഖത്ത് എന്തു ഭാവമാണെന്ന് മന സ്സിലായില്ല. കുത്തിയൊഴുകിവന്ന ദുരന്തത്തിന് മുന്നിൽ ഭീതിയോടെ യാണെങ്കിലും പടവെട്ടാൻ മനസ്സിന് കരുത്ത് പകർന്നത് ജീവിതത്തിൽ അയാൾ ആർജ്ജിച്ചെടുത്ത അനുഭവങ്ങളായിരുന്നു. ഇരുട്ടിനെ പേടിക്കു കയും വെളിച്ചം കൊതിക്കുകയും ചെയ്ത പ്രളയകാലം പിന്നിട്ടപ്പോൾ വീണ്ടും ഇരുട്ട് തേടി പോകുന്നതാണ് ഇപ്പോഴത്തെ ശരി. ആ പുതിയ ശരിയുടെ വ്യാഖ്യാനമാണ് അല്പം മുൻപ് കേട്ടത്. ഈ സങ്കടത്തിന്റെയും ആയുസ്സ് അടുത്ത സന്തോഷം വരെയേ ഉള്ളൂ എന്ന് പ്രളയാനന്തര പ്രതി ഭാസങ്ങൾ കാട്ടിക്കൊടുത്തു.

ഒഴുക്കിനെതിരെ കൈകോർത്തുനിന്ന മൈതീനും, ദേവസിയും കൈകൾ വിടുവിച്ച് അവരുടെ പാട്ടിന് പോയി. അടുത്ത പ്രളയത്തിൽ വീണ്ടും കൈകോർക്കേണ്ടിവരും എന്നറിയാതെ.

കാലിൽ തെരുവുനായ വന്ന് മണം പിടിച്ചപ്പോൾ കണാരേട്ടൻ ചിന്ത കൾ വിട്ടുണർന്നു. വളവ് തിരിഞ്ഞ് വരുന്ന വാഹനങ്ങളുടെ പ്രകാശം കൊഴുത്ത ഇരുട്ടിനെ ശല്യപ്പെടുത്തിക്കൊണ്ടിരുന്നു. ജീവിതത്തെ വലിയ കാൻവാസിൽ കാണുകയും സങ്കുചിതമായ മനസ്സിനെ സ്വതന്ത്രമാക്കു കയും ചെയ്യുമ്പോൾ മനുഷ്യർ എത്രയോ നിസ്സാരനാണെന്ന് തോന്നും, അപ്പോൾ അവന് മറ്റുള്ളവരെ വെറുക്കാൻ കഴിയില്ല... ഇതായിരുന്നു വലിയ തുണ്ടത്ത് കേളുമകൻ കണാരൻ എന്ന കമ്യൂണിസ്റ്റിന്റെ സിദ്ധാന്തം. മൈതാനത്ത് തെരുവുനായ്ക്കൾ കൂടിവന്നപ്പോൾ അയാൾ എഴുന്നേറ്റ്, കട്ടപിടിച്ച ഇരുട്ടിൽനിന്നും വെളിച്ചത്തിന്റെ വളവു തിരിഞ്ഞ് നടന്നു പോയി.

അകന്നുപോയ കാലൊച്ചകൾ

ഷൊർണൂരിൽനിന്നും തിരുവനന്തപുരത്തേക്കുള്ള ട്രെയിൻ യാത്രയ്ക്കിടയിലാണ് കൃഷ്ണവേണിയെ ഞാൻ പരിചയപ്പെട്ടത് – പതിനഞ്ച് വർഷങ്ങൾക്ക് മുൻപ്. അതിന് ശേഷം പല തവണയും ആ മുഖം എന്റെ മനസ്സിലേക്ക് കടന്നുവന്നിട്ടുണ്ട്. ഇപ്പോൾ അവൾ എവിടെയായിരിക്കും...., ആരാലും ശ്രദ്ധിക്കപ്പെടാതെ, ലോകം മുഴുവൻ നിറഞ്ഞുനില്ക്കുന്ന മാധ്യമങ്ങളുടെ കണ്ണിൽപ്പെടാതെ, അന്തിച്ചർച്ചക്കാരുടെ പോസ്റ്റുമോർട്ടം ടേബിളിൽ ഇടം പിടിക്കാതെ അവൾ എവിടെയോ ഉണ്ട് എന്ന് ഞാനിപ്പോഴും വിശ്വസിക്കുന്നു.

രണ്ടു കുന്നുകളും ഒരു പുഴയും കടന്ന് സർക്കാർ സ്കൂളിൽ അവൾ പോയത് പഠിക്കാൻ വേണ്ടി മാത്രം ആയിരുന്നില്ല. അമ്മയില്ലാത്ത വീട്ടിലെ വീർപ്പുമുട്ടലിൽ നിന്നുള്ള മോചനം കൂടി ആയിരുന്നു അവളുടെ സ്കൂൾ യാത്രകൾ. പക്ഷേ, പി ടി മാഷ് വേലായുധൻ അവളുടെ കാലുകളിലെ കൊടുങ്കാറ്റ് തിരിച്ചറിഞ്ഞ് തുടങ്ങിയിടത്തുനിന്നുമാണ് കൃഷ്ണവേണിയുടെ ജീവിതം കീഴ്മേൽ മറിയുന്നത്. തിളക്കം വറ്റിയ കണ്ണുകളിലെ മിന്നലാട്ടവും കാലുകളിൽ കുരുങ്ങിക്കിടന്ന കുതിരശക്തിയും വേലായുധൻ മാഷിന്റെ ഉറക്കം കെടുത്തിയപ്പോൾ അയാൾ പുഴകടന്ന് അവളുടെ വീട്ടിലെത്തി.

“കൃഷ്ണവേണിയെ നമുക്ക് നല്ലൊരു കോച്ചിന്റെ കീഴിലാക്കണം ഭാവിയിൽ ഉഷയെപ്പോലെ നല്ലൊരു അത്‌ലറ്റ് ആവാനുള്ള എല്ലാ കഴിവും അവൾക്കുണ്ട്.”

“ഓ എന്നാത്തിനാ സാറേ നമ്മക്ക് അതിനൊള്ള പാങ്ങും പണവുമൊന്നുമില്ല.”

ജീവിതത്തിന് തലങ്ങുംവിലങ്ങും ആണ് തങ്ങൾ ഓടുന്നതെന്ന്

കുറച്ചു തത്ത്വചിന്ത കലർത്തി മാഷിന്റെ മുഖത്തു നോക്കി പറഞ്ഞിട്ട് അവളുടെ അച്ഛൻ ഗംഗാധരൻ ഞെളിഞ്ഞുനിന്നു. വേലായുധൻ മാഷ് നിരാശനായിട്ടാണ് മടങ്ങിയതെങ്കിലും പ്രതീക്ഷ കൈവിട്ടിരുന്നില്ല. ആഗ്രഹങ്ങൾ സത്യസന്ധമാണെങ്കിൽ അവസരങ്ങൾ എവിടെയോ കാത്തു നില്പുണ്ടാകുമെന്ന് മാഷിന് അറിയാമായിരുന്നു. കൃഷ്ണവേണിക്ക് വേണ്ടി പുതിയ കോച്ച് വന്നില്ല. അവൾ വേലായുധൻ മാഷിന്റെ കീഴിൽ ഓടിക്കൊണ്ടിരുന്നു. ഉച്ചയ്ക്ക് കിട്ടുന്ന എക്സ്ട്രാ കഞ്ഞിയും പയറും – അതായിരുന്നു അവൾക്കുള്ള അംഗീകാരം. എന്നാൽ ഇതിനിടയിൽ മറ്റൊന്നു സംഭവിച്ചു അക്കൊല്ലത്തെ ജില്ലാസ്കൂൾ കായികമേളയിൽ മികച്ച അത്ലറ്റ് ആയി കൃഷ്ണവേണി തെരഞ്ഞെടുക്കപ്പെട്ടു.

പുഴക്കരയിലെ കമ്പനി വക മിനിസ്റ്റേഡിയം കൃഷ്ണവേണിയുടെ കാൽവേഗങ്ങൾക്കായി തുറന്നുകൊടുത്തത് വേലായുധൻ മാഷിന്റെ ശ്രമഫലമായിട്ടായിരുന്നു. കമ്പനിയുടെ രണ്ടാം ഗേറ്റിന് എതിർവശത്ത് മീൻ വില്ക്കുന്ന ഗംഗാധരന്റെ അടുക്കൽ സീനിയർ മാനേജർ നേരിട്ടെത്തിയാണ് അറിയിച്ചത്.

“നമ്മുടെ നാട്ടിലെ ഇത്രയും കഴിവുള്ള ഒരു കുട്ടിയെ കമ്പനിക്ക് കാണാതിരിക്കാൻ പറ്റില്ലല്ലോ.” അങ്ങനെയാണ് ‘നാഷണൽ കാർബൺസ്’ കൃഷ്ണവേണിയെ സ്പോൺസർ ചെയ്തത്. പക്ഷേ, അച്ഛനും മകൾക്കും അത് ഇഷ്ടമുള്ള കാര്യമായിരുന്നില്ല. പുഴയിലേക്ക് മാലിന്യം ഒഴുക്കിവിടുന്ന കമ്പനിക്കെതിരെ സമരം ചെയ്യുന്നവരാണ് തങ്ങൾ. ശത്രുവിന്റെ സൗജന്യങ്ങൾ പറ്റുന്നത് അപകടമാണെന്ന് ഗംഗാധരന് അറിയാമായിരുന്നു. “നമ്മുടെ കുട്ടിയുടെ കാര്യമല്ലേ” എന്ന നാട്ടുകാരുടെ അഭിപ്രായത്തിന് മുന്നിലും “പുഴ യാണോ മകളാണോ നിനക്ക് വലുത്” എന്ന വേലായുധൻ മാഷിന്റെ ചോദ്യത്തിന് മുന്നിലും ഗംഗാധരൻ പുഴയെ രണ്ടാം സ്ഥാനത്തേക്ക് മാറ്റി നിർത്തി.

ഓടിക്കൊണ്ടിരുന്ന കൃഷ്ണവേണിയുടെ മനസ്സിലേക്ക് ക്രമേണ കടന്നുവന്ന ഒരു ചിന്ത, അത് അവളുടെ ജീവിതത്തിന്റെ താളം തെറ്റിക്കുന്ന അനുഭവമായി മാറാൻ അധികനാൾ വേണ്ടി വന്നില്ല. ബാല്യത്തിന്റെ ഗന്ധം ഇനിയും വിട്ടുമാറിയിട്ടില്ലാത്ത ഒമ്പതാം ക്ലാസിൽ വച്ച് തന്റെ കൂട്ടുകാരിൽ നിന്നും എന്തൊക്കെയോ അർത്ഥത്തിൽ താൻ വ്യത്യസ്തയാണ് എന്ന ചിന്ത അവളെ മുറിപ്പെടുത്തിക്കൊണ്ടിരുന്നു. ആരോടും പങ്കുവയ്ക്കാൻ കഴിയാത്ത സ്വകാര്യമായ ഒരു വേദന. അപ്പോഴൊക്കെ അവൾ അമ്മയെക്കുറിച്ച് ഓർക്കും. അമ്മ ഇല്ലാത്തതിന്റെ നഷ്ടം അവൾ ഏറ്റവും കൂടുതൽ അനുഭവിച്ചത് അപ്പോഴായിരുന്നു.

തിരിച്ചറിയാൻ കഴിയാത്ത എന്തോ ഒരു നൊമ്പരം.... അത് തന്റെ മനസ്സിലാണോ അതോ ശരീരത്തിലാണോ എന്ന ചിന്ത അവളെ ധർമ്മസങ്കടത്തിലാക്കി. ഓടാൻ കൊതിച്ച പാദങ്ങൾക്ക് മുന്നിൽ അവളുടെ ശരീരം വേലിക്കെട്ടുകൾ തീർത്തു.

പുറമേ അധികം പ്രകടമാകാത്ത അവളിലെ മാറ്റങ്ങളെക്കുറിച്ച് സംശ

യത്തിന്റെ സൂചനകൾ നല്കിയത് ശബ്ദമായിരുന്നു. മാർദ്ദവം നഷ്ടപ്പെട്ട ശബ്ദവും രോമത്തിന്റെ സ്നിഗ്ദ്ധത പൊടിയാൻ തുടങ്ങിയ വടിവഴകില്ലാത്ത ശരീരവും അവളോട് സ്വകാര്യമായി പറഞ്ഞു നീ പെണ്ണല്ല... ഒരൊത്ത ആണാണെന്ന്. ശരീരത്തിൽ എവിടെയോ വിടരാൻ മടിച്ചു നില്ക്കുന്ന മുഴപ്പുകളെ അവൾ പേടിയോടെ നോക്കാൻ തുടങ്ങി. ഒരുനാൾ മുഴപ്പുകൾ വിരിഞ്ഞു വരുമെന്നും ആണത്തത്തിനെ മറികടന്ന് തന്റെ പെണ്ണത്തം വിജയം നേടുമെന്നും പ്രതീക്ഷിച്ച് അവൾ കാത്തിരുന്നു. ചിന്തകൾ തലച്ചോറിൽ പ്രകമ്പനം തീർക്കുമ്പോൾ അവൾ ഭ്രാന്തിയായി മാറും, അടച്ചിട്ട മുറിയിൽ മാത്രം പൊട്ടിത്തെറിക്കുകയും തകർന്നു വീഴുകയും ചെയ്യുന്ന വിഭ്രാന്തി.

ഗ്രൗണ്ടിൽ ഇറങ്ങാൻ കഴിയാത്ത തരത്തിൽ അവളുടെ മനസ്സ് തളർന്നു തുടങ്ങി. മുന്നിലെ ഇരുട്ടിൽ നിന്നും തുറിച്ചുനോക്കുന്ന രൂപങ്ങൾ അവളെ പേടിപ്പെടുത്തിക്കൊണ്ടിരുന്നു. ഒരുനാൾ സ്റ്റാഫ് റൂമിന് പിന്നിലെ മാറാല കെട്ടിയ സ്പോർട്സ് സ്റ്റോറിനുള്ളിൽ, മുട്ടുകൾക്കിടയിൽ മുഖമമർത്തി തേങ്ങിക്കരയുന്ന കൃഷ്ണവേണിയുടെ മുന്നിൽ അപ്രതീക്ഷിതമായിട്ടാണ് വേലായുധൻ മാഷ് എത്തിയത്.

"എന്താ മോളെ?" മറുപടി പറയാതെ അവൾ പൊട്ടിക്കരഞ്ഞു. തന്റെ പ്രിയപ്പെട്ട ശിഷ്യയുടെ മനസ്സിൽ തിളച്ചുമറിയുന്ന സങ്കടം പിടികിട്ടാതെ അന്ന് വൈകിട്ട് മാഷ് അവളുടെ വീട്ടിലെത്തി. അകത്ത് കട്ടിലിൽ ചാരി ഇരിക്കുകയായിരുന്ന അവൾ, മാഷിനെ കണ്ടപ്പോൾ പതിവില്ലാതെ കതകിന് പിന്നിലേക്ക് മറഞ്ഞു. ഭാവിയിൽ ചരിത്രത്തിന്റെ ഭാഗമാകേണ്ട കൃഷ്ണവേണിയുടെ കഴിവുകളെക്കുറിച്ചായിരുന്നു മാഷ് സംസാരിച്ചത്. കൂടുതൽ ദൂരം താണ്ടാൻ പ്രാപ്തിയുള്ളവൾ പാതിവഴിയിൽ പിൻതിരിഞ്ഞു നടക്കാൻ തുടങ്ങിയതിന്റെ വേദന വേലായുധൻ മാഷിന്റെ വാക്കുകളിൽ നിഴലിച്ച് നിന്നു. മകളുടെ മാറ്റത്തിന്റെ പൊരുളറിയാതെ സങ്കടപ്പെട്ടിരുന്ന അച്ഛനോട് മാഷ് ഒരു കാര്യം കൂടി പറഞ്ഞു.

"സംസ്ഥാന കായികമേള അടുത്തുവരികയാണ് അതുവരെ എങ്കിലും എല്ലാം മറക്കാൻ അവളോട് പറയണം." മാഷ് സംസാരിച്ചതിനിടയിൽ എവിടെയൊക്കെയോവച്ച് തൊണ്ടയിടറിയത് അവൾ തിരിച്ചറിഞ്ഞു. അച്ഛന്റെയും വേലായുധൻ മാഷിന്റെയും ദുഃഖം ഒന്നുതന്നെയാണെന്ന് അവൾക്കറിയാമായിരുന്നു. പക്ഷേ, തന്റെ ദുഃഖം ആരോടാണ് പങ്കുവയ്ക്കുക. ഒരിക്കലും പരിഹരിക്കാൻ പറ്റാത്ത ഭയാനകമായ പ്രതിസന്ധി മുന്നിൽ പർവ്വതാകാരം പൂണ്ട് നില്ക്കുമ്പോൾ കാലിൽ സ്പൈക്കുകൾ കെട്ടാൻ തനിക്കാവുമോ?

"എന്റെ മോൾക്ക് എന്താ പറ്റിയത് അച്ഛനോട് പറ?" വാക്കുകൾ മുഴുമിക്കാനാവാതെ ഗംഗാധരൻ പൊട്ടിക്കരഞ്ഞു. അവൾക്കത് സഹിക്കാൻ കഴിഞ്ഞില്ല.

"ഇല്ലച്ഛാ എനിക്കൊന്നുമില്ല നാളെ മുതൽ ഞാൻ പ്രാക്ടീസിനിറങ്ങും." അച്ഛനെ ആശ്വസിപ്പിച്ച് അവൾ അകത്തേക്ക് പോയി. തിളച്ചു

മറിയുന്ന ചിന്തകൾ തണുത്തുറഞ്ഞപ്പോൾ, തുലനം ചെയ്യപ്പെടാതെ കിടന്ന ശരീരഭാഗങ്ങൾ അവൾ തന്റെ മനസ്സിന് വിട്ടുകൊടുത്തു. നീ തന്നെ ചിന്തിച്ച് തീരുമാനിക്കുക പെണ്ണോ അതോ ആണോ എന്ന്. അവൾ തന്റെ ചിന്തകളെ മനസ്സിന്റെ മരുഭൂമിയിൽ ചങ്ങലയ്ക്കിട്ട് നിർത്തി. എന്നിട്ട് കാലിലെ കെട്ടുകൾ പൊട്ടിച്ചെറിഞ്ഞു. അറുപത് ദിവസങ്ങൾക്കപ്പുറം തിങ്ങിനിറഞ്ഞ പുരുഷാരത്തിന് നടുവിൽ സ്വർണ്ണമണിഞ്ഞു നില്ക്കുന്ന വേഗത്തിന്റെ രാജകുമാരി അവളുടെ ഉള്ളിൽക്കിടന്ന് പിടഞ്ഞു. മനസ്സിന്റെ ബന്ധനത്തിൽ നിന്നും കാലുകൾക്ക് മോചനം ലഭിച്ചപ്പോൾ പാദങ്ങളിൽ ചിറകുമുളച്ചു.

തന്നോട് മാത്രം തോന്നിയ വാശിയിൽ അവൾ ഓടിത്തുടങ്ങി. നിർത്താതെയുള്ള പരിശീലനം, പുഴക്കരയിലെ പഴയ വീടിന്റെ ഉമ്മറത്തിണ്ണയിൽവച്ച് അച്ഛന് കൊടുത്ത വാക്ക് അറുപതാം നാളിൽ നിറവേറ്റിയ കൃഷ്ണവേണി, സ്റ്റേഡിയത്തിന് നടുവിൽ സ്വർണ്ണമണിഞ്ഞ് നിന്നു.

അവിടെയാണ് അവളുടെ ജീവിതത്തിലെ രണ്ടാം ഘട്ടം തുടങ്ങുന്നത്. കഴിഞ്ഞ കുറേ നാളുകളായി സ്വയം ചോദിച്ചുകൊണ്ടിരുന്ന ചോദ്യത്തിനുള്ള ഉത്തരം ലഭിച്ച ദിനം. വേഗത്തിന്റെ രാജകുമാരി പെൺകുട്ടി അല്ലത്രേ. ഔദ്യോഗികമായ പ്രഖ്യാപനമായിരുന്നു അത്. സ്കൂൾ മൈതാനത്തെ പൊടിമണ്ണിലും, പുഴക്കരയിലെ സിന്തറ്റിക് ട്രാക്കിലും ഇക്കാലമത്രയും താൻ ഓടി മുന്നേറിയത് ആൺകുട്ടികൾക്ക് ഒപ്പം കൂടിയായിരുന്നു എന്ന യാഥാർത്ഥ്യം വെറുതെ അവളുടെ മനസ്സിലേക്ക് കടന്ന് വന്നു. വേഗത്തിന്റെ തിട്ടൂരം മടക്കി നല്കി തിരികെ പോകുമ്പോൾ അവൾ സങ്കടപ്പെട്ടത് ഒന്നാം സ്ഥാനം പരിത്യജിച്ചതിന് ആയിരുന്നില്ല, എവിടെയാണ് തന്റെ അസ്തിത്വം എന്ന് ചിന്തിച്ചായിരുന്നു.

ഒരർത്ഥത്തിൽ അവൾക്കത് ആശ്വാസമായിരുന്നു. മനസ്സിനുള്ളിൽ നീറിപ്പുകഞ്ഞ് കിടന്ന അഗ്നിപർവ്വതം പൊട്ടി ഒഴുകാൻ തുടങ്ങിയതിന്റെ ആശ്വാസം. അവളുടെ ജനിതകഘടന തേടിപ്പോയവർ പക്ഷേ, ഒരു കാര്യം പറഞ്ഞില്ല പെൺകുട്ടി അല്ലെങ്കിൽ പിന്നെ ആര്? ആൺകുട്ടിയാണെന്ന് പറഞ്ഞതുമില്ല. ആണിനും പെണ്ണിനുമിടയിൽ കൃഷ്ണവേണി സങ്കടപ്പെട്ടിരുന്നു.

കാലുകൾ നിശ്ചലമാക്കപ്പെട്ട കായികമേളയ്ക്ക് ശേഷം സ്കൂളിൽ പോകാൻ അവൾക്ക് ഭയമായിരുന്നു. പുറത്തുപറയാൻ ആണിന്റെയോ പെണ്ണിന്റെയോ ഒരു ഐഡന്റിറ്റിയും തനിക്കില്ല എന്ന യാഥാർത്ഥ്യം ഉൾക്കൊള്ളാനാകാതെ അവൾ വീട്ടിനുള്ളിൽ ഒതുങ്ങിക്കൂടി. അവളുടെ ഏക ആശ്വാസം പിന്നിലെ ജനാല തുറന്നാൽ കൈയെത്തുന്ന അകലത്തിലെ മൈതാനവും അതിനപ്പുറത്തെ പുഴയുമാണ്. ഇടനെഞ്ചിലെ വേദന കൂടുമ്പോൾ മൈതാനം മുറിച്ചുകടന്ന് അവൾ പുഴയെ തേടിയെത്തും.

തന്റെ പ്രിയപ്പെട്ട ശിഷ്യയുടെ മനസ്സിന്റെ വിങ്ങൽ അറിയാമായിരുന്ന വേലായുധൻ മാഷ് പുഴ കടന്ന് വീണ്ടും വേണിയെ കാണാനെത്തി. മാഷ് എത്തിയപ്പോൾ അവളുടെ അച്ഛൻ ഒന്നും മിണ്ടാതെ ഇറങ്ങിപ്പോയി. ആ

നിഷേധത്തിന് പിന്നിൽ വേണിയോടുള്ള വെറുപ്പ് ഒളിഞ്ഞിരിപ്പുണ്ടെന്ന് മാഷിന് മനസ്സിലായി. അത് പുറത്തുകാട്ടാതെ മാഷ് അവളുടെ മുടിയിഴകളിൽ വാത്സല്യത്തോടെ വിരലോടിച്ചു, തുളുമ്പി വന്ന കണ്ണുകൾ മെല്ലെ തുടച്ചു. "വിഷമിക്കരുത്... നിന്റെ കഴിവുകളെ പിടിച്ചുകെട്ടാൻ ഒരു വ്യവസ്ഥിതിക്കും കഴിയില്ല.." അന്നും അവർ ഒരുപാട് സംസാരിച്ചു. ഇരുട്ട് വീഴാൻ തുടങ്ങിയപ്പോൾ, യാത്ര പറഞ്ഞ് പോകുന്നതിനുമുൻപ് മാഷ് ഒരു കാര്യം കൂടി പറഞ്ഞു.

"പത്താം ക്ലാസാണ് നല്ലതുപോലെ പഠിക്കണം നിന്നെ പരിഹസിക്കാൻ സ്കൂളിൽ ആരുമുണ്ടാകില്ല, നാളെ മുതൽ നീ പഴയ കൃഷ്ണവേണിയായിത്തന്നെ പത്ത് ബിയിലെ മുൻബഞ്ചിൽത്തന്നെ ഉണ്ടാകണം."

വേണിയെ സമാശ്വസിപ്പിക്കാൻ എത്തിയ അദ്ധ്യാപകരുടെ വാക്കുകൾ കാറ്റിൽപ്പറന്ന ദിവസമായിരുന്നു കൃഷ്ണവേണി വീണ്ടും സ്കൂളിലെത്തിയത്. കളിചിരികൾക്കിടയിലേക്ക് അവൾ കടന്നു ചെന്നപ്പോൾ പതിവില്ലാത്തവിധം ക്ലാസ് നിശ്ശബ്ദമായി. ആദ്യമായി കാണുന്ന പ്രദർശനവസ്തു പോലെ അവളിലേക്ക് നോട്ടങ്ങൾ അരിച്ചിറങ്ങി. ഒന്നാം നിരയിലെ അവളുടെ ബെഞ്ചിൽനിന്നും കൂട്ടുകാരികൾ പിൻബഞ്ചിലേക്ക് മാറിയപ്പോൾ അവൾക്ക് സഹിക്കാൻ കഴിഞ്ഞില്ല. കൂട്ടുകാരെല്ലാം തന്നെ വിട്ടുപോകുന്നു... തന്നോടൊപ്പം ഇരിപ്പിടം പങ്കിടാൻ മടിച്ചുനില്ക്കുന്ന കൂട്ടുകാർക്ക് മുന്നിൽ നിയന്ത്രണംവിട്ട് അവൾ പൊട്ടിക്കരഞ്ഞു.

സ്പോർട്സ് സ്റ്റോറിനുള്ളിലെ മാറാല കെട്ടിയ കോണിലും, ഓടിമുന്നേറിയ മൈതാനത്തും കരഞ്ഞു തീർത്തതിനേക്കാൾ തീവ്രമായിരുന്നു തന്റെ പ്രിയപ്പെട്ട കൂട്ടുകാരുടെ മുന്നിൽ ഉതിർന്നു വീണ കണ്ണുനീർ.

വാതിലിന് പിന്നിൽ മുഖം ചേർത്ത് നിന്ന് തേങ്ങിയ കൃഷ്ണവേണിയെ അദ്ധ്യാപകർ സ്റ്റാഫ് റൂമിലേക്ക് കൂട്ടിക്കൊണ്ടുപോയി. നടന്നതെല്ലാം കുട്ടികളുടെ ചാപല്യമായി മാത്രം കണ്ടാൽമതിയെന്ന ഉപദേശങ്ങളൊന്നും അവളുടെ മനസ്സിനെ തൃപ്തിപ്പെടുത്തുന്നതായിരുന്നില്ല. മനസ്സിന്റെ താളം നഷ്ടപ്പെട്ട അവൾ ഗ്രൗണ്ടിനരികിലെ മൺതിട്ടയിൽ തളർന്നിരുന്നു. അപ്പോൾ മൈതാനത്ത് ആൺകുട്ടികളുടെ ഇരുന്നൂറ് മീറ്ററിന്റെ പ്രാക്ടീസ് നടക്കുകയായിരുന്നു. മൈതാനക്കാഴ്ചകളെ പിന്തള്ളി കുതിച്ചുപായുന്ന കാലുകളെ, വേഗത്തിന്റെ രാജകുമാരി നിശ്ശബ്ദം പിന്തുടർന്നു. ചിറകുണ്ടായിട്ടും പറക്കാൻ ആകാശം നിഷേധിക്കപ്പെട്ട അവൾ, പരിഹാസവും അവഹേളനവും സഹിക്കാതെ പത്താം ക്ലാസിന്റെ അപരാഹ്നത്തിൽ സ്കൂളിനോട് വിട പറഞ്ഞു.

കാതടപ്പിക്കുന്ന സ്കൂളാരവങ്ങളിൽ നിന്നും പഴമണമുള്ള ഏകാന്തതയിലേക്ക് ഒരു നിമിഷം കൊണ്ട് പിൻവാങ്ങിയ അവൾ മിക്കപ്പോഴും ചിന്തിച്ചത് തന്റെ ജന്മത്തിന് പിന്നിലെ തെറ്റിനെക്കുറിച്ചായിരുന്നു.

"ആണും പെണ്ണുമല്ലാത്ത ജന്മം ശപിക്കപ്പെട്ടതാടീ." അച്ഛൻ അങ്ങനെയാണ് പറഞ്ഞത്. സ്വർണ്ണം ത്യജിച്ച മൈതാനത്തുനിന്നും മടങ്ങിയെത്തിയ നാൾ മുതൽ അച്ഛന്റെ പെരുമാറ്റത്തിൽ മാറ്റം കണ്ടു തുട

ങ്ങിയിരുന്നു. അടച്ചിട്ടമുറിയിൽ കൂനിപ്പിടിച്ച് ഇരിക്കുന്ന അവളെ അയാൾ വെറുപ്പോടെ നോക്കി നില്ക്കും. നാടിന്റെ അഭിമാനമാണെന്ന് ഇന്നലെ വരെ ഊറ്റം കൊണ്ട നാട്ടുകാരുടെ മനസ്സിൽ ഉരുണ്ടുകൂടിയ വെറുപ്പിനേക്കാൾ കൂടുതൽ തന്റെ അച്ഛന്റെ മനസ്സിലുണ്ടെന്ന് അവൾക്ക് തോന്നി. പൊട്ടിത്തെറിക്കാൻ പാകത്തിൽ വലിഞ്ഞുമുറുകി നില്ക്കുന്ന ആ മുഖത്തു നോക്കാൻ അവൾ ഭയപ്പെട്ടു. ഇടയ്ക്ക് ആ കണ്ണുകൾ നിറയുന്നതും അവൾ കണ്ടിട്ടുണ്ട്. ചിലപ്പോൾ പ്രാകിക്കൊണ്ട് എങ്ങോട്ടെങ്കിലും ഇറങ്ങിപ്പോകും. രാത്രിയിൽ മദ്യപിച്ച് ലക്കുകെട്ട്, 'എന്റെ മോൾക്കീ ഗതി വന്നല്ലോ' എന്ന് കരഞ്ഞുകൊണ്ട് കയറി വരും. പകൽ മകളോട് പറഞ്ഞ വാക്കുകൾക്ക് മാപ്പിരക്കും, തേങ്ങിക്കരയും, എല്ലാം തന്റെ കുറ്റം ആണെന്ന് പറഞ്ഞ് ഭിത്തിയിൽ തലതല്ലും, അവളെ വാത്സല്യം കൊണ്ടു പൊതിയും "എന്റെ മോൾക്ക് ഞാനുണ്ട്" എന്ന് കുഴഞ്ഞ ശബ്ദത്തിൽ പറഞ്ഞ് വരാന്തയിലെ വെറും നിലത്ത് അലച്ച് വീണുറങ്ങും. നേരം വെളുക്കുമ്പോൾ മദ്യത്തിന്റെ കെട്ട് വിട്ടുണരുന്ന അയാൾ അവളുടെ മുറിയിലേക്ക് നോക്കിപ്പറയും

"ങ്ഹൂം.... കിടന്നുറങ്ങുന്നത് കണ്ടില്ലേ നശിച്ച ജന്മം." രാത്രിയാകുമ്പോൾ പഴയതിന്റെ ആവർത്തനം ആയിരിക്കും. അങ്ങനെ രാത്രിയിലെ മാത്രം അച്ഛനെ അവൾ സ്നേഹിക്കാൻ തുടങ്ങി, മദ്യപിക്കുന്ന അച്ഛനെ ഇഷ്ടപ്പെടാൻ തുടങ്ങി. മദ്യപിക്കാത്ത അച്ഛനെ ഭയന്ന് അവൾ പുഴക്കരയിൽ വന്നിരിക്കും. നാട്ടുകാരെ നേരിടാൻ അവൾ ഭയപ്പെട്ടു.

നാഷണൽ കാർബൺസിന്റെ വലിയ കെട്ടിടങ്ങൾക്ക് പിന്നിൽ പൊന്തക്കാടാണ്. ഈർച്ച മുള്ളുകൾ പിണഞ്ഞുവളരുന്ന പൊന്തകൾക്കിടയിൽക്കൂടി പുഴ ഒഴുകി അകലുന്നു. മണൽവാരി, കുഴികളായിത്തീർന്ന പുഴ ചിലയിടങ്ങളിൽ വെള്ളത്തുരുത്തുകളായി ചുരുങ്ങിക്കിടപ്പുണ്ട്. മണൽക്കുഴികളിൽവീണ് പൊലിഞ്ഞവരുടെ ആത്മാക്കളെ പേടിയില്ലാത്ത മണൽ കടത്തുകാരുടെ താവളം കടന്നാൽ പിന്നെ പുഴ ഒരു നീർച്ചാൽ മാത്രമാണ്. വേണിയുടെയും അച്ഛന്റെയും ജീവിതം തകർന്നതും തളിർത്തതും ഈ പുഴയിലാണ്. കള്ളക്കർക്കിടകത്തിൽ കലിതുള്ളി പുഴ പാഞ്ഞപ്പോൾ വേണിയെയും അമ്മയെയും അവൾ ഒപ്പം കൂട്ടി. അഞ്ചു വയസ്സുകാരിയുടെ പിടച്ചിൽ സഹിക്കാൻ വയ്യാതെ ആകണം, ചാഞ്ഞ് കിടന്ന മരക്കൊമ്പിൽ കുഞ്ഞിനെ കുരുക്കിയിട്ട് അമ്മയെയും കൊണ്ട് അവൾ ഒഴുകിപ്പോയി. അടുത്തദിവസം താഴെയുള്ള മണൽക്കുഴിയുടെ ആഴങ്ങളിൽ ആണ്ടു കിടന്ന വേണിയുടെ അമ്മയെ കാണാൻ ഗംഗാധരൻ പോയില്ല. അന്ന് വെറുത്ത പുഴയെ പിന്നീടെപ്പോഴോ അയാൾ ഇഷ്ടപ്പെട്ടു തുടങ്ങി. മഴ തുടങ്ങിയാൽപ്പിന്നെ പുഴ വിജനമാണ്. ചൂണ്ടയുമായി അക്ഷമയോടെ കാത്തിരിക്കുന്ന ഗംഗാധരൻ മാത്രമായിരിക്കും പിന്നീട് അവൾക്ക് കൂട്ടിന്.

നീളൻ വടിയിൽ കെട്ടിയ നൈലോൺ ചരടിന് താഴെ മീനനക്കത്തിനായി കണ്ണ് നട്ടിരിക്കുമ്പോൾ അയാൾ പലതും ആലോചിക്കും. ഒഴുക്കിനെതിരെ നീന്തുന്ന ചിന്തകൾ അവസാനിക്കുന്നത് മലയുടെ അടിവാര

ത്താണ്. മുകളിൽ നിന്നും പതഞ്ഞൊഴുകിവരുന്ന പുഴപ്പരപ്പിൽ അപ്പോൾ പകൽവെളിച്ചം പുകമഞ്ഞുമായി ഇണചേർന്ന് കിടപ്പുണ്ടാകും. മഴക്കാലം ഗംഗാധരന് പുഴക്കാലമാണ്. അവളുടെ വന്യതയിലേക്ക് മഴ പെയ്തിറങ്ങുന്നത് കാണാൻ അയാൾ മാത്രമേ ഉണ്ടാകൂ. മഴക്കാലത്തെ പുഴ അയാൾക്ക് തീണ്ടാരി കുളിച്ചുനില്ക്കുന്ന സുന്ദരിയാണ്.

സോഡിയം ടെട്രാക്ളോറൈഡിന്റെ വർണ്ണങ്ങൾ പുഴയിലും കിണറുകളിലും മഴവില്ല് തീർത്തു കിടക്കുമ്പോൾ ഫാക്ടറിപ്പടിക്കൽ സമരപ്പന്തൽ ഉയരും. പിന്നീട് ഭയത്തിന്റെ ദിനങ്ങളാണ്. ഏതെങ്കിലും ഒരു രാത്രിയിൽ പൊന്തകൾ കടന്ന് മണൽക്കടത്തുകാർ വരും, സമരക്കാരെ തല്ലിയോടിക്കും. പക്ഷേ, അടുത്തദിവസംതന്നെ മഴവില്ലിന്റെ തെളിമ കുറഞ്ഞു തുടങ്ങുകയും ചെയ്യും. ഇത് ഒരു ചാക്രിക പ്രവൃത്തിയാണ്. നിയമവും രാഷ്ട്രീയവും ഒന്നും എത്തിനോക്കാത്ത ക്രമാനുഗതമായ പ്രവൃത്തി. തുടർച്ചയായ ഇടവേളകളിൽ തല്ലു വാങ്ങിക്കൊണ്ടിരുന്ന നാട്ടുകാർ അങ്ങനെ പുഴയിലെ വർണ്ണരാജികൾ കണ്ടില്ലെന്നു നടിച്ചു. പുഴയെ മൂടിക്കിടന്ന വർണ്ണവിസ്മയങ്ങളുടെ അഴകളവുകൾ ആസ്വദിക്കുന്നതിന് അപ്പുറത്തേക്ക് ഒരാളിന്റെയും മനസ്സ് സഞ്ചരിക്കാതിരുന്നത് ഭയം കൊണ്ടായിരുന്നു. ക്രമേണ പുഴയിലെ പകലുകൾക്ക് രാത്രിയുടെ നിറം കൈവന്നു, അടിത്തട്ടിൽ പുളച്ചുനീന്തിയ ആറ്റുമീനുകൾ ഓളപ്പരപ്പിൽ ചത്തുമലച്ച് കിടക്കുന്നത് ആറ്റുകറ കൊണ്ടാണെന്ന് ഉറപ്പിച്ച്, ചൊറിഞ്ഞ് വീർത്ത ശരീരവുമായി നാട്ടുകാർ കട വരാന്തകളിൽ വെടി പറഞ്ഞിരുന്നു. നാഷണൽ കാർബൺസ്, കുട്ടികൾക്ക് വിതരണം ചെയ്ത നോട്ടുബുക്കുകളെക്കുറിച്ചും, കമ്പനി വച്ചുപിടിപ്പിച്ച വൃക്ഷത്തൈകൾ കാസിം മേത്തരുടെ പശുക്കൾ തിന്നതിനെക്കുറിച്ചും, കമ്പനി വക പുതിയ കുടിവെള്ള പദ്ധതിയെക്കുറിച്ചും അവർ ആവേശത്തോടെ സംസാരിച്ചു. ചർച്ചകളുടെ ചൂട് അവരുടെ തൊലിപ്പുറങ്ങളിൽ വലിയ പാടുകളായി തിണർത്തു കിടന്നു.

പക്ഷേ, പൊന്തകൾക്കപ്പുറത്തെ കൂലിപ്പട്ടാളത്തെ പേടിയില്ലാത്ത ഒരാൾ ഉണ്ടായിരുന്നു–ഗംഗാധരൻ, പരാജയപ്പെട്ട സമരങ്ങളുടെ നേതാവ്. മണൽക്കുഴികളുടെ നിലയില്ലാക്കയത്തിൽ പിടഞ്ഞുമരിച്ച തന്റെ ഭാര്യയോടുള്ള കടമയാണ് ഈ സമരം എന്ന് ഫാക്ടറി പടിക്കൽ വച്ച് പ്രഖ്യാപിച്ച അന്നുരാത്രി തന്നെ അയാൾക്ക് ശിക്ഷ കിട്ടി. അടികൊണ്ട് അവശനായി പുഴക്കരയിൽ കിടന്ന ഗംഗാധരനെ കമ്പനിയിലെ സെക്യൂരിറ്റിക്കാരാണ് ആശുപത്രിയിലെത്തിച്ചത്.

കമ്പനിയും മണൽമാഫിയയും ചേർന്ന് പൂട്ടിയിട്ട നാട്ടുകാർ. പക്ഷേ, കൃഷ്ണവേണിയെ കണ്ടപ്പോൾ പൂട്ട് തകർത്ത് പുറത്തുവന്നു. ഇന്നലെ വരെ തങ്ങളുടെ ഹൃദയത്തിൽ ഉണ്ടായിരുന്ന വേഗത്തിന്റെ റാണിയെ അവർ പുച്ഛത്തോടെ നോക്കി, രണ്ടും കെട്ട ജന്മം എന്ന് ശപിച്ചു, ചിലർ മുഖം വെട്ടിച്ച് മാറി നടന്നു.

അച്ഛനിൽ ഉണ്ടായ മാറ്റം കൃഷ്ണവേണിയെ അത്ഭുതപ്പെടുത്തി. അമ്മയും താനും മാത്രമായിരുന്നു അച്ഛന്റെ ലോകം. അമ്മ പോയതിൽ

പ്പിന്നെ തന്നിലേക്ക് മാത്രമായി ചുരുങ്ങിയ ആ മനസ്സിൽ പുതിയ കൃഷ്ണവേണി ഉണ്ടായിരിക്കില്ല, പഴയ കൃഷ്ണവേണി ഇപ്പോഴും ഉണ്ടാകുമോ..? അവളുടെ കണ്ണുൾ നിറഞ്ഞു.

"നാടും വീടും വെറുത്തതിന് പിഴച്ചുപോയ ജന്മനക്ഷത്രത്തെ പഴി ചാരി ഉരുകിത്തീർക്കാനുള്ളതല്ല നിന്റെ ജീവിതം" എന്ന് ഉപദേശിച്ചു കൊണ്ട് വേലായുധൻ മാഷ് വീണ്ടും അവളെത്തേടി വന്നു. അന്നും ഒരു പാട് ഉപദേശങ്ങൾ കൊടുത്തിട്ടാണ് മാഷ് പോയത്.

"നിനക്ക് വേണ്ടാത്തത് മാത്രമേ നഷ്ടപ്പെട്ടിട്ടുള്ളു" എന്ന് ചിന്തിക്കണം. അതായിരുന്നു ആദ്യ ഉപദേശം. "പൂട്ടിയിട്ട കാലുകളിലെ കെട്ടുകൾ അഴിക്കണം", "വേഗത്തെ തടുത്തുനിർത്താൻ ആർക്കും കഴിയില്ലെന്ന് കാണിച്ചു കൊടുക്കണം.." അങ്ങനെ ഉപദേശങ്ങൾ നീണ്ടുപോയി. വീടിന്റെ പുറം ജനാല തുറന്നാൽ മാടിവിളിക്കുന്ന മൈതാനം കാണാം. ചുവന്ന സിന്തറ്റിക് ട്രാക്ക് അവളുടെ കാലുകളെ പ്രലോഭിപ്പിച്ചുകൊണ്ടിരുന്നു.

വേഗത്തിന്റെ ചിറകുകൾ മുറിച്ചുമാറ്റപ്പെട്ടതിനുശേഷമുള്ള നീണ്ട രണ്ടുവർഷം അവൾ ആ പ്രലോഭനത്തിൽ വീഴാതെ പിടിച്ചുനിന്നു. ലിംഗത്തിന്റെ അസ്തിത്വം തേടിയുള്ള യാത്രയിൽ മനസ്സിൽ കുഴിച്ചുമൂടിയതത്രയും അവളുടെ സ്വപ്നങ്ങളായിരുന്നു. സ്കൂൾ മീറ്റും നാഷണൽ ഗെയിംസും പിന്നിട്ട് രാജ്യത്തിന്റെ അതിർത്തി കടന്ന് ലോകത്തിന്റെ നെറുകയിൽ, പൊട്ടിത്തെറിക്കുന്ന പതിനായിരങ്ങളുടെ ആരവങ്ങൾക്കിടയിൽ തലയുയർത്തിപ്പിടിച്ച് നില്ക്കുന്ന സ്വപ്നം.... ആ സ്വപ്നം സിരകളിൽ ഒരിക്കൽക്കൂടി പടർന്ന് കയറിയപ്പോൾ ഇരുട്ടിൽനിന്നും ഒളികണ്ണിട്ടു നോക്കുന്ന മൈതാനത്തേക്ക് അവൾ നടന്നു. ആദ്യമായി കാണുന്നതു പോലെ അവൾ ചുറ്റും കണ്ണോടിച്ചു. ട്രാക്കിലേക്ക് കയറിയ നിമിഷം പാദങ്ങളിൽ ഒരു തരിപ്പ്... അത് തരംഗങ്ങളായി മുകളിലേക്ക് പടർന്നുകയറി.

ഇരുട്ടിൽനിന്നും കരഘോഷങ്ങൾ ഉയർന്നു, തന്റെ കൂട്ടുകാർ, അദ്ധ്യാപകർ, അച്ഛൻ, നാട്ടുകാർ, ഒറ്റപ്പെടുത്തിയവരും അധിക്ഷേപിച്ചവരും... ആർപ്പു വിളികൾ ഉയർന്നു, സ്റ്റാർട്ടിങ് ബ്ലോക്കുകളെ പിന്തള്ളി അവൾ കുതിച്ച് പാഞ്ഞു. ആണിനെയും പെണ്ണിനെയും പിന്നിലാക്കി കൊടുങ്കാറ്റ് വേഗത്തിൽ.... സങ്കടങ്ങളെല്ലാം വിസ്മൃതിയിലേക്ക് തള്ളി, ഓടിയോടി തളർന്നു ചെന്ന് വീണത്, കഫം കുറകുന്ന ഗംഗാധരന്റെ നെഞ്ചിൽ...

"എന്റെ മോളെ...." ഒരു നിലവിളിയോടെ അയാൾ അവളെ വാരിപ്പുണർന്നു. ആ ശബ്ദത്തിന് അപ്പോൾ മദ്യത്തിന്റെ കുഴച്ചിൽ ഇല്ലായിരുന്നു. ആണിൽ നിന്നും പെണ്ണിൽ നിന്നും മോചനം നേടാൻ തന്റെ കാലുകൾക്ക് ആവുമെന്ന് തിരിച്ചറിഞ്ഞ ദിവസമായിരുന്നു അത്. ആ കരുത്തിൽ അവൾ തന്റെ സങ്കടങ്ങൾ മറക്കാൻ തുടങ്ങി.

"ആണിനും പെണ്ണിനും മാത്രമുള്ളതല്ല ഈ ലോകം, അവർക്കിടയിലല്ല അതിനും മുകളിലാണ് നിന്റെ സ്ഥാനം" എന്ന വേലായുധൻ മാഷിന്റെ വാക്കുകളെ അവൾ മുറുകെപ്പിടിച്ചു. കമ്പനിയുടെ സൗജന്യങ്ങളും സൗക

ര്യങ്ങളും ധാരാളമായി വന്നപ്പോൾ പഴയതുപോലെ അവൾ മുഖം തിരിച്ചില്ല. ചങ്ങലപ്പൂട്ടിൽ ബന്ധിക്കപ്പെട്ട നാട്ടുകാർ ഒരിക്കൽക്കൂടി പൂട്ടു പൊളിച്ച് പുറത്തുവന്നു. ഇത്തവണ അത് അവളെ ശപിക്കാൻ ആയിരുന്നില്ല. പുഴയെ മരിക്കാൻ വിടാതെ ചേർത്തു നിർത്താൻ അവർക്ക് ഒരാളുടെ നേതൃത്വം വേണമായിരുന്നു, സ്ത്രീകളും പുരുഷന്മാരും മുട്ടുമടക്കിയിടത്ത് ഒരിക്കലും തളരാത്ത ഒരാൾ. പഴയതിനെയെല്ലാം കാറ്റിൽപ്പറത്തി ഫാക്ടറിപ്പടിക്കൽ വീണ്ടും സമരപ്പന്തൽ ഉയർന്നു. പീഡനങ്ങളുടെ കഥ കൂട്ടിച്ചേർത്തുകൊണ്ട് മുദ്രാവാക്യങ്ങൾ ഉയർന്നു. സമരം തീവ്രമായിട്ടും ഇത്തവണ പൊന്തകൾക്കപ്പുറത്ത് നിന്നും ആരും വന്നില്ല. പക്ഷേ, മലിനമാക്കപ്പെട്ട പുഴയെത്തേടി പുറംലോകത്തു നിന്ന് ആളുകൾ വന്നുകൊണ്ടിരുന്നു.

സമരക്കാരെ ചർച്ചയ്ക്ക് വിളിച്ച് കൊണ്ടുള്ള ഓഫർ വന്നത് ഏഴാം ദിനമായിരുന്നു. അതിനുമുൻപ് കൃഷ്ണവേണി എന്ന അത്‌ലറ്റിനെ സ്പോൺസറായ നാഷണൽ കാർബൺസിന് കാണണമായിരുന്നു. വൈകിട്ടുള്ള പ്രാക്ടീസിന് ഇടയിലായിരുന്നു അങ്ങനെ ഒരു ആവശ്യവുമായി കമ്പനിയുടെ ആൾ വന്നത്. ടവ്വൽ കൊണ്ട് മുഖം തുടച്ച് ഗസ്റ്റ് റൂമിലേക്ക് ചെന്നപ്പോൾ, അവൾ നയിക്കുന്ന സമരത്തിന് മുന്നിൽ ചോദ്യം ചെയ്യപ്പെടുന്നവരെല്ലാം അപ്പോൾ ആ മുറിയിൽ ഉണ്ടായിരുന്നു. സ്കൂൾ മീറ്റിന് ശേഷമുള്ള സംഭവ വികാസങ്ങളിൽ ആയിരുന്നു തുടക്കം.

“മിസ് വേണി...നിങ്ങളെപ്പോലെയുള്ളവർക്ക് ഉയർന്നുവരാൻ വലിയ സ്പേസ് നമ്മുടെ നാട്ടിലുണ്ട്, യൂ ആർ ആൻ എഫിഷ്യന്റ് അത്‌ലറ്റ്, അതിൽ എത്രമാത്രം ഉയരാൻ പറ്റും, അതിനെല്ലാം കമ്പനി കൂടെയുണ്ടാകും.” എം ഡി സംസാരിക്കുമ്പോൾ ഒരിക്കൽപോലും അവളുടെ മുഖത്ത് നോക്കിയില്ല.

“എല്ലാ എസ്റ്റാബ്ലിഷ് മെന്റുകൾക്കും ചില ലക്ഷ്യങ്ങളുണ്ട് നമ്മുടേത് പോലുള്ള സ്ഥാപനങ്ങൾ പ്രവർത്തിക്കുന്നത് സാമൂഹ്യപുരോഗതിക്ക് വേണ്ടിയാണ്, ലാഭം ഇല്ലാതെ ഒരു പുരോഗതിയും ഉണ്ടാകില്ല.”

സാമൂഹ്യപുരോഗതിയിൽ വ്യവസായങ്ങളുടെ പങ്ക് എന്ന വിഷയത്തിൽ അയാൾ ഒരു പ്രബന്ധം തന്നെ അവതരിപ്പിച്ചു.

“വേണിയെ കമ്പനിക്ക് ആവശ്യമുണ്ട്, ഈ നാടിനാവശ്യമുണ്ട്. അതുകൊണ്ടാണ് ഇത്രയും സൗകര്യങ്ങൾ ഏർപ്പെടുത്തിത്തന്നത്. നാഷണൽ, ഇന്റർനാഷണൽ, അങ്ങനെ പോകാൻ പറ്റുന്നതിന്റെ മാക്സിമം... ഒറ്റക്കാര്യം മാത്രം ഈ സമരം അവസാനിപ്പിക്കണം. ഇരുപത്തിനാല് മണിക്കൂർ സമയം തരുന്നു, മറിച്ചാണെങ്കിൽ കോൺസിക്വൻസസ് വലുതായിരിക്കും....”

ഒടുവിൽ പറഞ്ഞത് ഒരു ഭീഷണി മാത്രമല്ല എന്ന് അവൾക്ക് മനസ്സിലായി. അവൾ ഒന്നും മിണ്ടാതെ ഇറങ്ങി നടന്നു. രാത്രിക്ക് കനം വച്ച് തുടങ്ങിയിരുന്നു. ട്രാക്കിന്റെ ഓരംപറ്റി അവൾ വെറുതെ നടന്നു. വിശാലമായ മൈതാനത്തെ മൂകമായ ഇരുട്ടിൽ നിലാവെളിച്ചത്തുണ്ടുകൾ ചിത

റിക്കിടന്നു. കടം കൊണ്ടതും, ഇരന്നു വാങ്ങിയതും, എറിഞ്ഞുതന്നതും എല്ലാം വിലപേശലിനുള്ള കെണി ആയിരുന്നുവെന്ന് കുറച്ച് മുൻപ് അവൾ തിരിച്ചറിഞ്ഞു.

അടുത്തദിവസം രാവിലെയുള്ള പ്രാക്ടീസിന് അവൾ ഇറങ്ങിയില്ല. മനസ്സിൽ ഉടക്കി വലിക്കുന്ന അനിശ്ചിതത്വം. എഴുന്നേല്ക്കാൻ തോന്നിയില്ല. അച്ഛൻ രണ്ടുമൂന്നുതവണ വന്നു വിളിച്ചപ്പോഴും വെറുതെ മൂളുക മാത്രമാണ് ചെയ്തത്. മകളുടെ പതിവില്ലാത്ത ശീലക്കേടുകളിൽ ഗംഗാധരൻ വിമ്മിട്ടപ്പെട്ടാണ് പോയത്.

"മോളെ കിടന്നുറങ്ങിക്കളയരുത്", പോകുമ്പോൾ അയാൾ ഒന്നുകൂടി ഓർമ്മിപ്പിച്ചു. പാവം എന്തറിയുന്നു, അവൾ എഴുന്നേറ്റ് ജനാലയ്ക്കൽ വന്നുനിന്നു, പുറത്ത് തലേന്നത്തെ മഴയുടെ ബലഹീനമായ തുള്ളികൾ അടർന്നു വീഴുന്നുണ്ട്. റോഡും സമരപ്പന്തലും, അതിനപ്പുറത്തെ വെള്ള പൂശിയ ഫാക്ടറിയും എല്ലാം മഴക്കാറിൽ വിറങ്ങലിച്ചു നില്ക്കുന്നു. ചുവന്ന ട്രാക്കിലെ സ്റ്റാർട്ടിങ് ബ്ളോക്കുകൾ വേണിയുടെ പാദങ്ങൾക്കായി കാത്തിരുന്നു. വൈകുന്നേരത്തെ പ്രാക്ടീസിനായി അവൾ നേരത്തെ ഗ്രൗണ്ടിൽ എത്തിയെങ്കിലും പുഴക്കരയിലെ സിമന്റ് ബെഞ്ചിൽ വളരെനേരം വെറുതെ ഇരുന്നു. ഇരുപത്തിനാല് മണിക്കൂർ അവസാനിക്കാറായി. ഭയം അവളിൽ വല്ലാത്തൊരു നിസ്സംഗത തീർത്തിരിന്നു. അടിച്ചേല്പിക്കപ്പെട്ട സൗജന്യങ്ങൾ പറ്റിയ ഗതികേടുകാരി ഇതിൽ കൂടുതലൊന്നും പ്രതീക്ഷിക്കരുത്. എല്ലാം അവസാനിക്കുമ്പോൾ ഓർത്തുവയ്ക്കാൻ തന്റെ ജീവിതത്തിൽ എന്തെങ്കിലും നല്ല നിമിഷങ്ങളുണ്ടോ?.

തൊട്ടുമുന്നിൽ അശാന്തമായ പുഴ ഒഴുകുന്നു. ഇതിന്റെ ആഴങ്ങളിൽ എവിടെയോ തന്റെ അമ്മയുണ്ട്. തണുത്ത കാറ്റ് വീശി. അദൃശ്യമായ ആത്മാവിന്റെ കരങ്ങൾ അവളെ തഴുകി കടന്ന് പോയി. 'നീ തോല്ക്കേണ്ടവളല്ല' എന്ന വേലായുധൻ മാഷിന്റെ വാക്കുകൾ അവളെ അസ്വസ്ഥയാക്കി കൊണ്ടിരുന്നു. ചോദ്യങ്ങളും ഉത്തരങ്ങളും മനസ്സിൽ കെട്ടുപിണഞ്ഞപ്പോൾ അവൾക്ക് ഒരു കാര്യം ബോദ്ധ്യമായി തന്റെ യാത്ര അവസാനിപ്പിക്കാൻ പറ്റിയ കെമിക്കൽ ഇക്വേഷൻസ് ഒന്നും നാഷണൽ കാർബൺസിന്റെ കോർപ്പറേറ്റ് പുസ്തകത്തിൽ ഇല്ല എന്ന്. അവൾ എഴുന്നേറ്റ്, മൈതാനത്ത് മുട്ടുകുത്തി ചുംബിച്ചു. ഇനി ഞാൻ തിരികെ വരില്ല എന്ന് മൂകമായി യാത്രാമൊഴി ചൊല്ലി നടന്നു പോയി. ആരുടെമുന്നിലും മനസ്സ് തുറക്കേണ്ട എന്ന് തീരുമാനത്തോടെയാണ് അവൾ വീട്ടിലെത്തിയത്. പടിക്കൽ തന്നെ അവളെയും കാത്ത് ഗംഗാധരൻ നില്പുണ്ടായിരുന്നു.

"എന്താ മോളെ വൈകിയത്?" അവൾ അതിന് മറുപടി പറഞ്ഞില്ല.

"അച്ഛാ... നാളെത്തന്നെ തലസ്ഥാനത്ത് എത്തണം ചില കാര്യങ്ങൾ ചെയ്ത് തീർക്കാനുണ്ട്."

ആ രാത്രി അവർ വളരെയേറെ സംസാരിച്ചു അമ്മയും, പുഴയും, സമരവും, ഭാവിയിൽ ഓടിത്തീർക്കേണ്ട മൈതാനങ്ങളും, അങ്ങനെ പലതും. മകളിലെ മാറ്റം ഗംഗാധരനെ അത്ഭുതപ്പെടുത്തിക്കൊണ്ടിരുന്നു.

ഒരു പുരുഷനിലും ഒരു സ്ത്രീയിലും കാണാത്ത നിശ്ചയദാർഢ്യം.. ഒരു നാടിന്റെയാകെ മനസ്സിൽ ആത്മവിശ്വാസം പടർത്തി അവരെ മുന്നോട്ടു നയിക്കുന്ന തന്റെ മകളെയാണല്ലോ കുറച്ച് കാലമെങ്കിലും താൻ വെറുത്തതെന്ന് ആലോചിച്ചപ്പോൾ അയാളുടെ നെഞ്ചുരുകി. ഇതേ പ്രായത്തിലുള്ളവർ ഇപ്പോഴും പലരുടെയും ചിറകിനടിയിൽ പതുങ്ങി ഇരിക്കുമ്പോൾ ഇവൾ....ഇവൾ മാത്രം....

"ഞാൻ കൃഷ്ണവേണിയുടെ അച്ഛനാണ്" എന്ന് ലോകത്തോട് വിളിച്ചു പറഞ്ഞ് അയാൾ നെഞ്ച് വിരിച്ചു നിന്നു.

അടുത്ത ദിവസത്തെ പ്രഭാതം തീരെ തെളിച്ചമില്ലാത്തതായിരുന്നു. പെയ്യാൻ വിതുമ്പി നില്ക്കുന്ന മേഘങ്ങൾക്കിടയിൽ എവിടെയോ സൂര്യന്റെ അവ്യക്തമായ വെളിച്ചമുണ്ട്. ബീഡിപ്പുക നിറഞ്ഞ സമരപ്പന്ത ലിൽ ആയിരുന്നു വാർത്ത ആദ്യമെത്തിയത് – കൃഷ്ണവേണി അപകട ത്തിൽപ്പെട്ടു.

ഇരുളിന്റെ മറവിൽ ഇടിച്ചുവീഴ്ത്തപ്പെട്ട് അർദ്ധബോധാവസ്ഥയിൽ കിടക്കുമ്പോഴും പാതിവഴിയിൽ വച്ച് അവസാനിപ്പിക്കാൻ മനസ്സില്ലാത്ത സമരം അവളുടെ ഉള്ളിൽ ഞെളിപിരികൊണ്ട് കിടന്നു. സമരപ്പന്തൽ ഉപേക്ഷിച്ച് നാട്ടുകാർ മുഴുവനും ആശുപത്രി വളപ്പിൽ തടിച്ചുകൂടി. രോഷം അടക്കാനാവാതെ അവർ ഉച്ചത്തിൽ മുദ്രാവാക്യം മുഴക്കി. സമരത്തിന്റെ രണ്ടാംഭാവം കൃഷ്ണവേണിയുടെ ജീവനുവേണ്ടിയായിരുന്നു. ഐ സി യുവിന്റെ കണ്ണാടി വാതിലിനപ്പുറം മയങ്ങിക്കിടക്കുന്ന തങ്ങളുടെ പ്രിയ പ്പെട്ട വേണിയെ അവർ നോക്കി നിന്നു. ചിന്നിച്ചതഞ്ഞ ഒന്നരക്കാലിന്റെ അറ്റത്ത് പൊതിഞ്ഞു കെട്ടിയ പഞ്ഞിയിൽ ചോര കിനിഞ്ഞിറങ്ങുന്നു.

ഗംഗാധരൻ പിന്നീട് സംസാരിച്ചില്ല, പക്ഷേ, കണ്ണുകൾ ഒഴുകിക്കൊ ണ്ടിരുന്നു. ബോധം തെളിഞ്ഞതിന് ശേഷം കൃഷ്ണവേണിയുടെ മനസ്സിൽ ആദ്യം കടന്നുവന്നത് പ്രകമ്പനം കൊള്ളുന്ന മൈതാനത്ത് കൊടുങ്കാറ്റ് വിതച്ച് കുതിച്ചു പായുന്ന കാലുകളായിരുന്നു. വീണ്ടും വീണ്ടും അനു വാദം കൂടാതെ മനസ്സിലേക്ക് ആ രംഗം കടന്ന് വരുമ്പോൾ മുറിച്ചുമാറ്റ പ്പെട്ട കാലിന്റെ മറുപാതി നിർവ്വികാരമായി അവൾ നോക്കിയിരിക്കും. ചിലപ്പോൾ ചിരിക്കും, എന്നിട്ടും അവൾ കരഞ്ഞില്ല. സങ്കടം വരുമ്പോൾ അവൾ അമ്മയെ ഓർക്കും, ആശ്വാസവുമായി വരുന്നവരോട് അവൾ പറയും "ദുഃഖം എന്നത് ചില മണിക്കൂറുകൾ സങ്കടപ്പെട്ടു കഴിയുമ്പോൾ തീവ്രത കുറയുന്ന ഒരു വികാരം" മാത്രമാണെന്ന്. മനസ്സിന് ബലം നല്കാനുള്ള അവളുടെ പരീക്ഷണങ്ങൾ ചിലപ്പോഴൊക്കെ പരാജയപ്പെ ടാറുണ്ട് അപ്പോൾ, തന്നെ മുന്നിൽനിന്നും പിന്നിൽനിന്നും ഇടിച്ചു വീഴ് ത്തിയ വിധിയുടെ തലയിൽ അതൊക്കെ കെട്ടിവച്ച് അവൾ രക്ഷപ്പെടും.

ഒന്നും നേടാനാകാതെ ആശുപത്രിക്കിടക്കയിൽ ഒടുങ്ങിയ കൃഷ്ണ വേണിയുടെ വിധി അവളെ സ്നേഹിക്കുന്നവരുടെ മാത്രം നഷ്ടമായിരുന്നു. നഷ്ടം എന്നത് പരാജയത്തിന്റെ പരിച്ഛേദമാണ്. പരാജയങ്ങളിൽനിന്നും പാഠം പഠിക്കാത്തവർ വിഡ്ഢികളാണെന്ന് കേട്ടിട്ടുണ്ട്. ആണിനും

പെണ്ണിനും ഇടയിലെ ജന്മം ദാനം തന്ന് മണലാഴങ്ങളിൽ എവിടെയോ തന്റെ അമ്മ പോയപ്പോഴും, സ്കൂൾ മീറ്റിലെ അവസാനലാപ്പും കടന്ന് നേടിയ വിജയം ഒരു നിമിഷം കൊണ്ട് തിരിച്ചെടുത്തപ്പോഴും, സ്പോർട്സ് സ്റ്റോർ മുതൽ പുഴയോരം വരെ അസ്തിത്വം തേടിയലഞ്ഞപ്പോഴും താൻ പരാജയപ്പെട്ടിട്ടില്ല എന്ന് ചിലപ്പോഴെങ്കിലും അവൾ വിശ്വസിച്ചിരുന്നു. ഓരോ പരാജയവും ഓരോ പാഠമാണ്, ഒന്നു കഴിയുമ്പോൾ അടുത്തതിനെ വരവേല്ക്കാൻ മനസ്സ് ഒരുക്കിയിടുന്ന ഒരു ഇടവേള മാത്രമായി മാറി കൃഷ്ണവേണിയുടെ ജീവിതം.

സമരപ്പന്തലിൽ പിന്നീട് ആളുകൾ വന്നില്ല. പുഴയിൽ മഴവില്ല് കൂടുതൽ തെളിമയോടെ വിരിഞ്ഞുകിടന്നു. പൊന്തകൾ സജീവമായി. ആശുപത്രിക്കിടക്ക വിട്ട് കൃഷ്ണവേണി ഒരിക്കൽകൂടി പുഴക്കരയിലെ മൈതാനത്ത് വന്നു. തന്റെ പാദധൂളികൾ അലിഞ്ഞുചേർന്ന ചുവന്ന ട്രാക്കിൽ ഒറ്റക്കാലുമായി അവൾ നിന്നു.

രണ്ടു കാലുകളിൽ ഒന്ന് തന്റെ ജീവിതവും കൊണ്ട് എങ്ങോ മറഞ്ഞ കഥ അറിയിക്കാതെ ഒരിക്കൽ കൂടി ആ മണ്ണിൽ ചവിട്ടി നടന്നു. വാഹനത്തിലേക്ക് കയറുമ്പോൾ അവൾ ഒന്നു തിരിഞ്ഞു, കണ്ണീരിന്റെ നനവിൽ ക്കൂടി പുഴയിലേക്ക് നോക്കി. കാഴ്ച അവ്യക്തമായിരുന്നു. നെഞ്ചിനുള്ളിൽ നിന്നും പുറത്തേക്ക് വന്ന ഭാരം അവൾ അവിടെത്തന്നെ അടക്കി നിർത്തി. വണ്ടി മെല്ലെ നീങ്ങിയപ്പോൾ അവൾ നോട്ടം പിൻവലിച്ചു, സ്വപ്നങ്ങളും പ്രതീക്ഷകളും പുഴവക്കിൽ ഉപേക്ഷിച്ച് പോയ കൃഷ്ണവേണിയുടെ രൂപം കുന്നിനപ്പുറം മറയുന്നതുവരെ പുഴയോരത്ത് കാത്തുനില്ക്കാൻ ചങ്ങലക്കിടപ്പെട്ട നാട്ടുകാർ മുഴുവനും ഉണ്ടായിരുന്നു.......

നിഷാദം

കാട്ടരയന്നങ്ങൾ ജലക്രീഡ നടത്തുന്ന നീലാമ്പൽ പൊയ്കയുടെ കരയിൽ അവൻ ഇരുന്നു. ഹേമന്തത്തിലെ ഇളംചൂടുള്ള കാറ്റ് കാട്ടുമരങ്ങളിൽ ചിറകൊതുക്കി കിടക്കുകയാണ്. കൂട്ടുകാർ ഒരു കാട്ടുപന്നിയുടെ പുറകെ പോയപ്പോൾ അവൻ ഒറ്റയ്ക്കായി. പതിയിരുന്ന് ആക്രമിക്കൽ, പിന്തുടർന്നു കൊല്ലൽ ഇതിലൊന്നും അവന് താല്പര്യമില്ല. ക്ഷണമാത്രയിൽ വകവരുത്തുക, അതാണ് രീതി, അമ്മ പഠിപ്പിച്ചതാണ്. സ്നാനത്തിനു ഇറങ്ങാതെ അവൻ പാറക്കെട്ടിലേക്ക് ചാഞ്ഞു കിടന്നു. കാട്ടുപൂമണമുള്ള ചെറുകാറ്റ് അവന്റെ രോമമില്ലാത്ത ശരീരത്തെ തഴുകി കടന്നുപോയി. ചെറിയ മയക്കത്തിലേക്ക് വീണപ്പോൾ പിന്നിൽ കമ്പുകൾ ഞെരിയുന്ന ശബ്ദം, ആന തന്നെ..., പക്ഷേ, ചൂര് അടിക്കുന്നില്ല. പാറയുടെ മുകളിൽ കയറി അവൻ ചുറ്റിനും കണ്ണോടിച്ചു, ഇല്ല... ആരുമില്ല.

കഴിഞ്ഞ കുറേ ദിവസങ്ങളായി എന്തോ ഒരു ഭീതി അവനെ അലട്ടിക്കൊണ്ടിരിക്കുന്നുണ്ട്. ഭീതിയല്ല, ആകാംക്ഷയാണ്. വിപാസയും, ഗംഗാതടവും കടന്ന് ആർത്തിരമ്പുന്ന മഹാസമുദ്രമാണ് ഇപ്പോൾ അവന്റെ മനസ്സ്. വരണ്ട പൊടിക്കാറ്റടിക്കുന്ന മാഘത്തിലെ കൃഷ്ണപക്ഷത്ത് ശിവാരാധനയ്ക്കിടയിൽ മനസ്സിൽ കയറിക്കൂടിയ ഒരു സംശയം, അന്നു മുതൽ അവന്റെ ഉള്ള് കലുഷിതമാണ്. കാട്ടുമരങ്ങളും, കൽപ്പാളികളും കൊണ്ടു തീർത്ത ശിവമണ്ഡപത്തിൽ ഏകാകിയായി ഇരുന്ന മാതാവിന്റെ കൺകോണുകളിൽ നിന്നുതിർന്നു വീണ നീർക്കണങ്ങൾ..... ശിവ മണ്ഡപത്തിന്റെ ഉല്പത്തി തിരഞ്ഞപ്പോൾ ആയിരുന്നു മാതാവിന്റെ കണ്ണുകൾ തുളുമ്പിയത്. രാജ്യം നഷ്ടപ്പെട്ട രാജാവും, സഹോദരന്മാരും കാടുകയറിയതും, കാലങ്ങളോളം ഇവിടെ തങ്ങിയതും, ശിവ മണ്ഡപം സ്ഥാപിച്ചതുമൊക്കെ വിവരിച്ചപ്പോൾ അമ്മയുടെ കണ്ഠമിടറിയത് അവനെ അമ്പരപ്പിച്ചു.

ഹിഡുംബ വനത്തിൽ നൂറുകണക്കിന് കുലവാസികളുണ്ട്. അവർക്കെല്ലാം മാതാവും പിതാവും സഹോദരങ്ങളുമുണ്ട്. അവരുടെ സ്നേഹവും സാന്ത്വനവും ഒക്കെ പരസ്പരം പൊതിയുന്ന നിമിഷങ്ങൾ അവനെ സങ്കടപ്പെടുത്തും. അവൻ കണ്ണുകൾ തുറന്നത് ഈ വന നീലിമയിലേക്കാണ്. ചൂടും ചൂരും പകർന്നു നല്കിയ വനദുർഗ്ഗങ്ങൾ..... ഓരോ ജനനത്തിനു പിന്നിലും ഒരു പുരുഷന്റെ കൂടി പങ്കുണ്ടെന്നു മനസ്സിലാക്കിയ നാൾ, ആ പുരുഷനാണ് പിതൃസ്ഥാനീയനെന്ന് അറിഞ്ഞ നിമിഷം.... തനിക്ക് അമ്മയുണ്ട് അപ്പോൾ അച്ഛൻ ആരാണ്. ശിവ മണ്ഡപത്തിലെ കൽത്തൂണിൽ ചാരി കാട്ടു പൊയ്കയിലേക്ക് കണ്ണ് നട്ടിരിക്കുന്ന അമ്മയോട് ആ ചോദ്യം ചോദിച്ചതിൽപ്പിന്നെയാണ് രണ്ടുപേരുടെയും ചിന്തകൾ തകിടംമറിഞ്ഞു തുടങ്ങിയത്. അമ്മ ഒന്നും വ്യക്തമായി പറഞ്ഞില്ല. രാജ്യം നഷ്ടപ്പെട്ട രാജാവിന്റെ കഥ അവ്യക്തമായി പറഞ്ഞു ഒഴിയുക മാത്രമാണ് ചെയ്തത്. കഥ അവൻ ശ്രദ്ധിച്ചില്ല. പക്ഷേ, അമ്മ കരയാതിരിക്കാൻ പാടുപെടുന്നത് അവൻ ശ്രദ്ധിച്ചു. കാടുകയറിയ രാജാക്കന്മാർക്കും കലങ്ങി വീണ കണ്ണീരിനും ഇടയിൽ എവിടെയോ തന്റെ പിതാവുണ്ടെന്ന് അവൻ തിരിച്ചറിഞ്ഞു. ഒരിക്കലും കണ്ടിട്ടില്ലാത്ത അച്ഛൻ എന്ന പുരുഷൻ ഒരു വിതുമ്പലായി മനസ്സിൽ നിറഞ്ഞു നിന്നപ്പോൾ സാന്ത്വനിപ്പിച്ചത് അമ്മയാണ്. ഈ വനാന്തരങ്ങളിൽ അലഞ്ഞുനടക്കുന്ന പുത്രന്റെ ഹൃദയതാളം തേടി കാമ്യകത്തിന്റെ അതിർത്തി കടന്ന് ഒരു വീരൻ എത്തുന്ന ദിനം അവൻ സ്വപ്നം കണ്ടു.

അമ്മയുടെ മുകതയുടെ കാഠിന്യം കൂടി വരികയാണ്. താനാണ് അതിന് ഉത്തരവാദി എന്ന ചിന്ത അവനെ വീർപ്പുമുട്ടിച്ചു. വേദ ജ്ഞാനത്തിന്റെയും ധർമ്മപാതയുടെയും അകംപൊരുൾ തനിക്ക് മുന്നിൽ തുറന്നിട്ട മാതാവിന് നല്കിയ ശിക്ഷ. അറിവ് വെളിച്ചമാണെന്ന് പഠിപ്പിച്ചതിനുള്ള ഗുരുദക്ഷിണ....

“അമ്മേ മാപ്പ്..... ഈ കൊടുംകാട്ടിൽ ഇക്കാലമത്രയും എന്നെ പോറ്റിയിട്ടും ആ മനസ്സിനെ വേദനിപ്പിച്ചതിന്”.

“ഇല്ല പുത്രാ,... അടുത്ത കാളീപൂജയ്ക്ക് മുൻപ് നിനക്കുള്ള ഉത്തരവുമായി ഒരാൾ വരും.” എന്നിട്ടും അവന്റെ മനസ്സ് അശാന്തമായി തുടർന്നു. പിതാവ് ആരാണെന്ന് അറിയാനുള്ള ഒരു പുത്രന്റെ അവകാശത്തിന്മേൽ അവൻ തന്റെ വലിയ ശരീരം വിലങ്ങനെ പിടിച്ചിട്ടു.

കാട്ടുപാലകൾ പൂക്കുന്ന സ്നാനഘട്ടത്തിതിനപ്പുറം സൂര്യൻ എരിഞ്ഞ് താഴുന്നു. ബിപാസയുടെ തീരങ്ങളിൽ പൂത്തുനില്ക്കുന്ന കാട്ടുമരങ്ങളിൽ ചേക്കേറ്റിന്റെ താളം മുറുകിയപ്പോൾ അവൻ സ്നാനത്തിനായി ഇറങ്ങി. കുളി കഴിഞ്ഞിട്ടും കല്പടവിൽ ഏറെ നേരം ചിന്തിച്ചിരുന്നു. ചിന്തിച്ചതെല്ലാം മാതൃ ശാസനത്തെക്കുറിച്ച് ആയിരുന്നു. പിതൃ ബന്ധനത്തിൽ നിന്നും മനസ്സിനെ ക്രമേണ തിരിച്ചു പിടിച്ചു കൊണ്ടിരിക്കെ അമ്മ പുറപ്പെടുവിച്ച ആജ്ഞ...

കാമ്യകത്തിന്റെ അതിർത്തികടന്ന് നായാടാൻ എത്തുന്ന രാജാക്കന്മാരെ പതിയിരുന്ന് ആക്രമിക്കുന്നവർ എന്ന ഹിഡുംബ കുലത്തിന്റെ കളങ്കം മായ്ച്ചുകളയാൻ ഇളമുറക്കാരൻ പ്രതിജ്ഞയെടുത്ത ദിവസം തന്നെയായിരുന്നു അമ്മയുടെ കല്പന ഉണ്ടായത്. അഗ്രഹായനത്തിലെ കാളീപൂജ...., പൂജയ്ക്ക് വേണ്ടത് മറ്റൊന്നുമല്ല.... നരബലി. ഹിഡുംബ കുലം എന്നെന്നേക്കുമായി ഉപേക്ഷിച്ച നികൃഷ്ട കർമ്മം, മാതാവ് തന്നെ തിരികെ കൊണ്ടുവരുന്നു. നിഷാദരുടെ കുല പ്രാമാണ്യത്തിന്റെ പ്രതീകമായി കരുതുന്ന ഹത്യാചാരം, ഹിഡുംബ വംശത്തിൽ വേണ്ടെന്നുവച്ചത് അവനായിരുന്നു. ധർമ്മ സൂക്തങ്ങളും വേദപ്പൊരുളും പകർന്നുകൊടുത്ത അമ്മയുടെ നിർദ്ദേശം നടപ്പാക്കിയപ്പോൾ കുലത്തിൽനിന്നും വലിയ എതിർപ്പുണ്ടായിരുന്നു. പക്ഷേ, അവന്റെ ആജ്ഞ എല്ലാവർക്കും അനുസരിക്കേണ്ടി വന്നു. ഇപ്പോഴത്തെ തീരുമാനത്തിൽനിന്നും മാതാവിനെ പിന്തിരിപ്പിക്കാൻ കഴിയില്ല, കാരണം ഓരോ തീരുമാനത്തിനു പിന്നിലും ഒരു നിമിത്തം ഉണ്ടായിരിക്കുമെന്ന് അവനറിയാം. ഹിതമോ അഹിതമോ ആയ കുല പാരമ്പര്യത്തിന്റെ വ്യവസ്ഥാപിത കർമ്മം അസുരവംശത്തിലെ പിൻമുറക്കാരന്റെ ഉള്ളിൽ ധർമ്മസങ്കടമായി നിറഞ്ഞുനിന്നു.

പുത്രൻ ജനിച്ച ശേഷം കുലത്തിനു വലിയ മാറ്റങ്ങളാണ് ഹിഡുംബി കൊണ്ടുവന്നത്. മരപ്പൊത്തുകളിൽ പാർത്തിരുന്നവർ മൺകുടിലുകൾ തീർത്തു, ചണ്ഡാളരെന്നും, ശവംതീനികളെന്നും, ലോകം പരിഹസിച്ച തന്റെ കുലത്തെ അവൾ പ്രകാശത്തിലേക്ക് നയിച്ചു. അങ്ങനെ നിഷാദറാണി അവരുടെ രാസ്ഥി ആയി. രാസ്ഥിയുടെ ആജ്ഞ അനുസരിച്ചേ പറ്റൂ....

കുളികഴിഞ്ഞ് ഈറനോടെ കടന്നുചെല്ലുമ്പോൾ കൂട്ടുകാരിൽ ചിലർ വിറകുകളിൽ മൃഗക്കൊഴുപ്പ് ഒഴിച്ച് അഗ്നികുണ്ഡം ഒരുക്കുകയായിരുന്നു., ബലിക്ക് മുന്നോടിയായുള്ള ആഘോഷത്തിന്റെ ഒരുക്കം. മുളന്തൂണിൽ ചാരി അമ്മ ഇരിപ്പുണ്ട്. മുഖം ശാന്തമാണ്. മുറ്റത്ത് ആളിക്കത്തുന്ന അഗ്നിയുടെ ഒരിതൾ ആ മുഖത്തു വീണു കിടപ്പുണ്ട്. "അമ്മേ.." അവൻ വിളിച്ചു. ഞെട്ടി മുഖമുയർത്തിയപ്പോൾ കണ്ണുകൾ കലങ്ങിക്കിടക്കുന്നത് അവൻ ശ്രദ്ധിച്ചു. പുറം കൈ കൊണ്ട് കണ്ണ് തുടച്ചിട്ട് അവൾ മകനെ അകത്തേക്ക് കൂട്ടിക്കൊണ്ടുപോയി. അന്ന് അവന് ഉറങ്ങാൻ കഴിഞ്ഞില്ല. കലങ്ങിമറിഞ്ഞ ചിന്തകൾക്ക് മീതെ അഗ്നികുണ്ഡത്തിനരികിലെ കടുംതുടിയുടെ രൗദ്രതാളം അവനെ അസ്വസ്ഥനാക്കി. വനനീലിമയിലേക്ക് പ്രകാശത്തുണ്ടുകൾ പരക്കുന്നതിനുമുമ്പ് അവൻ എഴുന്നേറ്റു. അമ്മയെ ഉണർത്താതെ ആ പാദങ്ങളിൽ നമസ്കരിച്ച് അവൻ പുറത്തു കടന്നു. ഒറ്റലക്ഷ്യം, ബലിത്തറയിൽ ബന്ധനസ്ഥനായി നില്ക്കുന്ന ജീവസ്സുറ്റ ഒരു മനുഷ്യൻ. ഹിമശൈലം മുതൽ ധുൻഗിരിവരെ പരന്നുകിടക്കുന്ന ഹിഡുംബവനത്തിന്റെ അധിപൻ, പർവ്വത ശരീരനായ ഹിഡുംബിതനയൻ, മനസ്സിൽ അഗ്നികുണ്ഡവുമായി വനത്തിന്റെ ആഴങ്ങളിൽ ഉഴറി നടന്നു.

സൂര്യന്റെ യാത്ര അവസാനിക്കാറായി. ക്ഷീണിച്ച് അവശനായ

അവൻ നദിയിലേക്ക് ഇറങ്ങി കുറെ നേരം മുങ്ങിക്കിടന്നു. വല്ലാത്ത ആശ്വാസം, പക്ഷേ, മനസ്സിന്റെ നീറ്റൽ മാറുന്നില്ല. കാട്ടുമരങ്ങൾ കുടപിടിച്ച നദിക്കരയിൽ അവൻ മലർന്നു കിടന്നു. മയക്കത്തിന്റെ വക്കിലെത്തിയപ്പോഴാണ് അവൻ ആ ശബ്ദം കേട്ടത്. എഴുന്നേറ്റുനിന്ന് ചെവിവട്ടം പിടിച്ച് ചുറ്റും നോക്കി. സന്തോഷമാണോ അതോ ആകാംക്ഷയാണോ ആ മുഖത്ത് വിരിഞ്ഞതെന്ന് വ്യക്തമല്ല. അവിശ്വസനീയതയോടെ വീണ്ടും നോക്കി അകലെ ഉടുംബര വൃക്ഷച്ചുവട്ടിൽ കുറെ മനുഷ്യർ, അഞ്ചു പേരുണ്ട് അവർ, അച്ഛനും അമ്മയും മൂന്നു പുത്രന്മാരും. ഒരുമാത്ര മനസ്സിനെ അടക്കി നിർത്തി, പിന്നെ ഒറ്റക്കുതിപ്പായിരുന്നു.

തങ്ങൾക്കുനേരെ അലറിപ്പാഞ്ഞുവരുന്ന ഭീകര രൂപം കണ്ട് അവർ മരവിച്ചു നിന്നുപോയി ഒരു നിലവിളി പൂർത്തിയാകുംമുമ്പ് അവൻ തൊട്ടുമുന്നിലെത്തി. ഒന്ന് ചലിക്കാൻപോലും ആയില്ല, ഭയം അത്രമേൽ അവരെ പൊതിഞ്ഞു നിന്നു,

"അറിഞ്ഞോ അറിയാതെയോ ആർക്കും ദോഷം ചെയ്യാത്ത സാധു ബ്രാഹ്മണരാണ് ഞങ്ങൾ, ബ്രഹ്മഹത്യക്ക് മുതിരരുത്".

പറയുമ്പോൾ വൃദ്ധനായ ബ്രാഹ്മണൻ ഭൂമിയോളം കുനിഞ്ഞിരുന്നു.

"എനിക്കുവേണ്ടി ഞാനൊന്നും ചെയ്യുന്നില്ല, പക്ഷേ, മാതാവിന്റെ ആജ്ഞ എനിക്ക് അനുസരിക്കണം സ്വകുലത്തിൽ നിന്നല്ലാത്ത ഒരാളെ ബലി കഴിക്കണം അതാണ് ആജ്ഞ."

ഒരു മാത്ര കൊണ്ട് ജീവിതം അവസാനിക്കുന്നു, ഈ കൊടുംകാട്ടിൽ തങ്ങളെ രക്ഷിക്കാൻ ആരുമില്ല, നരഭോജിയായ ഈ നിഷാദന്റെ ദംഷ്ട്രകൾക്കുള്ളിൽ ഒടുങ്ങാനാണല്ലോ തങ്ങളുടെ വിധി, വൃദ്ധ ദമ്പതിമാർ തങ്ങളുടെ മൂന്ന് മക്കളെയും നെഞ്ചോടുചേർത്ത് നിലവിളിച്ചു. ജീവനുവേണ്ടിയുള്ള പിടച്ചിൽ, മരണം കൺമുന്നിൽ ഭീകര രൂപം പൂണ്ട് നില്ക്കുമ്പോൾ പ്രജ്ഞ നഷ്ടപ്പെടുന്ന ബ്രാഹ്മണ വടുക്കൾ. അവന്റെ ഉള്ളിലെ അഗ്നികുണ്ഡത്തിൽ എവിടെയോ ഒരു നീർത്തുള്ളി വീണതുപോലെ തോന്നി.

ഇല്ല....., ഞാൻ നിഷാദനാണ് ഹിഡുംബിയുടെ പുത്രൻ നരഭോജികളായിരുന്ന ഹിഡുംബ കുലത്തിലെ പിൻമുറക്കാരൻ, അവൻ തളരാൻ പാടില്ല, മനസ്സ് അലിയാൻ പാടില്ല.

മനുഷ്യമാംസം ലഹരിയാക്കിയ പൂർവ്വപിതാമഹന്മാരുടെ വംശ പാരമ്പര്യത്തിൽ ഊറ്റം കൊള്ളാത്ത പുതുതലമുറയിലെ നിഷേധിയാണോ താൻ...., അറിയില്ല. ഒന്ന് അവനറിഞ്ഞു ഉള്ളിലെ നീറ്റൽ അടങ്ങുന്നില്ല. അമ്മയുടെ ആജ്ഞയും ബ്രാഹ്മണരുടെ പിടച്ചിലും ഉള്ളിൽ തിളച്ചുമറിഞ്ഞു.

"നിങ്ങളിൽ ഒരാളെ ഞാൻ ബലിക്കായി കൊണ്ടുപോകും."

പെട്ടെന്നായിരുന്നു അവന്റെ പ്രഖ്യാപനം. ബ്രാഹ്മണരുടെ നിലവിളി പൊടുന്നനെ മുറിഞ്ഞു. വിശ്വാസവും അവിശ്വാസവും സംഭ്രമവും ഇടകലർന്ന മിഴികൾ പരസ്പരം ഉടക്കിനിന്നു.

“ആരാണ് വരിക?” അവന്റെ ശബ്ദത്തിലെ മാർദ്ദവം നഷ്ടപ്പെട്ടിരുന്നു. അച്ഛനും അമ്മയും മക്കളെ ചേർത്തുപിടിച്ച് നിലവിളിച്ചു. മൂത്തവൻ അച്ഛന്റെ നെഞ്ചോട് ഒട്ടിനിന്ന് വിങ്ങിക്കരഞ്ഞു. ഇളയവനെ അമ്മ ചേർത്ത് നിർത്തി. ഏകനായ മധ്യമൻ – അതുതന്നെയായിരുന്നു അവന്റെ നാമം. തന്റെ മുന്നിൽ ഉയർന്നു നില്ക്കുന്ന പർവ്വത ശരീരനെ നിർവ്വികാരത യോടെ നോക്കി എന്നിട്ട് പറഞ്ഞു,

“പിതാവിന് ഏറ്റവും പ്രിയപ്പെട്ടവനാണ് എന്റെ ജ്യേഷ്ഠൻ. അനുജനെ മാതാവ് ഇതുവരെ ലാളിച്ച് കൊതി തീർന്നിട്ടില്ല. അതിനാൽ ഞാൻ....... ഞാനാണ് നിന്റെ ബലിമൃഗം, ശരീരശുദ്ധിവരുത്തി ഉടൻ തിരിച്ചെത്താം.” മധ്യമൻ സ്നാനഘട്ടം ലക്ഷ്യമാക്കി നടന്നു.

എരിഞ്ഞു താഴുന്ന പകലിന്റെ അവസാന തരിവെട്ടം ഓളപ്പരപ്പിൽ ഒഴുകി നടക്കുന്നു. നിമിഷങ്ങളുടെ സഞ്ചാരം.... വിപാസയിലെ കുളിർ കാറ്റ്..... നാണിച്ചു കടന്നുവരുന്ന ഇരുട്ട്.... ബലി പുരുഷന്റെ വരവിനായുള്ള കാത്തിരിപ്പ് നീണ്ടപ്പോൾ...... ക്ഷമകെട്ട് അവൻ നീട്ടിവിളിച്ചു, “മധ്യമാ.....” ഘോര നാദം നദിക്കരെ പ്രതിദ്ധ്വനിച്ചു. നദിയിൽ വലിയൊരു തിരയിളക്കം, ഇരുളിന്റെ നേർത്ത ആവരണം നീക്കി ഒരു രൂപം നടന്നു വരുന്നു. അവൻ ചെറുതായൊന്ന് നിശ്വസിച്ചു. നടന്നടുക്കുന്ന മദ്ധ്യമനെ നോക്കി ബ്രാഹ്മണർ അലമുറയിട്ടു. നടന്നുവരുന്നത് തന്റെ ബലിമൃഗം അല്ല എന്ന് പൊടുന്നനെ അവന് മനസ്സിലായി. തന്നോളം പോന്ന ശരീരം, ഉറച്ച കാല്വയ്പുകൾ, ഓരോ പദചലനവും അന്തരീക്ഷത്തിൽ തരംഗങ്ങൾ തീർക്കുന്നു, ഇരുൾ മൂടിത്തുടങ്ങിയ വനാന്തരങ്ങളിൽ ജ്വലിച്ചു നില്ക്കുന്ന കണ്ണുകൾ..... തേജസ്സും ഗാംഭീര്യവും സ്ഫുരിക്കുന്ന മുഖഭാവം.... ഒറ്റ ഉത്തരീയം അലസമായി ചുറ്റിയിരിക്കുന്നു......

“എന്തിനാണ് നീ വിളിച്ചത്.” മുഴക്കമുള്ള ശബ്ദം ജീവിതത്തിലിന്നോളം തോന്നിയിട്ടില്ലാത്ത ഒരു സംഭ്രമം, അത് പുറത്തുകാട്ടാതെ സ്വരം താഴ്ത്തി അവൻ പറഞ്ഞു.,

“ഞാൻ വിളിച്ചത് ഈ ബ്രാഹ്മണന്റെ പുത്രനായാണ്.”

“അല്ല നീ മധ്യമനെയാണ് വിളിച്ചത്.. മധ്യമ പാണ്ഡവൻ ഭീമസേനനാണ് ഞാൻ.”

മൃതപ്രായരായ ബ്രാഹ്മണ കുടുംബം തങ്ങൾ നേരിടുന്ന വിപത്തിന്റെ ഭാണ്ഡം ഭീമസേനന് മുന്നിൽ സമർപ്പിച്ച് സാഷ്ടാംഗപ്രണാമം നടത്തി. ഇരുട്ടിൽ പല്ലുകൾ ഞെരിയുന്ന ശബ്ദം, മുളം ചില്ലകളിൽ കാറ്റുരയുന്ന നിശ്വാസം. കൈയകലത്തിൽ ഭീമസേനൻ......

‘‘ഹേ നരഭോജിയായ കാട്ടാളാ നിന്റെ നിഴൽ പോലും ഈ ബ്രാഹ്മണ കുമാരന്റെ മേൽ വീഴില്ല”, ഭീമന്റെ ശബ്ദം. പക്ഷേ, അവൻ പരിഭ്രമം വിട്ടുണർന്ന് കഴിഞ്ഞിരുന്നു,

‘‘ഇത് എന്റെ കാട്, എന്നോട് ആക്രോശിക്കുവാൻ ഇറങ്ങിത്തിരിച്ചവൻ യമപുരിക്കാണ് പോകുന്നത്.”

“കാട്ടു ബാലകാ, നീ കണ്ട ഋതുക്കളുടെ എണ്ണം വളരെ കുറവ്.... അതാണ് നിന്നെ ഉന്മാദിയാക്കുന്നത് പൊയ്ക്കോ.”

ഭീമന്റെ അവഹേളനത്തിന് മുന്നിൽ അവൻ മനസ്സിനെ നിയന്ത്രിച്ചു നിർത്തി.

“മാതാവിന്റെ ആജ്ഞ എനിക്ക് നിറവേറ്റണം അതിനു തടസ്സം നില്ക്കുന്നത് ആരായാലും അവൻ ഈ കൈകളിൽ ഒടുങ്ങും.”

തന്റെ ജീവിതത്തിൽ അപൂർവ്വമായി മാത്രം നേരിട്ടിട്ടുള്ള വെല്ലുവിളി. ഭീമന്റെ രക്തം തിളച്ചുയർന്നെങ്കിലും കോപമടക്കിക്കൊണ്ട് ചോദിച്ചു

“ആരാണ് നീ? ആരാണ് നിന്റെ മാതാവ്?”

“ഹിഡുംബ കുലത്തിന്റെ രാസ്ഥി ഹിഡുംബിയുടെ പുത്രൻ ഘടോൽക്കചനാണ് ഞാൻ....”

അത് ഒരു അലർച്ചയായിരുന്നു, മദയാനയുടെ ചിന്നം വിളി.

ചേക്കേറിയ കിളികൾ ഉച്ചത്തിൽ ചിറകടിച്ചു പറന്നു. കാട്ടുമരങ്ങളിൽത്തട്ടി ആ ശബ്ദം വിപാസയ്ക്കക്കരെ മാറ്റൊലികൊണ്ടു.

ദ്യൂത സഭയിൽ നിസ്സഹായനായി നിന്ന ഭീമസേനൻ.... ബകനെയും കീചകനെയും ഹിഡുംബനെയും തച്ചു കൊന്ന മഹാബലിഷ്ഠൻ. കൊടുങ്കാറ്റിന്റെ കരുത്തുള്ള വായുപുത്രൻ കാനന നടുവിൽ നിസ്സഹായനായി നിന്നു. കൺകോണുകളിൽ ഉറവ പൊട്ടുന്നുവോ... ഇതാ കൺമുന്നിൽ തന്റെ മകൻ പഞ്ചപാണ്ഡവരുടെ കനിഷ്ഠ പുത്രൻ ഘടോൽക്കചൻ. ഭീമന്റെ കൈകൾ വിറകൊണ്ടു, ചുണ്ടുകൾ വിതുമ്പി, വാക്കുകൾ പുറത്തേക്കു വരുന്നില്ല, അയാൾ ഒരു സാധാരണ മനുഷ്യനായി മാറി. കേവലമായ ഭാവങ്ങൾ അയാളെ മൂടിക്കളഞ്ഞു. തന്നെക്കാൾ ബലവാനായ തന്റെ പുത്രൻ. അതികായനായ ഘടോൽക്കചനെ നെഞ്ചോട് ചേർത്ത് നിർത്തി.

“ഞാൻ.... ഞാൻ, നിന്റെ പിതാവാണ് പുത്രാ, കൗന്തേയനായ ഭീമസേനൻ.”

കൂടുവിട്ട് പറന്നകന്ന കിളികൾ മരക്കൊമ്പുകളിലേക്ക് തിരികെ വന്നുകൊണ്ടിരുന്നു. പ്രജ്ഞ നഷ്ടപ്പെട്ടുപോയ ശബരവംശി ഭൂമിയിൽ ആണ്ട് നിന്നുപോയ നിമിഷങ്ങൾ. തന്റെ പിതാവ് കാടിറങ്ങിപ്പോയ ക്ഷത്രിയകുമാരൻ. മാതാവിന്റെ കണ്ണീരും ശിവപ്പെരുമാളിന്റെ മൺതറയും നീറിപ്പുകഞ്ഞ ഘടോൽക്കചന്റെ മനസ്സിൽ ഭീമന്റെ ഗാംഭീര്യം തുടിച്ചുയർന്നു.

“മഹാനായ പിതാവേ മാപ്പ് അങ്ങയെ അവഹേളിച്ചതിന്, വെല്ലുവിളിച്ചതിന്, എല്ലാറ്റിനും മാപ്പ്”. ഘടോൽക്കചൻ ഭീമസേനന്റ മുന്നിൽ മുട്ടുകുത്തി.

അനിന്തിതയുടെ ഭേരി മുഴങ്ങിയപ്പോൾ ഹിഡുംബി ഒന്നു ശങ്കിച്ചു. പ്രിയപ്പെട്ടവർ എത്തുമ്പോൾ മാത്രം മുഴക്കാറുള്ള ശംഖനാദം. അവൾ ധൃതിപ്പെട്ട് പുറത്തുവന്നു. മുറ്റത്തെ അഗ്നികുണ്ഡത്തിൽ കനലുകൾ ജ്വലിക്കുന്നുണ്ട്. പുത്രൻ എത്തിയിരിക്കുന്നു. ശംഖനാദം ഉയർത്തിയ ജിജ്ഞാസയാലാകണം ഇലച്ചാർത്തുകൾക്കിടയിൽ ആളുകൾ തിങ്ങിക്കൂടി. അഗ്നി

കുണ്ഡത്തിന്റെ നേരിയ വെളിച്ചത്തിനപ്പുറത്ത് ഒരു രൂപം - വെള്ള ഉത്തരീയം, മഹാകായം, പതുക്കെ അവൾ നടന്നടുത്തു കനൽ വെളിച്ചത്തിൽ ആ മുഖം കണ്ടു, ഭീമസേനൻ, തന്റെ പുരുഷൻ. സർവ്വവും അടിയറവയ്ക്കപ്പെട്ട തന്റെ മാത്രം മഹാരാജാവ്. അവളുടെ മുഖം താണു, ഉതിർന്നുവീണ കണ്ണീർക്കണങ്ങൾ പുറം കൈകൊണ്ടു തുടച്ചു.

"പ്രിയേ കരയരുത് ഇതാ ഞാൻ എത്തി, നിനക്ക് ആനന്ദം തോന്നുന്നില്ലേ... നമ്മുടെ പുത്രൻ..." ഭീമൻ പുത്രനെ നെഞ്ചോട് ചേർത്തു നിർത്തി.

"ഒടുവിൽ അങ്ങ് എത്തി നമ്മുടെ.... നമ്മുടെ പുത്രൻ..." അവൾക്ക് വാക്കുകൾ മുഴുമിക്കാൻ കഴിഞ്ഞില്ല. പന്തങ്ങൾ നിരന്നു, ഹിഡുംബ ഗോത്രം ഉണർന്നു.

"ഞാൻ മധ്യമ പാണ്ഡവൻ ഭീമസേനൻ... ഹസ്തിനപുരത്തിന്റെ ദ്വിതീയ രാജാവ്, ഇത് എന്റെ സഹധർമ്മിണി ഹിഡുംബി, ഞങ്ങളുടെ പുത്രൻ ഹസ്തിനപുരത്തിലെ യുവരാജാവ് ഘടോൽക്കചൻ...." അപ്പോൾ അഗ്നികുണ്ഡത്തിലെ ചെങ്കനൽ അവന്റെ മുഖത്ത് തെളിഞ്ഞ് കാണാമായിരുന്നു. അനിന്ദിത വീണ്ടും വീണ്ടും മുഴങ്ങി. പന്തങ്ങൾ ആളിക്കത്തി ആരവങ്ങൾ ഉയർന്നു.

"മഹാരാജാവ് ഭീമസേനൻ...... മഹാറാണി ഹിഡുംബി...... യുവരാജാവ് ഘടോൽക്കചൻ....." വാഴ്ത്തിപ്പാടിയ ജയഭേരികൾ, അഗ്നി നൃത്തച്ചുവടുകൾ, ഒഴിയും തോറും നിറയുന്ന തോൽക്കുടങ്ങൾ, അവസാനിക്കാത്ത ആഘോഷരാവ്.... വ്യാഴവട്ടത്തിനപ്പുറം സൂര്യനസ്തമിക്കരുതെന്ന് പ്രാർത്ഥിച്ച പകലുകളും, രമിച്ചു നടന്ന ഗിരിശൃംഘങ്ങളും ഹിഡുംബിയുടെ മനസ്സിനെ തരളിതമാക്കിയ രാത്രിയായിരുന്നു അത്.

ഭീമസേനൻ എഴുന്നേറ്റു.

"പാണ്ഡവർക്ക് ഒരു ലക്ഷ്യമുണ്ട്, നഷ്ടങ്ങളും അപമാനവും നിസ്സഹായതയും ചുട്ടുപൊള്ളിക്കുകയാണ്. കൗന്തേയർക്ക് ഒരിക്കലെങ്കിലും ജയിക്കണം. ദ്യൂതസഭയിൽ വിവസ്ത്രയാക്കപ്പെട്ട പാഞ്ചാലിയുടെ രോദനം മനസ്സിൽ ആളിക്കത്തുകയാണ്. അഗ്നി വിഴുങ്ങിയ വാരണാവതത്തിലെ മരക്കൊട്ടാരം, ഒടുങ്ങാത്ത പീഢനപർവ്വം, ഒരിക്കലെങ്കിലും ജയിച്ചേ തീരൂ." ഭീമന്റെ മുഖത്ത് ഇപ്പോൾ അഗ്നി കാണാമായിരുന്നു. ഹിഡുംബി നിശ്ശബ്ദം കേട്ടിരുന്നു. ഭീമൻ പുത്രനെ ചേർത്തുപിടിച്ചു.

"നമ്മുടെ പുത്രൻ, ഈ ക്ഷത്രിയ കുമാരൻ മഹാബലവാനായ ഘടോൽക്കചൻ പാണ്ഡവ കുലത്തിന്റെ മഹിമ കാക്കും." ഭീമന്റെ വാക്കുകൾ ഹിഡുംബിയിൽ ഒരു ഞെട്ടൽ ഉണ്ടാക്കി.

"കഴിഞ്ഞ പതിനെട്ട് വർഷമായി പിതാവിനെ കാത്തിരുന്ന മകന്റെ കണ്ണുകൾക്കുള്ള സമ്മാനമാണോ ഹസ്തിനപുരത്തിന്റെ യുവരാജപ്പട്ടം. ഇല്ല, ഘടോൽക്കചൻ ക്ഷത്രിയനല്ല. അവനിൽ ക്ഷാത്രവീര്യത്തിന്റെ അഗ്നി പടർത്തി കുരുക്ഷേത്രത്തിലേക്ക് കൊണ്ടുപോകാൻ ഞാൻ അനുവദിക്കില്ല. അസുരനായ ഘടോൽക്കചന് രജോഗുണം ചേരില്ല". ഹിഡുംബിയുടെ ശബ്ദമിടറി.

"പിതാവിന്റെ കുലം അതാണ് വംശ പാരമ്പര്യത്തിന്റെ അടിത്തറ, ഘടോൽക്കചന്റെ പിതാവ് ക്ഷത്രിയനാണ്", ഭീമന്റെ സ്വരം കടുത്തു.

"എന്റെ സിരകളിൽ ഒഴുകുന്നത് മഹാക്ഷത്രിയനായ ഭീമന്റെ രക്തമാണ്, അതാണ് എന്റെ ശക്തി, പുത്രന്റെ കടമ മാതാപിതാക്കളുടെ ആവശ്യങ്ങൾ നിറവേറ്റാൻ അവസാനംവരെ പോരാടുക എന്നതാണ്, എനിക്ക് പിതാവിന്റെ ആജ്ഞ അനുസരിച്ചേ പറ്റൂ, കുരുക്ഷേത്രത്തിലെ രണഭൂമിയിൽ ഘടോൽക്കചൻ ഉണ്ടാകും അവസാനം വരെ." അമ്മ നിശ്ശബ്ദയായി.

അർദ്ധാസുരനായ ഘടോൽക്കചന് വീരോചിതമായ വരവേല്പാണ് ഇന്ദ്രപ്രസ്ഥത്തിൽ ലഭിച്ചത്. സ്വന്തം രാജ്യത്ത് അഭയാർത്ഥികളായി കഴിയുന്ന പാണ്ഡവരുടെ പരിമിതികൾ ആഘോഷത്തിൽ പ്രതിഫലിച്ചിരുന്നുവെങ്കിലും അവന് അഭിമാനം തോന്നിയ നിമിഷങ്ങളായിരുന്നു അത്. പാണ്ഡവരുടെ വഴികാട്ടിയും ഉപദേശകനുമായ കൃഷ്ണന്റെ സാന്നിദ്ധ്യം എല്ലാവരെയും സന്തോഷിപ്പിച്ചു. വരാനിരിക്കുന്ന യുദ്ധത്തിന് എത്തിച്ചേർന്ന വീരൻമാർ, കൂടാതെ ആനകളെയും, കുതിരകളെയും അണിനിരത്തിയുള്ള സൈനിക പ്രകടനം എല്ലാ ദിവസവും ഉള്ളതാണെങ്കിലും അന്നത്തേത് ഘടോൽക്കചന് വേണ്ടി മാത്രം ഉള്ളതാണെന്ന് അവനോട് സ്വകാര്യമായി പറഞ്ഞത് യുധിഷ്ഠിര പിതാവാണ്. സ്വന്തം പിതാവിന് ഉള്ളതിലധികം വാത്സല്യം വല്യച്ഛനുണ്ടെന്ന് അവനു തോന്നി.

"ദ്വിതീയ പാണ്ഡവൻ ഭീമസേനന്റെ പുത്രൻ... ആയിരം മദയാനകൾക്ക് സമനായ ഘടോൽക്കചൻ നമ്മോടൊപ്പം ചേർന്നു കഴിഞ്ഞു, ഇനി കുരുക്ഷേത്രത്തിൽ നമ്മുടെ ധ്വജാരോഹണം കൂടുതൽ എളുപ്പമായി" യുധിഷ്ഠിരൻ പറഞ്ഞവസാനിപ്പിച്ചപ്പോൾ കൂടി നിന്ന കുതിരപ്പടയാളികൾ ജയ് വിളിച്ചു,

"ഘടോൽക്കചൻ വിജയിക്കട്ടെ....." യുവരാജാവ് ഘടോൽക്കചകുമാരൻ വിജയിക്കട്ടെ എന്ന ഘോഷം മുഴങ്ങും എന്ന് അവൻ ഒരു നിമിഷം ആഗ്രഹിച്ചു. അരുത്, നിന്റെ ചിന്തകൾക്ക് കടിഞ്ഞാൺ നഷ്ടപ്പെടരുത്, നിഷാദ കുലത്തിലെ ഹിഡുംബിയുടെ പുത്രൻ യുവരാജാവാകുന്ന ദിനം നീ സ്വപ്നം കാണരുത്. അവനെ മനസ്സ് വിലക്കി. ഇന്ദ്രപ്രസ്ഥത്തിൽ ഘടോൽക്കചന്റെ ഉറ്റമിത്രം അഭിമന്യു ആയിരുന്നു. വളരെ പെട്ടെന്നാണ് അവർ പരസ്പരം അടുത്തത്. ആലോചനാ മണ്ഡപത്തിന്റെ പിന്നാമ്പുറങ്ങളിലും, കൊട്ടാരത്തിലെ ആളൊഴിഞ്ഞ ഇടനാഴികളിലും അവർ ചർച്ചയിൽ ഏർപ്പെട്ടു. ഇഹ–പര ലോകത്തിലെ കർമ്മങ്ങളെക്കുറിച്ചും, രാജ്യതന്ത്രജ്ഞതയിലെ ന്യായാന്യായങ്ങളെ കുറിച്ചുമൊക്കെയുള്ള അഭിമന്യുവിന്റെ അഗാധമായ അറിവ് ഘടോൽക്കചനെ അത്ഭുതപ്പെടുത്തി.

"ജ്യേഷ്ഠാ അങ്ങയുടെ കരുത്താണ് പാണ്ഡവരുടെ ശക്തി. കുന്തി മുത്തശ്ശിയുടെ നിർദ്ദേശമായിരുന്നു പാണ്ഡവരുടെ മൂത്ത പുത്രനെ കൂടെക്കൂട്ടണം എന്നുള്ളത്. ഈ വരവിൽ ഏറ്റവും കൂടുതൽ സന്തോഷിക്കുന്നത് ഞാനാണ്."

അഭിമന്യുവിന്റെ 'ജ്യേഷ്ഠാ' എന്ന സംബോധന ഘടോൽക്കചനെ വല്ലാതെ സ്പർശിച്ചു. അയാൾ സംസാരിച്ചത് മുഴുവൻ യുദ്ധത്തെക്കുറിച്ചും മരണത്തെക്കുറിച്ചും ആയിരുന്നു.

ഘടോൽക്കചൻ ഇന്ദ്രപ്രസ്ഥത്തിൽ എത്തിയ ഏഴാം ദിനം മറ്റൊരു ചടങ്ങു കൂടി നടന്നു. അവന്റെ വിവാഹം. പ്രാഗ്ജ്യോതിഷത്തിലെ ഭഗദത്ത രാജാവിന്റെ സാമന്തൻ മുരാസുരന്റെ പുത്രി അഹിലാവതി ആയിരുന്നു വധു. കൃഷ്ണന്റെ നിർദ്ദേശമായിരുന്നു. യുധിഷ്ഠിര പിതാവ് ഒഴികെ മറ്റെല്ലാവർക്കും സമ്മതം. മുരാസുരപുത്രി ഘടോൽക്കചന് അനുരൂപയായിരിക്കുമോ എന്ന സംശയം യുധിഷ്ഠിരൻ പ്രകടിപ്പിച്ചുവെങ്കിലും മറ്റുള്ളവരുടെ അഭിപ്രായത്തോട് യോജിക്കുകയാണ് ഉണ്ടായത്. അഹിലാവതി ധീരയും ബുദ്ധിമതിയുമായിരുന്നു. ബുദ്ധികൊണ്ടും ആയുധം കൊണ്ടും തന്നെ പരാജയപ്പെടുത്തുന്നവരുടെ മുന്നിൽ മാത്രമേ വരണമാല്യവുമായി എത്തുകയുള്ളൂ എന്ന ശപഥത്തിന് മുന്നിൽ പല യോദ്ധാക്കളും അടിയറവു പറഞ്ഞു. ഗംഗാ തടത്തിലും ശിവശൈലത്തിന്റെ താഴ്വാരങ്ങളിലും വനനീലിമയുടെ ഗർഭാന്തരങ്ങളിലും അലഞ്ഞുനടന്ന നിഷാദന് ആയോധനവും അധ്യയനവും പകർന്നുകൊടുത്ത അമ്മയുടെ പാദങ്ങളിൽ മിഴിനീരിറ്റിച്ച് അവൻ ആയുധമെടുത്തു. ഘടോൽക്കചന് അതൊരു യുദ്ധമേ ആയിരുന്നില്ല. അവന്റെ മനസ്സുനിറയെ മാതാവിന്റെ അസാന്നിദ്ധ്യത്തിൽ വിവാഹം കഴിക്കേണ്ടി വരുമല്ലോ എന്ന സങ്കടം മാത്രമായിരുന്നു. വിവാഹം കഴിഞ്ഞുള്ള ഇന്ദ്രപ്രസ്ഥത്തിലെ വരവേല്പും ഗംഭീരമായിരുന്നു.

യുദ്ധം അടുക്കുന്തോറും പാണ്ഡവരുടെ ഇടയിൽ പിരിമുറക്കം കാണാമായിരുന്നു. എന്നാൽ യുദ്ധത്തിന്റെ ദിനങ്ങൾ എണ്ണി കാത്തിരുന്ന ഘടോൽക്കചൻ ആവേശഭരിതനായിരുന്നു. വിവാഹത്തിന്റെ ആലസ്യമൊന്നും അയാളെ ബാധിച്ചില്ല. അവന്റെ ആവേശം അഭിമന്യുവിലേക്കും പടർന്നുകയറി. ദുര്യോധനൻ, കർണ്ണൻ, അശ്വത്ഥാമാവ്– ഈ മൂവരെയും ലക്ഷ്യംവെച്ചുള്ള തന്ത്രങ്ങൾ അവർ മെനഞ്ഞു. ഇരുട്ടിലേക്ക് പാൽചന്ദ്രിക ഒഴുകിവരുന്ന യജ്ഞകത്തിന് ചുവട്ടിലിരുന്ന് അവർ സംസാരിച്ചത് ആയുധങ്ങളെക്കുറിച്ചായിരുന്നു. പാണ്ഡവരുടെ ഉറക്കംകെടുത്തുന്ന കർണ്ണന്റെ 'വൈജയന്തി'യിൽ എത്തിയപ്പോൾ ആലോചനാമണ്ഡപത്തിനു ചുറ്റും കൽവിളക്കുകൾ തെളിഞ്ഞു.

"കൂടിയാലോചന തുടങ്ങി" അഭിമന്യു സ്വയം പറഞ്ഞു. ഇന്നത്തെ ആലോചനകളുടെ കേന്ദ്രബിന്ദു താനാണെന്നറിഞ്ഞപ്പോൾ അഭിമന്യുവിന്റെ പുറത്ത് തട്ടി ഘടോൽക്കചൻ പറഞ്ഞു

"പോകാം"

"നില്ക്കു ജ്യേഷ്ഠാ, പാണ്ഡവർക്ക് അങ്ങയെക്കുറിച്ചുള്ള വിലയിരുത്തൽ ശ്രദ്ധിക്കുന്നതിൽ തെറ്റില്ല".

"വേണ്ട കുമാരാ, അസുരനെ വിലയിരുത്താൻ ക്ഷത്രിയനാകില്ല"

പക്ഷേ, കൗമാര സഹജമായ ആകാംക്ഷ അഭിമന്യുവിനെ വിട്ടൊഴിഞ്ഞിരുന്നില്ല. കൃഷ്ണന് മുന്നിൽ പാണ്ഡവർ ചമ്രം പടിഞ്ഞ് നിലത്തിരുന്നു. യുദ്ധത്തിനു പകരം രാജ്യതന്ത്രം ആയിരുന്നു അവർ ചർച്ച ചെയ്തത്. തനിക്കെന്നും പ്രിയപ്പെട്ട നീതി ധർമ്മശാസ്ത്രങ്ങളെപ്പറ്റി യുധിഷ്ഠിരൻ സംസാരിച്ചു. "ധർമ്മം നശിക്കുമ്പോൾ ലോഭം വർദ്ധിക്കും" എന്നോ മറ്റോ ഉള്ള വാക്കുകൾ യജ്ഞകച്ചുവട്ടിലേക്ക് ഒഴുകിവന്നു. ചർച്ച തർക്കങ്ങളിലേക്ക് ഗതി മാറിയപ്പോൾ ശബ്ദത്തിനും വ്യക്തത വന്നു.

"പ്രതി വിന്ധ്യനോ, അതോ ഘടോൽക്കചനോ"....അതായിരുന്നു തർക്കവിഷയം.

യുധിഷ്ഠിരന്റെ ധർമ്മനിഷ്ഠയിൽ ധർമ്മം ഉണ്ടെങ്കിൽ പ്രതി വിന്ധ്യനല്ല, മറിച്ച് പാണ്ഡവരുടെ കനിഷ്ഠ പുത്രൻ ഘടോൽക്കചനാണ് ഹസ്തിനപുരിയുടെ യുവരാജപ്പട്ടത്തിന് അർഹനെന്നും, കുരുക്ഷേത്രത്തിൽ പോരാടാൻ എത്തിയത് അങ്ങനെ ഒരു പ്രതീക്ഷ അവന്റെ മനസ്സിൽ ജ്വലിപ്പിച്ച് നിർത്തിയത് കൊണ്ടാണെന്നും, അങ്ങനെയൊരു മോഹം നല്കാൻ പാടില്ലായിരുന്നു എന്നും അർജ്ജുനൻ പറഞ്ഞു.

ഇരുണ്ട വനാന്തരങ്ങളിലെ നിശായുദ്ധവീരനെ കുരുക്ഷേത്രത്തിലെത്തിച്ച് വിജയം നേടിയശേഷം കാമ്യകത്തിന്റെ അതിർത്തി കടത്തിവിടാമെന്ന ഗൂഢനീക്കത്തിന്റെ സ്പന്ദനം ഇപ്പോഴേ കേട്ടുതുടങ്ങി.

ഘടോൽക്കചൻ ഹസ്തിനപുരത്തിന്റെ യുവരാജാവാകാൻ യോഗ്യനാണോ. മഹാനീതിമാനായ ധർമ്മപുത്രരുടെ നീതി ശാസ്ത്രപ്രകാരം തലമുറയിലെ ആദ്യജാതനാണ് കിരീടാവകാശി. ഹസ്തിനപുരിയുടെ രാജാവാകാൻ യുധിഷ്ഠിരൻ മുറുകെപ്പിടിച്ച നീതി സംഹിത, ഘടോൽക്കചനിൽ എത്തിയപ്പോൾ, സ്വന്തം മകനിലേക്ക് വഴിതിരിച്ചുവിട്ട ധർമ്മപുത്രരുടെ നീതിബോധത്തിൽ ഇരുട്ട് പരന്ന നിമിഷങ്ങളായിരുന്നു അത്. ഏതു നീതിമാനും ധർമ്മം നടപ്പാക്കുമ്പോൾ രണ്ട് ചിന്തകൾ ചൂഴ്ന്നു നില്ക്കും, തന്നെ ബാധിക്കുന്നതാണെങ്കിൽ അപ്പോൾ ധർമ്മം സ്വാർത്ഥമാകും അല്ലെങ്കിൽ അത് ധർമ്മമായിത്തന്നെ നിലനില്ക്കും. ഏത് തെറ്റും ഏത് കഴിവില്ലായ്മയും ധർമ്മത്തിന്റെ പൊരുളിൽ ആഗ്നേയം ചെയ്യപ്പെടുമ്പോൾ നീതീകരിക്കപ്പെടുന്ന ധർമ്മപുത്രരുടെ പതിവ് സിദ്ധാന്തം തന്നെയാണ് അവിടെ വിജയിച്ചത്, കൃഷ്ണനാണ് ഉപസംഹരിച്ചത്. നിസ്സംഗനായിരിക്കുന്ന ഭീമനെ നോക്കി കൃഷ്ണൻ പറഞ്ഞു,

"ക്ഷത്രിയന്റെ ധർമ്മം രാജ്യഭാരമാണ്, അവൻ വീര്യം കാട്ടുന്നത് യുദ്ധത്തിലാണ്, രാജ്യ ഭാരതത്തിന്റെ വഴിയിലെ ക്രീഡകൾ സംഘർഷഭരിതമായ അവന്റെ മനസ്സിനെ ലഘൂകരിക്കുന്നതിനുള്ള മാർഗ്ഗങ്ങൾ മാത്രമാണ്, അതിനെ വെറും വേഴ്ചകൾ ആയി മാത്രം കണ്ടാൽ മതി, അത് ഏതു കുലമായിട്ടും ആകാം അതിൽ ജനിക്കുന്ന സന്താനങ്ങൾ അവർക്കുള്ള സമ്മാനങ്ങൾ മാത്രമാണ്. അവരെയൊന്നും ക്ഷത്രിയ കുലത്തിലേക്ക് പരിവർത്തനം ചെയ്യേണ്ടതില്ല, ഘടോൽക്കചൻ ക്ഷത്രിയനല്ല, അല്ലെങ്കിൽ ആരും അയാളെ അങ്ങനെ അംഗീകരിച്ചിട്ടില്ല..."

ആലോചനാ മണ്ഡപത്തിലെ ഓട്ടു വിളക്കുകൾ മിഴിയടച്ചു കഴിഞ്ഞു.

യജ്ഞകത്തിന്റെ ശിഖരങ്ങൾക്കിടയിലെ നിലാവെളിച്ചം മങ്ങിത്തുടങ്ങി. അഭിമന്യുവിന്റെ മുഖം കുറ്റബോധംകൊണ്ട് താഴ്ന്നിരുന്നു. ഇന്ദ്രപ്രസ്ഥത്തിലെ ആലോചനാ മണ്ഡപത്തിന് പിന്നിൽ വിറങ്ങലിച്ചുനിന്ന ഘടോൽക്കചന്റെ വിരിഞ്ഞ ഭുജത്തിൽ ആശ്വാസത്തിന്റെ കരതലം വച്ച് അഭിമന്യു നിന്നു. പ്രവേശനകവാടത്തിനരികിലെ സ്വീകരണ മണ്ഡപത്തിൽവച്ച് മനസ്സിൽ കുഴിച്ചുമൂടിയ ക്ഷത്രിയ മോഹം താനറിയാതെ പുറത്തെടുത്ത് കടിച്ചു കുടയുന്നത് ഘടോൽക്കചൻ നോക്കിനിന്നു.

മാതാവിനെ ധിക്കരിച്ച് ക്ഷത്രിയനാകാൻ പുറപ്പെട്ടവന്റെ ഹൃദയം ഇരുൾ മരത്തിനു ചുവട്ടിൽക്കിടന്ന് പിടഞ്ഞു.

"കുമാരാ..., എനിക്ക് രാജ്യം വേണ്ട, സിംഹാസനം വേണ്ട, ക്ഷത്രിയനാക്കി അപദാനങ്ങൾ പാടേണ്ട, യജ്ഞവിരോധിയായ നിഷാദനായിത്തന്നെ ഞാൻ അവസാനിക്കും. ക്ഷാത്രവീര്യത്തിന്റെ ഉന്മാദത്തിൽ ലാഭത്തിന്റെ കണക്കുകൾ ഒപ്പിക്കുന്ന തന്ത്രമാണ് ഇവിടെ ധർമ്മം. ഞാൻ അതിൽ വീണു, അറിഞ്ഞുകൊണ്ടുതന്നെ, ഇനി ഒരു തിരിച്ചുപോക്ക് ഉണ്ടാകില്ല. എന്തിനു വേണ്ടിയാണോ ഞാൻ ഇറങ്ങിത്തിരിച്ചത് അതിനു വേണ്ടി ഉറച്ചുനില്ക്കും.... അവസാനം വരെ, കാരണം ഞാൻ അധഃകൃതനാണ്. അവസരങ്ങൾക്കായി കാത്തിരുന്നു പടവെട്ടി, ലാഭത്തിന്റെ കണക്ക് പൂർത്തിയാകുമ്പോൾ ആയുധം ഉറയിൽ ഇടുന്നവനല്ല ഘടോൽക്കചൻ.... പിന്നാമ്പുറങ്ങളാണ് എന്റെ അഭയകേന്ദ്രങ്ങൾ എന്റെ അദ്ധ്വാനമാണ് അവർക്ക് ആവശ്യം, അതിന് പ്രതിഫലം ചോദിക്കില്ല, അത് അവർക്കുള്ളതാണ്, ഇന്ന് ഞാൻ ശാന്തമായി ഉറങ്ങും, നാളെ പാണ്ഡവർക്ക് വേണ്ടി പടവെട്ടേണ്ടതാണ്."

കുരുക്ഷേത്രത്തിലെ കാഹളം അയാളുടെ നെഞ്ചിൽ കൊടുങ്കാറ്റായി ആഞ്ഞടിച്ചു........

ഗജസമാനമായ കുതിരകളെ പൂട്ടിയ എട്ട് ചക്രങ്ങളുള്ള കൂറ്റൻ രഥത്തിൽ മിന്നൽപ്പിണർ കണക്കെ പാഞ്ഞടുക്കുന്ന ഘടോൽക്കചനെ കണ്ട് കൗരവ സൈന്യം നടുങ്ങി. കാരിരുമ്പിന്റെ കരുത്തും കൊടുങ്കാറ്റിന്റെ വേഗവുമായി കൗരവപ്പടയെ മുച്ചൂടും മുടിച്ച് മുന്നേറുന്ന നിഷാദസൈന്യത്തെ നേരിടാൻ ദുര്യോധനാദികൾ വിഷമിച്ചു. കൗരവ യോദ്ധാക്കളെ നിർഭയം നേരിടുന്ന ഘടോൽക്കചന്റെ പോരാട്ടവീര്യം പാണ്ഡവർ ശരിക്കും ആസ്വദിച്ചു നിന്നു പോയി. കുരുക്ഷേത്രത്തിന്റെ ഉത്തര-ദക്ഷിണ ദിക്കുകളിൽ നിമിഷാർദ്ധംകൊണ്ട് മാറിമാറി യുദ്ധം ചെയ്യുന്ന അവന്റെ ദ്രുതചലനങ്ങളും, അന്തരീക്ഷത്തിലേക്ക് കുതിച്ചുയർന്നുള്ള അഭ്യാസ മുറയും ശത്രുക്കളെ ഭയചകിതരാക്കി.

ദുര്യോധനനുമായി നേർക്കുനേർ ഏറ്റുമുട്ടാൻ ഘടോൽക്കചന് എട്ടാം ദിനം വരെ കാത്തിരിക്കേണ്ടിവന്നു. മഹാസമുദ്രം കണക്കെ ആർത്തിരമ്പി വരുന്ന പെരുമ്പടയെ കണ്ട് അവൻ ഉന്മത്തനായി അലറി. കുരുക്ഷേത്ര

ത്തിലെമ്പാടും അത് പ്രതിദ്ധ്വനിച്ചു. ആസുരഭാവത്തോടെ കൗരവപ്പടയെ അരിഞ്ഞു തള്ളി മുന്നേറുന്ന ഹിഡുംബീ പുത്രനെ തടയാൻ ദുര്യോധനനും ദ്രോണരും ഒന്നിച്ച് അടരാടി. പാഞ്ചാലി വസ്ത്രാക്ഷേപവും, കള്ളച്ചൂതും, അങ്ങനെ ഓരോന്നും എണ്ണിയെണ്ണിപ്പറഞ്ഞ് അവൻ ദുര്യോധനന് മേൽ ഘോരാസ്ത്രങ്ങളുടെ തീമഴ സൃഷ്ടിച്ചു. മഹാബലൻമാരും വിശ്രുതരുമായ കൗരവ യോദ്ധാക്കളെ നിർഭയം നേരിടുമ്പോൾ, ഭീമനും അർജ്ജുനനും യുധിഷ്ഠിരനും അഭിമാനത്തോടെ നോക്കി നിന്നു. പോർച്ചട്ടകളിൽ തട്ടി ത്തകർന്നു വീഴുന്നു ഘോരാസ്ത്രങ്ങൾ യുദ്ധഭൂമിയിൽ പ്രകമ്പനങ്ങൾ തീർത്തു. പാണ്ഡവപ്പട ജയഭേരി മുഴക്കി അവന്റെ വീര്യം കൂട്ടുമ്പോൾ കുരുക്കളുടെ പരാജയവും, പാണ്ഡവരുടെ വിജയവും ഞെട്ടലോടെ ദുര്യോധനൻ തിരിച്ചറിഞ്ഞു. അർദ്ധ മനസ്സുമായി അടർക്കളത്തിൽ നില്ക്കുന്ന ദുര്യോധനന് അരികിലേക്ക് ഭീഷ്മർ കുതിച്ചെത്തി. എന്നിട്ട് പറഞ്ഞു

"രാജാവ് രാജാവിനോടാണ് യുദ്ധം ചെയ്യേണ്ടത് നീ ധർമ്മജനോടും സഹോദരങ്ങളോടും യുദ്ധം ചെയ്യുക ഇവനെ മറ്റുള്ളവർക്ക് വിട്ടുകൊടുക്കുക..."

ക്ഷണനേരം കൊണ്ട് ദ്രോണപുത്രൻ ഘടോൽക്കചന് നേരെ പാഞ്ഞടുത്തു. കുരുക്ഷേത്രം കണ്ടതിൽവച്ച് ഏറ്റവും തീക്ഷ്ണമായ പോരാട്ടങ്ങളിൽ ഒന്നായിരുന്നു അത്. ഗദയും, മുസലവും, മഹാചാപങ്ങളും യുദ്ധഭൂമിയെ പ്രകമ്പനം കൊള്ളിച്ചു. അശ്വത്ഥാമാവിന്റെ പ്രചണ്ഡമായ പരാക്രമം പാണ്ഡവസേനയെ അടിമുടി വിറപ്പിച്ചു. പിതാവും പുത്രനും ചേർന്ന് വൈരികളെ കൊന്നു വീഴ്ത്തിയപ്പോൾ ചിതറിയോടിയ പാണ്ഡവ സൈന്യത്തെ ഘടോൽക്കചൻ തടുത്തു നിർത്തി. ഭീമനും അർജ്ജുനനും ഇരുവശത്തുനിന്നും പടനയിച്ച് ദ്രോണരെ നേരിട്ടപ്പോൾ പുത്രനെ അസ്ത്രങ്ങളാൽ ഘടോൽക്കചൻ വരിഞ്ഞുകെട്ടിയിട്ടു. രൗദ്രഭാവം പൂണ്ട തിരമാല കണക്കെ അശ്വത്ഥാമാവ് പാണ്ഡവപ്പടയെ ഛിന്നഭിന്നമാക്കി. കോപാക്രാന്തനായ അയാൾ ദുര്യോധനനോട് വിളിച്ചുപറഞ്ഞു

"അങ്ങ് ക്ലേശിക്കരുത്, ഈ രാക്ഷസപ്പടയെ കൊന്ന് തള്ളുന്നത് കണ്ടു കൊൾക", എന്നിട്ട് അത്യുഗ്രമായ സായകം ഘടോൽക്കചനുനേരെ തൊടുത്തുവിട്ടു. നിമിഷാർദ്ധം കൊണ്ട് അത് മഹാകായം തുളച്ചു പുറത്തു വന്നപ്പോൾ അവൻ തേർത്തട്ടിലേക്ക് മറിഞ്ഞു, കൗരവപ്പട ഇളകിയാർത്ത് അശ്വത്ഥാമാവിന് ജയഭേരി മുഴക്കി, ഘടോൽക്കചൻ ഒടുങ്ങി എന്ന മൗഢ്യത്തോടെ....

ഘടോൽക്കചന്റെ ഹൃദയം തകർത്തു കൊണ്ടാണ് പതിമൂന്നാം ദിനം കടന്നു പോയത്. പാണ്ഡവരുടെ അഭിമാനസ്തംഭം പാർത്ഥാത്മജൻ അരുംകൊലചെയ്യപ്പെട്ട ദിനം. ദ്രോണ വ്യൂഹം പിളർത്തി പാഞ്ഞുകയറിയ അഭിമന്യുവിന് തുണ പോകാമെന്ന ഭീമ-യുധിഷ്ഠിരൻമാരുടെ വാക്കുകൾ കാറ്റിൽ പറന്ന ദിനം. അപ്രതിരോദ്ധ്യമായ ചക്രവ്യൂഹത്തിൽ നിന്നും ദ്രോണരുടെ അസ്ത്രവേഗത്തെ തടുക്കാൻ കഴിയാതെ ഉഴറിയ

യുധിഷ്ഠിരൻ ആ വലിയ ഭാരം ഏല്പിക്കാൻ കണ്ടെത്തിയത് അഭിമന്യു കുമാരനെ ആയിരുന്നു.

“ഉണ്ണീ.. ഈ ഘോരാസ്ത്രവർഷത്തിൽനിന്നും പാണ്ഡവരെ രക്ഷിക്കൂ... നിനക്കു മാത്രമേ അതിന് കഴിയൂ, ക്ഷണത്തിൽ നീ വ്യൂഹം തകർത്തു മുന്നേറൂ.. നീ പിന്നിടുന്ന മാർഗ്ഗം ഞങ്ങൾ പിന്തുടരാം.”

അരുതെന്നു പറഞ്ഞ് ആ ദൗത്യം ഏറ്റെടുക്കാൻ ഘടോൽക്കചൻ മുന്നോട്ട് വന്നതാണ്, പക്ഷേ, ക്ഷത്രിയ ശാസന ലംഘിക്കാൻ നിഷാദന് ആകില്ലല്ലോ. ഒറ്റത്തേരിൽ വ്യൂഹം തകർത്ത് മുന്നേറിയ സൗഭദ്രനെ ഒരു പാണ്ഡവനും പിന്തുടർന്നില്ല. ചക്രവ്യൂഹത്തിനുള്ളിൽ വെട്ടിനുറുക്കപ്പെട്ട ആ രണവീരനെ കാണാൻ ഘടോൽക്കചൻ പോയില്ല. തേർത്തട്ടിൽ തളർന്നിരുന്ന അവന്റെ വിരിഞ്ഞ ഭുജത്തിൽ യജ്ഞകച്ചുവട്ടിലെ നനുത്ത കരസ്പർശം ഒരു തേങ്ങലായി തഴുകി കടന്നു പോയി. പാടില്ല...., യുദ്ധ ഭൂമിയിൽ വീരന്റെ കണ്ണുനീരിന് സ്ഥാനമില്ല. എരിഞ്ഞു കത്തിയ നെഞ്ച കത്തിലെ വിങ്ങൽ അയാൾ അടക്കി നിർത്തി. കുരുക്ഷേത്രത്തിലെ ചൊരി മണലിൽ നിണച്ചാലുകൾ തീർത്ത് സൃഷ്ടിച്ച നേട്ടങ്ങളും നഷ്ടങ്ങളും ഘടോൽക്കചന്റെ ഉള്ളിൽ ഉത്തരങ്ങൾക്കായി കാത്തുകിടന്നു.

വെളിച്ചമില്ലാത്ത സൂര്യൻ കുരുക്ഷേത്രത്തിന് മുകളിൽ വിളറി നിന്ന ദിനം. ആ ദിനം ഘടോൽക്കചന്റേത് ആയിരുന്നില്ല, കർണ്ണന്റേതായിരുന്നു. പാണ്ഡവപ്പടയ്ക്ക് നേരെ സർവ്വനാശം വിതച്ച് സംഹാര താണ്ഡവമാടുന്ന കർണ്ണൻ, “ഘടോൽക്കചാ..... കർണ്ണനെ തടയൂ...” കൃഷ്ണന്റേതായിരുന്നു ആജ്ഞ. കുരുക്ഷേത്രത്തിലെ അതിഭയാനകമായ രംഗങ്ങളായിരുന്നു പിന്നീട് കണ്ടത്. ശൂലപാണങ്ങളും ഗിരി മുൽഗങ്ങളും കർണ്ണന്റെ മഹാ സ്ത്രങ്ങൾക്ക് നേരെ പാഞ്ഞു. ദിഗന്തങ്ങൾ പൊട്ടുമാറുള്ള പോർവിളി കൾ... ശക്തിയും ശക്തിയും തമ്മിലുള്ള യുദ്ധം. ഘടോൽക്കചനെ ഭർത്സ നങ്ങൾ കൊണ്ട് മൂടിയ കർണ്ണന്റെ കൈകൾ തളരുന്നുണ്ടായിരുന്നു. വനാ ന്തരങ്ങളിൽ എവിടെയോ പിഴച്ചുവീണ സന്തതിയാണ് ശസ്ത്രപടു ക്കളുമായി യുദ്ധം ചെയ്യുന്നതെന്ന കർണ്ണൻ അധിക്ഷേപിച്ചപ്പോൾ ഭീമൻ അകലെയല്ലാതെ അലംബുഷനോട് പൊരുതുകയായിരുന്നു.

ശത്രുവിനെ ചോരകൊണ്ട് തർപ്പണം ചെയ്യുമെന്ന് യുധിഷ്ഠിരന് വാക്ക് കൊടുത്ത അലംബുഷന്റെ ഉള്ളിൽ തന്റെ പിതാവായ ജഡാ സുരനെ വധിച്ച പാണ്ഡവരോടുള്ള പക തിരയടിച്ച് കയറി. ഭീമന്റെ പതർച്ച തിരിച്ചറിഞ്ഞ അസുരൻ ഘോരാസ്ത്രങ്ങൾകൊണ്ട് താണ്ഡവമാടി. മാന സികമായും കായികമായും ഘടോൽക്കചൻ പരീക്ഷിക്കപ്പെട്ട നിമിഷങ്ങ ളായിരുന്നു അത്. കർണ്ണനെ വധിക്കണോ അതോ പിതാവിന്റെ രക്ഷ യ്ക്ക് എത്തണോ.... സംശയിച്ചു നിന്നില്ല അയാൾ, ഭീമാകാരമായ തേര് അലംബുഷ സേനയ്ക്ക് നേരെ പാഞ്ഞു. മനസ്സിൽ ഉരുണ്ടു കൂടിയ വെറുപ്പ്.... ആരോടൊക്കെയോ ഉള്ള പക.... എല്ലാം കുരുക്ഷേത്രത്തിൽ പെയ്തിറങ്ങി. കൗരവപ്പട നാലുപാടും ചിതറി, ഘോരമായ ഏറ്റുമുട്ട ലിനൊടുവിൽ അയാൾ അലംബുഷന്റെ ശിരസ്സ് വെട്ടിയെടുത്തു, രക്ത

പങ്കിലമായ മുടിയിൽ ചുറ്റി അത് ദുര്യോധനന്റെ തേർത്തട്ടിലേക്ക് എറിഞ്ഞുകൊടുത്തു, എന്നിട്ട് പറഞ്ഞു. "അല്ലയോ രാജാവേ നിന്റെ മിത്രത്തിന്റെ ശിരസ്സാണിത്, ധർമ്മാർത്ഥ കാമങ്ങളെ കാംക്ഷിക്കുന്നവർ വെറും കൈയോടെ രാജാവിനെ കാണാൻ പോകില്ല, ഇത് നിനക്കുള്ള എന്റെ കാഴ്ചയാണ് സ്വീകരിച്ചാലും..." ഘടോൽക്കചന്റെ കൈയിൽനിന്നും തിരുമുൽക്കാഴ്ച വീണ്ടും വന്നു, അലായുധന്റെ ശിരസ്സ്.

തനിക്ക് നേരെ മരണത്തിന്റെ കാഹളം മുഴക്കുന്ന ശത്രുക്കൾക്ക് എല്ലാം ഒറ്റ മുഖമാണെന്ന് ഘടോൽക്കചന് തോന്നി. കറുത്തനായ പോരാളിയുടെ ജന്മത്തെ അധിക്ഷേപിച്ച് യുദ്ധത്തിനു മുൻപേ മനസ്സിനെ തകർക്കുന്ന മ്ലേച്ഛന്മാരുടെ മുഖം. കുരുക്ഷേത്രത്തിൽ പടവെട്ടുന്ന എണ്ണിയാലൊടുങ്ങാത്ത പടയാളികളുടെ മനസ്സിൽ പരസ്പരം തോന്നിയിട്ടില്ലാത്ത ഒരു പ്രത്യേകതരം വെറുപ്പ് തനിക്ക് നേരെ വാളെടുക്കുന്നവരുടെ ഉള്ളിൽ നുര പൊന്തുന്നത് അവൻ തിരിച്ചറിഞ്ഞു. ആ വെറുപ്പിൽനിന്നാണ് ഘടോൽക്കചൻ കറുത്തനായത്.

ചുറ്റിനും ചിതറിത്തെറിക്കുന്ന കബന്ധങ്ങളും, പൊടിമണ്ണിൽ ചവിട്ടിക്കുഴച്ച ചോരയും അവനെ നിർദ്ദയനാക്കി.യുദ്ധം അത് തുടർന്നുകൊണ്ടിരുന്നു.... കർണ്ണനിൽ തുടങ്ങി അലായുധനിൽ അവസാനിക്കാത്ത പതിനാറാം ദിവസത്തെ മഹായുദ്ധം.

പാണ്ഡവപ്പട ഘടോൽക്കചന് ജയഭേരി മുഴക്കിക്കൊണ്ടിരുന്നു. കുതിരകളടക്കം തേരിനെ തകർത്തെറിഞ്ഞും, ഗദകൊണ്ട് ആനകളുടെ മസ്തകം പിളർന്നും കുരുക്ഷേത്രത്തിൽ അവൻ താണ്ഡവമാടുമ്പോൾ വീണ്ടും കർണ്ണന്റെ ഊഴമെത്തി. അയാളെ ഹതാശനാക്കി ഘടോൽക്കചൻ അടിച്ചു കയറിയപ്പോൾ കൗരവപ്പട ചിതറിയോടി. 'യുദ്ധം ഇന്നവസാനിക്കും ഒന്നുകിൽ കർണ്ണൻ അല്ലെങ്കിൽ ഘടോൽക്കചൻ' ദുര്യോധനന്റെ മനസ്സു പറഞ്ഞു. മാമുനിമാരും, ഋഷിവര്യരും പാടിപ്പുകഴ്ത്തിയ കൗരവരുടെ അന്തകൻ അർജ്ജുനനോ ഭീമനോ ആയിരിക്കില്ല, ഹിഡുംബിയുടെ പുത്രനായ ഈ നിഷാദനായിരിക്കും. ക്ഷണനേരം കൊണ്ട് അക്ഷൗഹിണിയെ ഭസ്മമാക്കുന്ന ജാലവിദ്യക്കാരൻ, നിശായുദ്ധവീരൻ. പിടഞ്ഞു വീഴുന്ന കൗരവപ്പടയെ നോക്കി ദുര്യോധനൻ നിസ്സഹായനായി നിന്നു. അയാൾ ദീർഘമായി നിശ്വസിച്ചു എന്നിട്ട് വിളിച്ചു, പറഞ്ഞു,

"കർണ്ണാ.....ഇന്ദ്രവേൽ കൊണ്ട് ആ നിഷാദനെ കൊല്ലൂ.... അല്ലെങ്കിൽ എല്ലാം ഇപ്പോൾ അവസാനിക്കും." കർണ്ണന്റെ ഉള്ളിൽ ഒരു മിന്നൽപ്പിണർ പാഞ്ഞുപോയി. ഞെട്ടൽ ആ മുഖത്ത് കാണാമായിരുന്നു. അർജ്ജുനനായി മാറ്റിവച്ചിരിക്കുന്ന വജ്രായുധം, ഘടോൽക്കചനിൽ അവസാനിക്കാൻ പോകുന്നു. ചുറ്റിനും ആർത്തനാദങ്ങൾ, കുരുവ്യൂഹത്തിന്റെ കൂട്ടപ്പാച്ചിൽ, ചിതറി വീഴുന്ന മനുഷ്യപിണ്ഡങ്ങൾ... രാക്ഷസൻ സർവ്വവും നിഗ്രഹിക്കുകയാണ്. കർണ്ണന്റെ മനസ്സ് വിങ്ങി. ഏകകൃയമായ വൈഭവശസ്ത്രം കൈയിലേന്തിയപ്പോൾ കുരുക്ഷേത്രം വിറകൊണ്ടു.

ആർത്തനാദങ്ങൾക്കൊപ്പം ആർപ്പുവിളികളും ഉയർന്നു. പിന്നെ താമസിച്ചില്ല ഘടോൽക്കചന്റെ മാറുപിളർന്ന് വൈജയന്തി അപ്രത്യക്ഷമായി.

രക്തം.... സ്വർഗ്ഗത്തിൽ നിന്നും ഭൂമിയിൽ പതിച്ച ആകാശഗംഗയായി ഒഴുകി. വൃത്രാസുരന്റെ മഹാബാഹു കൗരവപ്പട ലക്ഷ്യമാക്കി ഭൂമിയിൽ പതിച്ചു. കർണ്ണനുവേണ്ടി ജയഭേരി മുഴങ്ങുമ്പോൾ തകർന്നുപോയ പാണ്ഡവപക്ഷത്തുനിന്നും ഒരു ചിരി ഉയർന്നതുപോലെ തോന്നി. കാമ്യകവും ഹിഡുംബവനവും രാജധാനിയാക്കിയ മഹാനിഷാദൻ കുരുക്ഷേത്രത്തിലെ രക്തകാണ്ഡത്തിൽ വീണലിഞ്ഞു. അന്ന് അമാവാസി ആയിരുന്നു. നിശാമുഖത്ത് പൗർണ്ണമിയുടെ അലകൾ ഒഴിഞ്ഞുകിടന്ന വിരാട രാത്രി... എന്നിട്ടും ഘനത്വം പേറുന്ന ആ കാഴ്ച കാണാൻ നക്ഷത്രങ്ങൾ കൺ ചിമ്മി നിന്നു.

www.ingramcontent.com/pod-product-compliance
Lightning Source LLC
LaVergne TN
LVHW040751051026
849519LV00007BA/2519
* 9 7 8 9 3 9 0 3 0 1 7 9 9 *